ஆனந்தி

ஹேமா ஜெய்

Copyright © Hema Jay
All Rights Reserved.

பொருளடக்கம்

நன்றி

வணக்கம்,

கொங்கு வட்டத்தில் விசைத்தறி பட்டறைகளும், அதைச் சார்ந்த உப தொழில்களும், ஆண், பெண், குழந்தைகள் என்ற பேதமில்லாமல் சகலரும் பாடுபடும் உழைக்கும் வர்க்கமும் அடங்கிய தனி உலகம் ஒன்று உண்டு. இங்குள்ள மக்களிடம் இருந்து கடும் உழைப்பு, எளிமை, அடுத்தவரை மதிக்கும் பண்பு, மரியாதை என கற்றுக் கொள்ளவும் பெற்றுக் கொள்ளவும் எண்ணற்ற விஷயங்கள் உள்ளன. அதே நேரம் வருத்தப்படவும், ஆதங்கம் கொள்ளவும் கூடிய சங்கதிகளும் இல்லாமல் இல்லை.

இந்நாவலில் சித்தரிக்கப்பட்டு இருக்கும் மனிதர்களும், சூழ்நிலைகளும், சம்பவங்களும் முற்றிலும் கற்பனையன்று. நான் வளர்ந்த சூழ்நிலையில் கண்டும், கேட்டும், நெருக்கமாக உணர்ந்தும் உள்ளவர்களின் வாழ்க்கையையே இப்படைப்பு வாயிலாகப் பதிவு செய்துள்ளேன். நொடிக்கு இரண்டு மில்லியன் மின்னஞ்சல்கள் பரிமாறிக் கொள்ளப்படும் இன்றைய தகவல் தொழில்நுட்ப யுகத்தின் உச்சத்தில் கூடக் கல்விக்குரிய கவனம் இல்லாமல் சிறு வயதிலேயே முதிரா காதல், அவசர திருமணம், அடுத்தடுத்த குழந்தைகள் என இருபது வயதுக்குள் தங்கள் மொத்த வாழ்க்கையையே வாழ்ந்து முடித்து விடுகிற பெண்கள் இங்கு அநேகம், இக்கதையில் வரும் ஆனந்தியைப் போல, சவிதாவைப் போல, சுமதியைப் போல.

நம்மிடையே சத்தமின்றி நடமாடிக் கொண்டிருக்கும் இவர்களின் இருப்பை ஒருவிதத்தில் நாம் உணர்வதில்லை அல்லது அன்றாடப் பரபரப்பின் வேகம் நம்மைக் கவனிக்க விடாமல் கடந்து விடச் செய்கிறது. சற்றே நிதானித்து அருகில் சென்று இவர்களைக் கவனிக்கும் தருணமாக இவ்வாசிப்பை கொள்ளலாம்.

தறி நுட்பங்களில் உதவிய சத்யாவிற்கு என் நன்றிகள்! கதை என்பதற்காக விறுவிறுப்பு நிமித்தம் திடுக்கிடும் திருப்-பங்களைப் புகுத்தாமல் தறித் தொழிலாளிகளின் வாழ்க்-கையை உள்ளதை உள்ளபடி இயல்பாகவும், எதார்த்தமா-கவும் சொல்ல முயன்றுள்ளேன். இந்நாவலை வாசித்துத் தங்கள் மேலான விமர்சனங்களை hemajaywrites@gmail.com மின்னஞ்சல் முகவரிக்கு எழுதுங்கள். நன்றி!

அன்புடன்,
ஹேமா ஜெய்

1

மண்டையில் ஊசி போட்டு உள்ளே இறங்குகிற பின்மாலை வெயி-லில் ஆனந்தியின் உடலெங்கும் வியர்த்து வழிந்தது. கோடை மழை வந்து கொத்தி விட்டுப் போயிருந்த சரளைக்கல் சாலை ஈவு இரக்க-மில்லாமல் குத்தி பாதத்தைப் பதம் பார்க்க, கால்குதியில் நெருங்கற்கள் நறுக்கென்று குத்துவதை லட்சியம் செய்யாமல் அவள் தன் நடையை எட்டிப் போட்டாள்.

அடி தேய்ந்த செருப்பு, அதைப் போடுவதும் ஒன்று தான், போடா-ததும் ஒன்று தான். 'இதை வீசி எறிஞ்சுட்டு ஒரு புது செருப்பு வாங்க இன்னும் வேளை பொறக்கல?!' உள்ளுக்குள் அங்கலாய்த்தவளின் அங்-கம் முழுக்கப் பட்டறைத்தூசி மெல்லிய போர்வையாய்ப் படிந்திருந்தது. ஓட்டை பூத்தாற்போலத் தலை முழுக்கப் பஞ்சுத் துகள்கள்!

வைகாசி கடைசி தேதி தொட்டிருந்தாலும் அக்னி வெயில் கொஞ்-சமும் குறைந்தபாடில்லை. அனல் பெருமூச்சு விட்டபடி தணியத் தொடங்கி இருந்த வெக்கையான காற்று கூடுதல் உஷ்ணத்தைக் கிளப்பி விட, ஆறரை தாண்டியும் இருள் கவியத் துவங்காமல் சூரிய வெளிச்சம் கண்களை அறைந்தது.

எதிர்வெயிலின் கண் கூச்சத்தில் ஆனந்தியின் இடது உள்ளங்கை அவ்வப்போது நெற்றியில் குவிந்து தாழ்ந்தபடி இருக்க, நாள் முழுக்க அலண்டு அடித்துப் போட்ட மாதிரி களைத்திருந்த உடம்பை தூக்-கிக்கொண்டு நடக்கவே அவளுக்குச் சிரமமாக இருந்தது. களைப்புத் தெரியாமல் இருக்க, 'ஷ்.. உஷ்' எனக் கொஞ்சம் சத்தமாக மூச்சு வாங்கி அனத்திக் கொண்டே நான்காவது கிராஸுக்குள் பிரியும் குறுக்கு சாலைக்குள் நுழைந்தாள்.

வழியில் இரண்டு மூன்று சின்னப் புள்ளைகள் ஓரமாய் உட்கார்ந்-திருந்தன. அங்கேயே நாலைந்து டயர் ஓட்டி விளையாடிக் கொண்டும் இருக்க, ஆனந்தி தலைப்பால் முகத்தை மூடிக் கொண்டு மூச்சு விடா-மல் வேக வேகமாய் அந்தச் சந்தைக் கடந்தாள்.

கெண்டை கால்களின் வியர்வைப் பிசுபிசுப்பில் புடவை தடுக்கியது. 'இது வேற ஒன்னு...' நடக்க நடக்க பண்ணா சிறுத்திருந்த பாவாடையை உயர்த்திச் சேலையைத் தரை தொடாமல் உயர்த்திக் கொண்டாள். பொங்கலுக்கு ரேசனில் கொடுத்தது, வாங்கியபோது இளநீலத்தில் இருந்த புடவை அழுக்கேறி அழுக்கேறி இப்போது பழுப்பாக நிறம் மாறி இருந்-தது.

'ஆடி பொறக்குறதுக்குள்ள இரண்டு நூலு பொடவை வாங்கிப்பு-டனும், அப்படியே இன்னிக்கு இந்த பிஞ்ச செருப்பை தச்சு....'

"என்னா ஆனந்தி, சந்தை எடுத்து வைக்கிற நேரத்துக்கு உள்ளாற வர?" முக்குக் கடை தாண்டி நடக்கும்போது வாங்கிய சாமானைக் கோணிப் பையில் கட்டி இடுப்பில் தூக்கி வைத்தபடி சரசக்கா எதிரே வந்து கொண்டிருந்தாள்.

"கணக்கு முடிச்சு காசு வாங்க இவ்ளோ நேரம் ஆயிடுச்சுக்கா. கிளம்புற நேரம் கடை வாசலை வழிச்சு வுட்டுட்டுப் போன்னு அந்த கணக்கு நிப்பாட்டி வுட்டுடுச்சு..." நிற்காமல் நடந்து கொண்டே சரசு-விடம் விவரம் சொன்ன ஆனந்தி, "இந்தாங்காடி... வெரசா வாங்க..." புறங்கையால் கழுத்தை, புடனியை வழித்து விட்டவாறு பின்னால் திரும்பி குரல் கொடுத்தாள்.

"அந்த நாய்க்கு வேற வேலை என்ன? சனிக்கிழமையாச்சுனா போதும், வேணும்ணே தன் பவுசை காட்டுவான்... கட்டைல போற கம்மனாட்டி..." படபடவெனச் சில கெட்ட வார்த்தைகளை உதிர்த்த சரசு, "சீக்கிரம் போ... இன்னிக்கு என்ன ஆச்சுனு தெரியல.... பாதி கடையை வைக்க காணோம்... இருந்த கடையுள்ள வெரசா வாங்கிட்டு ஓடியாறேன்... வீட்டுக்குப் போய் உலை வைக்கோணும், வாரேன்..."

குடித்து விட்டு வரும் புருஷனின் கையால் இன்றும் அடி வாங்க விரும்பாத சரசு அதற்கு மேல் அங்கு நிற்காமல் விரைய, தன் வேகம் குறைந்து நின்ற ஆனந்தி, "எங்கடி பராக்கு பார்த்துட்டு வர்றீங்க? வந்து தொலையுங்களேன், வெக்க வெயில்ல உசிரு போவுது, இதுல ஆடி

அசைஞ்சு வாராளுக...." பின்னால் தங்களுக்குள் ஏதோ ஒரண்டை இழுத்துக் கொண்டே மெதுவாய் நடந்து வந்த பிள்ளைகளிடம் சுள்-ளென்று எரிந்து விழுந்தாள்.

"அம்மா.... கிழங்கு போண்டா வாங்கி கொடும்மா..." இரண்டு பக்-கமும் ரிப்பன் அவிழ்ந்து தொங்க வெள்ளை சட்டையும், நீலப் பாவா-டையுமாக இருந்த மீனா ஓடி வந்து ஆனந்தியின் கை பற்றித் தொங்கி-னாள்.

"அம்மோய், எனக்கு கொத்து பரோட்டாம்மா...." செல்வம் கடையில் தட்தட்டென்ற ஒரே தாளத்தில் குத்து விழுந்து கொண்டிருந்தது.

சந்தை முனையின் இரு பக்கத்திலும் அணி வகுத்து நின்ற பலகாரக் கடைகளைக் கண்ணெடுக்காமல் பார்த்தபடியே ஓடி வந்து தன் மார்பில் பலமாக முட்டிய ஜோதியின் தலையில் நங்கென்று கொட்டினாள் ஆனந்தி.

"கொரங்கே, எங்க வந்து முட்டுற? வலி உசுரு போவுது. தின்னிப்-பண்டாரங்களா... நடங்கடி முதல்ல..."

"யம்மா யம்மா ப்ப்ளீச்ஸ்மா..."

"ச்சீ விடுங்கடி நாய்ங்களா..." அவ்வளவு நேரம் கணக்கு செய்த குளறுபடியில் கடுகடுவென்று இருந்த ஆனந்திக்கு இரு மகள்களும் இருபுறம் தொங்கியயபடி ஒரே குரலில் 'ப்ளீஸச்' போட்டுக் கொஞ்சியதில் முகம் மலர்ந்து சிரிப்பு வந்தது.

"எல்லாம் வாங்கலாம், வாங்கலாம், திங்குறதுலேயே குறியா இல்-லாம, இந்தா... இதை தூக்கிட்டு வந்தீனா தான் பலகாரமெல்லாம்..." பட்டை டேப் ஓயரில் பின்னிய கூடையைப் பெரியவள் கையில் கொடுத்த ஆனந்தி, கக்கத்தில் சொருகியிருந்த கட்டைப்பையை உருவி சின்னவளிடம் திணித்தாள்.

"மண்ணுல போட்டு புரட்டுன... கொன்னுப்போடுவென் உன்னை..." போன தீபாவளிக்கு முதலாளி வீட்டில் ஜவுளி வாங்கியபோது இவளுங்கு இனாமாகக் கொடுத்த மோதீஸ் கடை பை அது.

அதற்குள் நெருக்கமான சந்தை முகப்பு வந்திருக்க, பிள்ளைகள் தன்னைத் தொடர்கிறார்களா, இல்லையா என்றெல்லாம் கவனிக்காமல் விறுவிறுவென ஆனந்தி உள்ளே நடந்தாள். வந்த எல்லாக் கூட்டமும் சரக்கு வாங்கி விட்டுப் போண்டா பஜ்ஜி கடைகளிலும், அவித்த குச்சிக்

கிழங்கு, சோளம் விற்கும் கிழவிகளிடமும், பருத்திப் பால் வண்டிகளிலும் நின்றிருந்தது.

முன்னாலிருந்த பல்பு போட்டு பளபளவென்று மின்னிய கடைகளை, செழுமையாய்க் குவிந்திருந்த காய் கடைகளைத் தாண்டி மேலே நடந்-தவள், "பாவிக, கொள்ளை வெலை சொல்லுவானுக.. வாங்குன காசு வெங்காயம் வாங்கக்கூட பத்தாது" சத்தமாக முணுமுணுத்தபடியே எங்-கும் நிற்காமல் சந்தையின் அடுத்தக் கோடியை அடைந்தாள்.

அலமேட்டில் இருந்து வரும் ஒரு ஆயா போடும் கட்டில் கடையில் தான் இவள் எப்போதும் வாங்குவது. 'இன்னிக்கு வந்துச்சோ, வரலையோ...?'

நான்கு புறமும் குச்சிகளைச் சொருகி, ஓட்டை விழுந்த பழுப்பு படுதா விரித்து, வழக்கமான இடத்தில் இருந்து கொஞ்சம் தள்ளி அமர்ந்திருந்தாள் அந்த ஆயா.

"இங்கன இருக்கியா? நீ எங்க எடுத்துட்டு வச்சிட்டியோன்னு ஓடி-யாரேன்..."

"போனியாகாம எங்கத்த எடுத்து வைக்கிறது?"

தான் கொண்டு வந்த சுமைகளின் மேல் சாய்ந்தவாறு உட்கார்ந்தி-ருந்த ஆயா, பல்லைக் குத்திக் கொண்டே எழுந்து நின்று பின்னங்கொ-சுவத்தை உதறி நறுவிசாய்க் கட்டிக் கொண்டது. இருள் அடைந்து வர, ஆனந்தி விறுவிறுவெனக் கூறுகளைப் பொறுக்கினாள்.

எங்கே இவள் கூறை கலைக்கிறாளோ என்கிற மாதிரி ஆயா உன்-னிப்பாய்க் கவனித்துக் கொண்டிருக்க, லேசாய் நீர் கோர்த்திருந்த வெங்-காயத்தை ரொம்பவும் அழுக்கிப் பார்க்க முடியாமல் அப்படியே நாலு கூறை ஜோதி விரித்துக் காட்டிய கூடையில் எடுத்துப் போட்டாள்.

குடுவையாய்ச் சும்பியிருந்த தேங்காய் இரண்டு, ஒரு பூசணிக்காய் பத்தை, ஒரு கோஸ் துண்டு, பூச்சி விழுந்த அறிகுறியாய் நிறம் மங்கித் தெரிந்த கத்திரிக்காய் கொஞ்சம் என்று கூடையை நிரப்பியவள், கடை-சியாய் தோல் வழண்ட நசுங்கிய தக்காளிப் பழங்கள் இரண்டு தட்டத்தை அடிபடாமல் தனியாக மஞ்சள் பையில் கட்டிக் கொண்டாள்.

"குச்சியெ பிடுங்கி போட்டுடாதே சாமி... ஆயாளுக்கு திரும்ப கட்டுறளவுக்கு சொணமில்ல..." மீனா கம்பத்தைச் சுற்றிச் சுற்றி தூரி விளையாட, "இப்படி வந்து நில்லு புள்ள..." அவளைப் பிடித்துத் தன்-

னிடம் நிறுத்திய ஆனந்தி, "கணக்கு சொல்லு ஆயா..." ரவிக்கைக்குள் இருந்த பர்சை எடுத்தாள்.

ஆயா மனக்கணக்கில் கூட்டி சொன்னாள். "வாராவாரம் உன்ற கடைக்கு தான் வாரேன், கட்டன்டு ரைட்டால்ல விலை சொல்ற நீ..." வாங்கியிருந்த சம்பளப் பணத்தில் புத்தம் புதிய நோட்டுகளை ஒதுக்கி பழைய தாள்களாகப் பார்த்து எடுத்துக் கொடுத்தாள்.

"பொன்னாயா, உன்கிட்ட அப்படி சொல்லுவேனா? நம்மகிட்ட கணக்கு எல்லாம் கரிக்ட்டா தான் இருக்கும் சாமி..." ஒரு ரூபாய் குறைத்துக் கொண்டு ஆயா மீதி தர, ஆனந்தி லேசாகச் சிரித்தபடி காசை எண்ணினாள்.

"எங்க உன்ற மகன்...? கடையை எடுத்து வைக்க வந்துடுவான்ல...? வராங்காட்டி இத்தனையையும் சுமந்துகிட்டு எப்படி போவ?"

"ம்ம்... வருவான், வருவான், உள்ள ஊத்திக்கிட்டு மெல்லமா வரு-வான்...." அதற்குமேல் எதுவும் சொல்லாமல் எதற்குள்ளோ உறைந்து போன மாதிரி தூரமாய்ப் பார்த்த ஆயா புகையிலையை உள்ளங்கையில் கசக்கி வாயில் அதக்கிக் கொண்டது.

"பாத்து, வெள்ளன கெளம்பு, வெக்கை அடிக்குற வேகத்தை பார்த்தா ராத்திரி மழை அடிச்சு ஊத்தும் போலருக்கு..."

வியர்வையில் ஊறி ஊறி எப்போதோ தன் நகைக்கடை பெயரை இழந்திருந்த அந்த மணிபர்சை மீண்டும் மார்புக்குள் பொதிந்தவள், கட்டையாய் விறைத்திருந்த முருங்கை இரண்டை கையில் பிடித்துக் கொண்டு இருகைகளிலும் இருபிள்ளைகள் தொங்க, கொஞ்சம் தளர்ந்து நடந்தாள்.

வழியில் தீர்ந்திருந்த கொஞ்சம் சில்லரை சாமான்களும், மல்லித் தாள் நூறும், எண்ணெய் அரை பாட்டிலும் வாங்கிக் கொண்டு பலகார முகப்புக்கு வந்தபோது இரண்டும் பொறுமையிழந்து தன் முகத்தை, முகத்தைப் பார்ப்பது தெரிந்தது.

"இதுக்குத்தானடி வால் பிடுச்சுட்டு வர்றீங்க?" சிரித்துக் கொண்டே வழக்கமாய் வாங்கும் செல்வியக்கா கடைக்கு வந்தாள்.

"இந்தாக்கா, நவ்வாலு முட்டை போண்டாவும், கிழங்கு போண்டாவும் கட்டு, முழு முட்டை போண்டா, அப்புறம் கச்சாயம் நாலு..." அம்மா காசு எடுப்பது தெரிந்து சின்னது ஓடி வந்து இடுப்பில் உரசியபடி பூரிப்-

பாய்ச் சிரித்தது.

"என்னாத்துக்குடி இளிக்குற? திருட்டுக் கழுதை..." ஆனந்தி அவள் கன்னத்தில் செல்லமாய்க் குத்தியபடி திரும்பி பெரியவளைப் பார்த்தாள். கொஞ்சம் தள்ளி இலைக்கடைக்கு முன்னால் கூடையை வைத்து நின்றிருந்தாலும் காதுகள் ஆனந்தி என்ன வாங்குகிறாள் என்றதிலேயே கவனமாய் இருந்ததில் அவ்வளவு நேரம் உம்மென்று முகத்தை வைத்திருந்தவள், அம்மாவின் பார்வைக்குப் பதில் பார்வை பார்த்து ஈயெனச் சிரித்தாள்.

'பல்லை காட்டுறதைப் பாரு, காரியக்காரி...' சிரித்த ஆனந்தி, "அதை அங்கயே வச்சுட்டு இங்க வா புள்ள..." காத்திருந்தது போல ஜோதி கைப்பிடியை அப்படியே விட்டுவிட்டு ஓடி வந்தாள். தாவி வந்தவளின் பின்னங்கால் பட்டுக் கூடை சரிந்து தேங்காய் இரண்டும் மண் தரையில் ஓட, தக்காளிப் பை வாய் திறந்து மண்ணில் சிதறியது.

"கொரங்கே, வயசாச்சே தவிர இன்னும் ஒரு வேலை செய்ய கூறில்ல...."

நடக்க நடக்க அம்மா வீசிய கைக்கு அகப்படாமல் அவள் விலகி ஓட, "விடுடி, இவ ஒருத்தி, உடும்பு கணக்கா புடிச்சுகிட்டு..." இடுப்பைக் கட்டியிருந்த சின்னவளின் கையை எடுத்துவிட்டு விரைந்த ஆனந்தி, கூடையைச் சேகரித்துத் தன் இருகால்களுக்கும் இடையே வைத்தபடி பெரிய மகளை முறைத்தாள்.

"ஊட்டுக்கு வாடி, வச்சுக்குறேன் பூசையை..."

"சட்டினி கட்டாதக்கா, இன்னா காரமா வைக்குற நீ? போனவாரம் பாக்காம தின்னுபோட்டு வாயே வெந்து போச்சு"

"நான் என்னா புள்ள செய்யுவேன், வர்ற பயலுக பூராவும் நாக்கு செத்து வர்றானுங்க... வரமொளகாயை அரைச்சுல்ல கொட்ட வேண்டியிருக்கு??"

மற்ற நாள்களில் ஒழுங்காய் வீடு திரும்பும் ஆண்பிள்ளைகள் கூட சம்பளநாளின் குஷியில் தண்ணியைப் போட்டுக் கொண்டு வறுத்த கறி விற்கும் தள்ளு வண்டிகளிலும், பரோட்டா கடைகளிலும் தள்ளாடி நின்றபடி அரசியல் சலம்புவதில் எம்ஜிஆர் கம்பத்துப் பக்கம் கூட்டம் அலைமோதியது.

"அதை சொல்லு, எல்லாம் குடிகார நாயால இருக்குது... வாங்குற சம்பளத்தை நம்ம ஊரு ஆம்பிள எவன் ஊட்டுக்கு எடுத்துட்டு போறான்?" ஆனந்தி எண்ணெய் கசிந்த பொட்டலத்தை வாங்கி மேலாப்பாக வைத்துக் கொண்டாள்.

அவர்கள் மூவரும் வீடு வந்தபோது பொன்னம்மா மாரி பட்டறை படிகளில் அமர்ந்திருந்தாள்.

"கெழவிக்கு இந்த நேரத்துலயும் மேக்கப்பை பாரு" சுத்தமாய்க் குளித்து, பெட்டியில் மடித்து வைத்திருந்த புடவையைப் படிமானமாய் உடுத்தி, நெற்றியில் பட்டை போட்டுக்கொண்டு உட்கார்ந்திருந்த ஆத்தா- ளைக் காட்டி ஆனந்தி முணுமுணுக்க, பிள்ளைகள் இருவரும் வாயை மூடிக் கொண்டு சிரித்தன.

"எங்கடி இவ்ளோ நேரம் ஊரை சுத்திட்டு வாறீங்க, ஆத்தாளும், கொமரிகளுமா? ஒரு நேரங்கணக்கு வேணாம்? ஆடி அசைஞ்சு வரா- ஞுக..." லைன் வீட்டுக்குள் நுழையும்போதே கிழவி திட்டுவது காதில் விழுந்தாலும் கேட்காதது போலவே உள்ளே நடந்தாள் ஆனந்தி. சின்- னது மட்டும் ஆயா சாடை காட்டுவதைத் தட்ட முடியாமல் அவளருகே ஓடியது.

"என்னடி வாங்கியாந்தா உன் ஆத்தாக்காரி...?"

ஆயா கிசுகிசுவெனக் கேட்டதற்கு அதைப் போலவே குரல் தாழ்த்தி அவள் பதில் சொல்வதற்குள், "ஏ, புள்ள இங்க வா..." ஆனந்தி கத்- தியதில் விருட்டென்று உள்ளே ஓடிப் போனாள். பொறுத்துப் பொறுத்- துப் பார்த்த பொன்னம்மா மூன்று பேரின் தலையும் ரொம்ப நேரமாகத் தெரியாமல் போனதில் அதற்கு மேல் முடியாமல் எழுந்து வீட்டுக்குள் வந்தாள்.

"ஏன்டி, திருட்டு கழுதைங்களா? தனியாவா ஒளிச்சு வச்சு திங்- குறீங்க? முட்டாய் வாங்க காசு கொடுன்னு வந்து நிப்பீங்கல்ல, அப்ப வச்சுக்குறேன்" பரோட்டாவையும், கறிக்குழம்பையும் பரத்தியபடி தின்று கொண்டிருந்த பேத்திகள் இருவரும் ஆயாவின் ஆங்காரமான குரலில் நிமிர்ந்து பார்த்து விட்டு என்ன செய்ய என்பது போல ஆனந்தியைப் பார்த்தன.

"இந்தா... புள்ளங்ககிட்ட போய் ஒரண்டை இழுத்துக்கிட்டு... உனக்கும் அந்தால எடுத்து வச்சிருக்கு பாரு... சும்மா கத்தாம எடுத்து

தின்னு'' அறையின் இன்னொரு மூலையில் மண்ணெண்ணெய் அடுப்-பில் சுடுதண்ணீர் வைத்துக் கொண்டிருந்த ஆனந்தி முகம் திருப்பாமல் அங்கிருந்தே சொல்ல, பொன்னம்மாளின் வாயெல்லாம் பல்.

''எனக்கும் சேர்த்து வாங்கியாந்திங்களாடி?'' புடவையை முட்டி வரை உயர்த்திச் சின்னப் பேத்தி அருகே குத்துகாலிட்டு உட்கார்ந்த பொன்-னம்மா, ஜோதி காட்டிய பொட்டலத்தை நகர்த்திப் பரபரவெனப் பிரித்-தாள்.

எல்லா உருப்படிகளிலும் இரண்டு இரண்டும், பரோட்டா பொட்டலங்-கள் இரண்டும் இருக்க, ''ஏன் புள்ள உனக்கு?'' அக்கறையாய்த் திரும்பி தன்னைக் கேட்டவளைத் தீப்பார்வை பார்த்தபடி அலுமினிய தட்டை தண்ணீர் குண்டான் மேல் நங்கெனப் போட்டாள் ஆனந்தி.

''எனக்கும்தான், பின்ன உனக்கு மட்டும் படைச்சுட்டு ஈரத்துணிய எடுத்து நான் சுத்திக்கவா? நாலு முழுக்க காஞ்சி கருவாடாயி சந்தைக்-கும் போயிட்டு வர்றாளே, சுமந்து திரியறவளுக்கு சோறு பொங்கி வைப்-போம்னு கொஞ்சமாச்சும் உனக்கு ரொணமிருக்கா? சை.. எல்லாம் நான் வாங்கி வந்த வரம்...''

அவள் திட்டுவது காதிலேயே விழாதது போல தன் பங்கை தின்று, சொம்பு நீரை கடகடவெனக் குடித்து ஏப்பமிட்டபடி எழுந்த பொன்-னம்மா, ''தின்னுபோட்டு குளிக்க போடி, பெரிய முதலாளி வீட்டுப்பொம்-பளை இவ, குளிக்காம சோறு இறங்காதாக்கும்...??'' மகளின் பதிலை எதிர்பார்க்காமல் மீண்டும் மாரி பட்டறையை நோக்கி நடந்தாள்.

''ஆமா, உன்னையாட்டம் சோத்தை கண்டதும் காணாததை கண்ட மாதிரி பறக்க சொல்லு, பன்னாடை, பன்னாடை... என்னை மாறி நாளு முழுக்க பட்டறை சூட்டுல காஞ்சா உனக்கு தெரியும், சுளுவா டித்-தண்ணி வாங்கி கொடுத்துட்டு ஃபேன் காத்துல இல்ல உட்கார்ந்துட்டு வர்ற நீ....''

முணுமுணுவெனத் திட்டியபடி ஆனந்தி பம்பை அடித்துத் தீயை பெரிது பண்ணினாள். மஞ்சளாய் எரிந்த நெருப்பு நிறம் மாறி குண்-டானின் அடியில் நீலமாய்ப் பரவ, காதடைத்த பசியிலோ, என்னவோ அவள் கண்களில் நீர் கோர்த்தது.

''எதுவும் வேணாம், கொஞ்சூண்டு சுடுதண்ணி போட்டு வைக்க கூடாது? இவல்லாம் ஒரு அம்மாக்காரி'' அதற்கு மேல் ஆத்திரம் தாங்-

காமல் தன் பங்கு பலகாரத்தை எடுத்து வேக வேகமாகத் தின்றாள். கிழங்கு போண்டாவை பிய்க்காமல் மென்றதில் உள்ளேயிருந்த பச்சைமிளகாய் சுள்ளென்று உரைக்க, காது வரை காறியது.

"பாழாப் போன இந்த மொளகா சனியன் கூட என்னை பார்த்து தான் வரும் போல..." திட்டிக் கொண்டே காரம் போக இனிப்புக் கச்சாயத்தை கையில் எடுத்தாள்.

"ஏன்டி, உங்களுக்கு வேணுமா? நான் திங்கவா?" பெரியவள் வேண்டாமென்று தலையசைக்க, சின்னது அவளையே பார்த்துக் கொண்டிருந்தது. ஆனந்தி எழுந்து ஆளுக்குப் பாதிப் பிய்த்து பரோட்டா இலையில் போட்டுவிட்டுக் குடத்திலிருந்த நீரை மொண்டு வயிறார குடித்தாள்.

"என்னா ஆனந்தி, வந்துட்டியா? விளக்கெரியுது... அடுப்புப் புகை வேற, சமைக்குறியா?" சுவர் முழுக்க மூடாததில் அடுத்த வீட்டு சுமதி கேட்டது பக்கத்தில் இருந்து பேசியது போலிருந்தது.

"வந்துட்டேன் சொமதி, மேலுக்கு ஊத்த தண்ணி வச்சிட்டுருக்கேன்."

"இரு, முன்னாடி வாரேன்" கதவுப்பக்கம் சுற்றி வந்த சுமதி, "ஏம்புள்ள, இரண்டாவது ஆட்டம் சினிமாவுக்கு போலாமா? நம்ம லைன்ல எல்லோரும் போறாங்க..." தட்டில் சோறு பிணைந்து தின்று கொண்டே ஆனந்தி வீட்டுத் தலைவாசலில் அமர்ந்தாள்.

"என்ன படமாம்? யாரு நடிச்சது?"

"திரிசாவும், விசய சேதுபதியும் நடிச்சதாம்." சுமதி சொன்னதைக் கேட்டு மீனாவும், ஜோதியும் "அம்மா அம்மா, நம்மளும் போலாம்ம்மா.." பின்பாட்டு பாட, "இவளுங்க வேற... சலுப்பா இருக்கு சொமதி, உடம்பெல்லாம் அடிச்சு போட்ட மாதிரி நோவுது, வந்தாலும், இரண்டாவது ரீலுலேயே தூங்கிடுவேன்."

"என்னா நீ? வயசுப்புள்ள அலுத்துக்குற... உங்கம்மா நான் வரேன்னு மொத ஆளா நிக்குது..."

"அதுவும் வருதாமா? அது வரும், அதுக்கென்? எண்ணமத்த ராசா பன்னி வேட்டைக்கு போனேமாதிரி அது பொழப்பு ராச பொழப்பு..." அலுப்பாய்ச் சொன்ன ஆனந்தியின் முகத்தில் சட்டென்று யோசனையின் ரேகைகள்.

'எப்படியும் இரண்டாம் ஆட்டம் முடிஞ்சு திரும்ப பதினொன்றை பன்னெண்டு ஆயிடும்... இப்ப மணி ஒன்போதரை தானே...'

"என்னால தான் முடியல. இந்த புள்ளெங்க ஆசையை ஏன் கெடுப்பானேன்? இதுங்க இரண்டையும் மட்டும் அனுப்புறேன், கூட்டிட்டு போறியா?" உள்ளுக்குள் பெருகிய குறுகுறுப்பின் வேகத்தை மறைத்தபடி சாதாரணமாகக் கேட்டாள்.

"ஏம்புள்ள நீயும் தான் வாயேன்?"

"இல்ல சொமதி, அடுத்த வாரத்துல இருந்து இரண்டு ஷிப்டு பார்க்கணும், இன்னிக்கு தூங்கி எந்திருச்சா தான் உண்டு"

"இரண்டு ஷிப்டா...? இது என்னடி அதிசயமா இருக்கு, ஊருக்கே நூலு கிடைக்கலையாம், உங்க மொதலாளிக்கு மட்டும் ப்பெசலா எங்க இருந்து வருதாம்?"

"அது என்னமோ யாருக்குத் தெரியும், புதங்கெழமை வரைக்கும் ரெண்டு ஷிப்டும் வரச்சொல்லுன்னு காலைல வந்தப்ப மேஸ்திரிகிட்ட சொல்லிட்டு போனாரு."

"சரி, நீ தூங்கு, புள்ளைங்கள நான் கூட்டிட்டு போறேன், உங்கம்மாவும் தான கூட வருது."

"அது வந்தாலும் என்ன பிரயோசனம்? நீ வேணா பாரு, போனவுடனே பெஞ்சுல சாஞ்சுட்டு தூங்குதா, இல்லையான்னு... உன்னை நம்பி தான் அனுப்புறேன் சொமதி, இந்தா காசு, சாப்டாளுக, நடுவுல ஏதாச்சும் கேட்டா ஆளுக்கு ஒவ்வோரு முறுக்கு மட்டும் வாங்கி கொடு..."

சுமதியிடம் பணத்தைக் கொடுத்த ஆனந்தி, கொதித்திருந்த தண்ணீர் குண்டானை துணி பிடித்து அங்கணக் குழியில் தூக்கி வைத்து சுருட்டி விட்டிருந்த படுதாவை கீழிறக்கி தொங்க விட்டாள்.

"ஏன், புடக்காலிக்குள்ள கொண்டு போய் வைக்குற? வெளி பாத்ரூமில ஆற அமர குளிக்கலாமுல்ல...?" சுமதி தன் தட்டை கழுவி வாசலில் ஊற்றியபடி எழுந்தாள்.

"வேணாமாயா, இந்த இருட்டுல எவன் எங்கயிருந்து எட்டிப் பார்ப்போனோன்னு பயந்து பயந்து கழட்டனும்..." மாற்றுத் துணிகளைக் கொடியில் போட்டுவிட்டுப் பிள்ளைகளுக்கு அந்தச் சுடுதண்ணீரிலேயே முகம் கழுவி விட்டாள்.

இருவருக்கும் தலை சீவி, வாங்கி வந்திருந்த கனகாம்பரத்தை இரண்டு குடுமிகளிலும் பாலமாய்த் தொங்கவிட்டு, உடை மாற்றிச் சுமதியுடன் வெளி வாசலில் இறங்கும்போது பொன்னம்மா தயாராக நின்றாள்.

"அம்மோய், பார்த்துக்கோ... சொமதிகிட்ட உனக்கும் சேர்த்து காசு கொடுத்துருக்கேன்" எல்லோரும் கிளம்பும்போது பொன்னம்மாவிடமும் ஒரு வார்த்தை சொல்ல, குளிர குளிர வயிறு நிறைந்திருந்த ஆயா சிரித்தபடியே பெரிதாகத் தலையாட்டினாள்.

உள்ளே வந்த ஆனந்தியின் முகம் மங்கிய குண்டு பல்பு வெளிச்சத்தில் பளிச்சென்று மலர்ந்து சிரித்தது. யாருக்கும் தெரியாமல் இனிப்பைத் திருடி தின்னும் பிள்ளையின் துடிப்பும், வேகமுமாகப் பரபரவெனத் தலைக்குக் குளித்து உடை மாற்றினாள்.

முகமெங்கும் புள்ளி புள்ளியாய் ஸ்நோ பொட்டு வைத்து அழுந்த தேய்த்தவள், தாராளமாய்க் கழுத்திலும் அக்குளிலும் பவுடர் பூசி பூக்காரி இனாமாய்க் கொடுத்த ஒற்றை ரோசாவை ஈரம் சொட்டிய தலையில் சின்ன ஹேர்பின் வைத்துக் குத்திக் கொண்டாள்.

ரசம் மங்கிய நான்கங்குல கண்ணாடியில் மேலும் கீழும் முன்னும் பின்னும் பலமுறை பார்க்க, அழுக்கு ஆனந்தி இப்போது சலவைக்குப் போய் வந்த வெளுத்த ஆனந்தியாக நிறம் மாறித் தெரிந்தாள்.

நெற்றியில் பொடுசாய் சாந்து, கழுத்தில் கருத்த பாசி மாலை, கவரிங் தோடு இவற்றைத் தவிர வேறு அலங்காரம் எதுவுமில்லை. வடிவான கண்ணும், மூக்கும், செழுமையான கன்னங்களும், சிறிய உதடுகளு- மாக... நிறம் மட்டாக இருந்தாலும் வாய் விட்டுச் சிரிக்கும்போது தான் அழகாக இருப்பது போலத் தான் தோன்றியது.

"இன்னிக்கு நீ எம்புட்டு அழகா இருக்குற, தெரியுமா? தலைக்கு குளிச்சியா புள்ள !?" காதோரம் முணுமுணுக்கும் மெல்லிய குரலின் நினைவில் அவளது பிடரி மயிர்கள் சிலிர்த்து அடங்கின.

'அது எதிர்பார்த்திருக்கவே இருக்காது, நான் வருவேன்னு...' ரகசிய கற்பனையில் குமிழிட்ட சிரிப்பை அடக்கியபடி வெளியே வந்து யாராவது இருக்கிறார்களா எனப் பார்த்தாள்.

பொது பட்டாசாலையில் யாரும் இல்லை. சற்று முன் காதுகளை அடைத்த பசி இப்போது போன இடம் தெரியாமல் மாயமாக மறைந்தி- ருக்க, தனக்கென மீந்திருந்த பரோட்டா பொட்டலத்தை மடியில் முடிந்து கொண்டு ஒற்றைக் கதவை கொக்கி போட்டுச் சார்த்தித் தெருவில் இறங்கினாள்.

அவள் நினைத்தபடியே வீதி ஜிலோவென்று இருந்தது. குடிசைகளில் கூட சூப்பர் சிங்கரும், பிக் பாஸும் சத்தமாய் ஒலித்துக் கொண்டிருக்க, ஓரமாய்ப் படுத்திருந்த தெரு நாய்களைத் தவிர வேறு எந்த அரவமும் இல்லை. கொல்லன் கடை இறக்கத்தில் இறங்கி காவேரி கரையோரமாய் நடந்தாள்.

ஆற்று இறக்கத்தில் தெரிந்தவர் யாரும் இருக்கிறாரா என்று ஒரு பார்வை பார்த்த ஆனந்தி, அதன் பிறகு பதினெட்டு வயது பெண்ணாக மாறிப் போனாள். படிகளில் துள்ளிக் குதித்து இறங்கியவள், வழியில் படித்துறை வேப்ப மரத்துக்குக் கீழ் மஞ்சளாடை கட்டிய அம்மனின் முன்னால் முணுமுணுவென முனங்கியபடி இரு நொடிகள் நின்று சிலை பாதத்தில் இருந்த குங்குமக் குவியலில் துளி எடுத்து பொட்டுக்குக் கீழ் மெல்லிசாக வைத்துக் கொண்டாள்.

ஏதோ தீவிர வேண்டுதலும் அது என்னவோ இப்போதே பலித்த விட்ட மாதிரியான நாணச் சிரிப்புமாக அவள் முகம் இனம்புரியா பரவசத்தில் கனிந்திருந்தது. இங்கிருந்தே தூரத்தில் தெரிந்த மூன்று முக்-கோண பாறைகளைக் கண்களால் துளவினாள். எப்போதும் அவன் நீந்தி கரையேறும் இடம் அவளுக்குத் தெரியும்.

'ஒருவேளை கிளம்பிருச்சோ??' சந்தேகம் வந்ததில் அதுவரை இருந்த உற்சாகம் லேசாய் மட்டுப்பட்டது. மெல்ல நடந்து ஆற்றோரம் வந்தாள். வைகாசி மாதம் தான் என்றாலும் வடக்கில் மழை பெய்திருந்-ததால் நீர்வரத்து அதிகரித்துக் காவேரி சுளித்து ஓடத் துவங்கி இருந்-தாள்.

சலசலவெனச் சத்தத்துடன் ஓடும் நீரில் ஆங்காங்கே சிலர் குளித்துக் கொண்டிருக்க, எட்டாம்கல் அருகே சில விடலைகள் பந்தயம் வைத்து விர்ரென நீருக்குள் பாய்ந்தபடி இருந்தார்கள்.

பெரிய பாறையில் ஏறி நுனி நடையால் ஆனந்தி மறுபுறம் வந்தாள். சட்டையும், காலையில் பார்த்த அதே கட்டம் போட்ட லுங்கியும் கொத்-தாய் சுருட்டி, அதன் மேல் செல்லும் கடிகாரமும் அமர்ந்திருந்தன. தன் நினைப்பு சரியாய்ப் போனதில் பெருமிதமாய்ச் சிரித்துக் கொண்டவள், பாறை முகட்டில் அமர்ந்து நீரில் கால் அளைந்தபடியே தண்ணீரை வேடிக்கை பார்த்தாள்.

தூரத்து ரயில் பாலத்தில் ஏதோ ஒரு சரக்கு வண்டி மெல்ல நகர்ந்து சென்றது. அது கண்ணில் இருந்து மெல்ல மெல்ல மறைந்து போக,

அவள் எதிர்பார்த்தபடியே ஆற்றில் கை வீசி நீந்தியபடி பாறை தொட்டு அவன் மூச்சு வாங்கினான்.

யாரோ அமர்ந்திருக்கும் உணர்வில் நிமிர்ந்து பார்த்தவன், இவளை அங்கு, அந்த நேரம் எதிர்பார்க்காத ஆச்சரியத்தில், "நீ என்ன புள்ள இங்க?" கண்கள் விரியக் கேட்டுவிட்டு, சிரிப்புடன் தண்ணீரை அள்ளி பளிச்சென அவள் மேல் எறிந்தான்.

"இந்தா, இப்பதான் குளிச்சுட்டு போட்டு வாரேன், குளிருது, நீ வேற நனைச்சு வுடாதே..." ஆனந்தி குனிந்து நீரள்ளி அவன் மேல் தெறிக்க, அவர்களுடைய சிரிப்பொலியின் பின்னணியில் இளஞ்சுடான ஆற்று நீர் இருவரையும் நனைத்தபடி கலகலவென ஓடிக் கொண்டிருந்தது.

2

தூக்கம் பிடிக்காததில் கட்டாந்தரையில் புரண்டு புரண்டு படுத்தாள் ஆனந்தி. கண்களை எத்தனை இறுக மூடி உறக்கத்திற்குள் நழுவ முயன்றாலும் மீண்டும் மீண்டும் அந்த ஒரு முகமே கண்முன்னால் வந்து நின்று ஏதேதோ அறியாத உலகங்களுக்குள் அவளைத் துரத்தியது.

நீர் சொட்ட சொட்ட தன்னருகே அமர்ந்திருந்தவனின் கண்களும், அவற்றில் வழிந்த பிரியமும், காந்தமெனக் கவர்ந்து இழுக்கும் அவன் பேச்சும், வசீகரச் சிரிப்பும் என... தனக்கு விவரம் தெரிந்து இந்த மாதிரி உணர்வுகளை இதுவரை அனுபவித்ததே இல்லை என்று தோன்றியது.

"இந்தா சாப்பிடு..." என்று அவள் நீட்டிய பொட்டலத்தைப் பாதிப் பிரித்து என்னவென்று பார்த்தவன், "எனக்காவா வாங்கிட்டு வந்த? புள்-ளைங்களுக்கு?" பிள்ளைகளைப் பற்றித் தானே மறந்தாலும் அவன் கேட்காமல் இருப்பதில்லை என்ற உணர்வில் அவனையே அவள் ஆழமாகப் பார்த்துக் கொண்டிருந்தாள்.

"எல்லாருக்கும் தான், அதுங்க மூனும் தின்னுட்டு சினிமாக்கு போயிருக்குங்க... நீ சனிக்கிழமை ராத்திரியானா இங்க தான் கெடையா கெடப்பன்னு தெரிஞ்சு தான் ஓடியாந்தேன்..."

அவள் தன் கண்களைச் சந்திக்காமல் ஓடும் தண்ணீரைப் பார்த்தபடி கனவு மிதக்கும் விழிகளுடன் சொன்ன விதத்தில், "உனக்கு என்னை அவ்ளோ பிடிக்குமா புள்ள?" அவளுடைய காய்ப்பேறிய விரல்களைப் பற்றி இருந்தவன் உயர்த்தி நுனியில் முத்தமிட்டான்.

"அய்ய... கார்த்தி....." உருகிப் போனவளாக ஆனந்தி தன் கையை அவன் பிடியில் இருந்து உருவிக் கொண்டாள்.

பொய்யான சிணுங்கல், போலியான வெட்கம்! உண்மையில் அந்த நிமிடம் திண்ணென்ற அவன் மார்பில் முகம் பதித்து அவன் தோள்களை இறுக கட்டிக்கொண்டு ஒருபாட்டம் அழவேண்டும் போலிருந்தது.

காலம் முழுவதும் நிற்காமல் ஓடுகிற அலுப்பும், வெக்கையெனக் காயும் தனிமையின் தவிப்புமாக...

தகிக்கும் நிலத்தில் விழும் சொட்டு ஈரம் நொடியில் வியர்த்து விடுவது போல அவனுடைய ஒற்றை முத்தம் அவளை வெகுவாக நெகிழ்த்தி கண்களில் ஈரம் பூக்க வைத்தது.

"எப்படியும் நீயும் தின்னுருக்க மாட்ட, இந்தா..." தொண்டையை அடைக்கும் உணர்வை அவன் பிய்த்துக் கொடுத்த துண்டுகளுடன் சேர்த்து விழுங்கிக் கொண்டாள்.

சாப்பிட்டு முடித்தும் நேரம் போவது தெரியாமல் இருவரும் பேசிக் கொண்டு அமர்ந்திருக்க, "கெளம்பு ஆனந்தி, பசங்க இப்ப வந்துடுவானுங்க... நீயும் கொட்டாவியா விட்டுத் தள்ளுற, போ, போய்த் தூங்கு..." கார்த்தி உசுப்பியதில் ஆனந்தி திரும்பி முறைத்தாள்.

"என்னா நீ, என்னை வெரட்டுற?"

"புரிஞ்சுக்க புள்ள, சேர்த்து பார்த்தானுங்கனா வேணுமுன்னே வம்பு பேசுவானுங்க. அப்புறம் அதுக்கும் நீ தான் அழுவ... கெளம்பு, நான் எஸ்எஸ் கடை வரைக்கும் வந்து விட்டுட்டு வரேன்..." அவன் பாறையில் வைத்திருந்த சட்டையை எடுத்து அணிந்து கொள்ள, ஆனந்தி எழுந்திருக்க மனமில்லாமல் அவனையே பார்த்தாள்.

"எந்திரி ஆனந்தி, நேரமாகுது..."

"கார்த்தி, என்னை நம்ப வச்சு ஏமாத்திட மாட்டல்ல...?" ஏன் அந்த நிமிடம் அத்தனை அபத்தமான சந்தேகம் தோன்றியது என்று தெரியவில்லை, ஆனாலும் கேட்டே தீர வேண்டும் என்று உள்ளுக்குள் இருந்த எதுவோ ஒன்று உந்தியது. "உன் கூட்டாளிங்க முன்னாடி கூட கவனமா இருக்க... அப்படி எங்கயாச்சும் நீ சொல்லு மாறுனா, இந்த ஆத்துல இறங்குறதை தவிர எனக்கு வேற வழியில்ல கார்த்தி..."

ஒன்றும் சொல்லாமல் அவளையே உற்றுப் பார்த்தவன், "ச்ச.." சலிப்புடன் கையிலிருந்த ஈரத்துண்டை கழுத்தில் விசிறிப் போட்டபடி முறைத்தான்.

"கூமுட்டை மாதிரி பெனாத்தாதே ஆனந்தி, உங்கம்மா கிட்ட வந்து பேசுறேன்னு சொன்னாலும் வேணாம்குற... இப்பத்திக்கு யாருக்கும் தெரிய வேணாம்னு முட்டுக்கட்டை போடுறது நீ... அப்புறம் எப்பப்பாரு இந்த மாதிரி கேனத்தனமா கேள்வி வேற... பேசாம இங்கயே இப்பயே இந்த செல்லியம்மன் முன்னாடி வச்சு தாலி கட்டட்டுமா, சொல்லு... "

முகத்தில் அப்பட்டமான சலுப்புடன் அவன் பேச, "ஏன் கார்த்தி, நீ வேற? அதென்ன அவ்ளோ சுலுவா? நான் சும்மா தான் கேட்டேன்" ஆனந்தி சட்டென்று குளிர்ந்தாள்.

அவனது கோபம் ஏதோ ஒரு வகையில் எதிர்பார்ப்புக் கொண்டிருந்த அவள் மனதுக்கு இதமாக இருந்தது. "என்ன சும்மா கேட்டேன், சுமந்-துட்டு கேட்டேன்...? எந்நேரம் பார்த்தாலும் இப்படியே பேசிட்டுருக்க... அந்தளவு நம்பிக்கை இல்லேனா என்னத்துக்கு நாம பழகோணும்?"

"கோச்சுக்காதே, உன் மேல நம்பிக்கை இல்லாம இல்ல, என்னமோ ஒரு பயம்... சரி வுடு. நான் கெளம்புறேன், இரண்டாம் ஆட்டம் சீக்கிரம் முடிஞ்சு வந்துடப் போவுதுங்க... இப்ப வற்ற படமெல்லாம் ஒன்னு, ஒன்-னரை மணில முடிஞ்சுடுதுல்ல.."

சண்டை முடிந்து சமாதானமாய்க் கிளம்பும் நேரம் அவன் தன் சட்-டைப் பையில் இருந்து எதையோ உருவி அவள் கையில் திணித்தான். "நான் சம்பளம் வாங்கிட்டு வாறதுகுள்ள கெளம்பிட்ட... நீ சந்தைக்கு போறதுக்கு முந்தி கொடுக்கோணும்னு நினைச்சேன், நல்ல புடவையா இரண்டு எடுத்துக்கோ ஆனந்தி, ஓரம் கிழிஞ்சு கிழிஞ்சு கட்டுறதெல்-லாம் நெஞ்சு கெடக்கு... அப்படியே மேட்சிங்கா இரண்டு ஜாக்கெட்டு தைச்சுக்கோ..."

தலைதாழ்த்தி சிரித்த ஆனந்தி, அக்குள் கிழிந்த உருப்படிகளைத் தையல் போட்டு தையல் போட்டு இனி உடுத்தக் கூடாது என்று மனதுக்குள் குறித்துக் கொண்டாள். அவன் கொடுத்த நூறு ரூபாய்த் தாள்களை எண்ணிப் பார்த்தவள், மொத்தமாகச் சுருட்டி அவனுடைய உள்ளங்கையை விரித்து அதில் அமிழ்த்தினாள்.

"நீ சொன்னதே போதும், கழுத்துல முடி போட்டுட்டு என்ன வேணும்னாலும் வாங்கிக் கொடு, உரிமையோட... இப்ப வேணாம்... வரட்டா?"

"சொன்னா மட்டும் கேக்கவா போற? சரி... நடையை கட்டு" அதற்-குமேல் அவளை வற்புறுத்தாமல் கார்த்தி உடன் நடக்க, தெருமுனையில் அவனிடம் ஜாடையாய் தலையசைத்து விடைபெற்ற ஆனந்தி விறுவி-றுவெனத் தன் வீட்டை நோக்கி நடந்தாள்.

சத்தமில்லாமல் வாசல் நிலைக்கதவைத் திறந்து தன்னுடைய குடித்-தனத்திற்குள் நுழைந்தவள் பாயை விரித்துக் கட்டையைச் சாய்த்தாளே தவிர, உடம்பின் ஒவ்வொரு கணுவிலும் பூட்டு பூட்டாக வலித்தாலும் எள் முனையளவும் தூக்கம் பிடிக்கவில்லை.

அவன் முத்தமிட்ட விரல்களை உதட்டில் ஒற்றி கண்களில் கனவு மிதக்க கன்னத்தில் வைத்துக் கொண்டாள். துளி வெளிச்சமற்ற அந்த இரவு வேளையில் யாருமற்ற தனிமையில் அக்கடாவென்று படுத்துக் கிடக்கையில் நடப்பது எல்லாம் கனவா, நனவா என்று கூடச் சந்தேகம் வந்தது.

தன்னையும் ஒருவன் விரும்புகிறான், தன் தேவையைத் தான் சொல்லாமலேயே உணர்ந்து கொள்கிறான் என்றதில் அவள் மனசெல்-லாம் பூரித்துப் போனது.

'என்னோட இத்தனை வயசுக்கு துணி எடுத்துக்கோன்னு சொல்லி அக்கறையோட காசு கொடுத்த மொத ஆளு நீ தான் கார்த்தி....' அவளுக்கு கார்த்தியுடன் முதன்முதலாகப் பேசிய தினம் நினைப்பில் வந்தது.

பட்டறையில் அவளுக்கென ஒதுக்கியிருந்த தறிகளை இழை பார்த்து ஓட்டிக் கொண்டிருந்த ஒரு அதிகாலை பொழுதில் தான் அவனை அருகில் பார்த்ததும், பேசியதும்.

அமாவாசை நாளில் காலை எட்டு மணிக்கு கரென்ட்டு போய் மாலையில் தான் திரும்பும், அன்று முழுவதும் புல் ஷட்டவுன் என்பதால் அதற்குள் வேலையை முடிக்க வேண்டி அவள் லாவகமாக மூன்று தறி-களையும் மேற்பார்வை பார்த்து, தேவைப்படும்போது நாடாவில் தார்நூல் புகுத்தியபடி இருந்தாள்.

"டீ வாங்கப் போறேன், நீயும் வர்றியா புள்ள?" பக்கத்துத் தறி ஓட்-டும் மதி கேட்டபோது, "எனக்கும் சேத்து வாங்கியா மதி. உன் தறியை நான் பார்த்துக்குரேன்" தன் தூக்கை எடுத்துக் கொடுத்து விட்டு நடுந்-டுவே அவள் தறிகளுக்கும் ஓடிப் போய் வந்தாள்.

கையோடு கையாகத் தன் பக்கத்து தரையைச் சீமாறு வைத்துச் சுத்-தம் செய்தவள், ஒன்று மேல் ஒன்றாய் வைத்திருந்த காலி பாவு பீம்க-ளின் மேல் கறுப்பாய் ஓட்டடை படிந்திருந்ததைப் பார்த்து அடிப்பாவின் முனை அச்சில் கால் வைத்து ஏறி தட்டி விட்டாள்.

வேலையோடு வேலையாக இதையும் செய்து விட்டால் ஷிப்ட் முடி-யும் எட்டு மணியோடு வீட்டுக்குப் போய் விடலாம், இல்லை, கணக்கு வந்து விட்டால் வேண்டுமென்றே ஏதாவது ஒரு வேலை கொடுத்து மதி-யம் வரை பிடித்து வைத்துக் கொள்வான். ஏதோ அவனை நம்பி தான் இந்தப் பட்டறையின் உத்திரக்கட்டைகள் கூட நிற்பது போல உதார் விடும் அலட்டல் பேர்வழி அவன்.

அலட்டினால் கூடத் தொலையட்டும், தேவையில்லாமல் இளித்து இளித்துப் பேசுகிற அவன் வழிசல் சுபாவம் தான் கடுப்பாக இருந்தது.

'கட்டைல போற கம்முனாட்டி, ஒருநா இல்லாட்டியும் ஒருநா இந்த சீமாத்தாலயே அவனை நாலு சாத்து சாத்தல....'

உள்ளுக்குள் கருவி கொண்டே பாவுருளையில் கால் வைத்து ஏறி அந்தப் பக்கத்துச் சுவற்றைத் தட்டி விட்டாள். இடது உள்ளங்கையை விரித்துச் சீமாற்றின் குச்சிகளை ஒரே சீராகத் தட்டியபடியே அலட்சிய-மாக அவள் கீழே இறங்கும்போது என்ன நடந்ததோ...

அவள் காலே அவளை நழுட்டி விட, அப்படியே சாய்ந்து தொம்-மென்று பின்னால் சரிந்தாள். அதற்குள் பிடிமானத்துக்கு அனிச்சை செயலாக உயர்ந்த அவள் கைகள் பக்கவாட்டில் அடுக்கியிருந்த காலி கோன் உருளைகளைத் தட்டிவிட்டிருக்க, கீழிருந்த பாவுருளியும் நகர்ந்து கோன்கள் அரம்பரமாகச் சரிந்து விழுந்தன. 'ஆத்தா, ஓடுற தறியில தான் மோத போவுது, இன்னிக்கு அமாவாசைக்கு எந்தலை தான் செத-றுகா...' அவள் மனதுக்குள் அலற அலற....

அந்தச் செல்லியம்மனே சொல்லி அனுப்பியது போல முன்னால் வந்த ஒரு கை தறியில் மோதப்போன அவள் தலையைப் பிடித்து சைடு-வாக்கில் இழுத்தது. அவளுடைய பிடரியைப் பிடித்து எதிர்புறமாகத் தள்-ளிவிட்டு, அந்த ஆள் மேலே சரியும் உருளைகளை உள்தள்ளி தடுத்து நிறுத்தியிருக்க, தரையில் அரம்பரமாக விழுந்திருந்த ஆனந்தி ஏதோ கனவு கண்டு முழித்தது போலப் பேய்முழி முழித்தாள்.

"அறிவில்ல புள்ள உனக்கு, தறி ஓடுறப்ப முன்னாடி நின்னு டான்சு ஆடிக்கிட்டு இருக்க... நல்லவேளை, காலி பாவு... இல்லேன்னா காலு

சட்டினி ஆகியிருக்கும், எந்திரி…" மாநிறத்தில் நெடுநெடுவென நெட்-டுக்கொக்கு மாதிரி நின்றவனை ஒரே ஊர் என்பதால் அங்கே இங்கே பார்த்திருக்கிறாளே தவிரப் பேசிய பழக்கம் எல்லாம் இல்லை.

முதலாளி பட்டறைகளில் ஆலாம்பாளைய தறிகளை இவன் தான் கவனித்துக் கொள்கிறான் என்று ஒருமுறை சாவித்திரியக்கா சொல்லி இருக்கிறாள். அவ்வப்போது முதலாளியைப் பார்க்க ஆபிஸ் அறைக்கு வருவான். ஆயுத பூசை சமயம் பட்டறைக்கு வரும் முதலாளி அம்மா-வுடனும் அவர் மகளுடனும் சகஜமாக நின்று சிரித்துச் சிரித்துப் பேசுவ-தைக் கவனித்திருக்கிறாள்.

முன்பின் அறிந்திராத ஒருவன் திட்டிக்கொண்டே கை கொடுத்து தான் எழுந்து கொண்டது அன்று ரொம்பவே வெட்கமாகப் போனது, இப்போது நினைக்கையில் சிரிப்பு வந்தது. தறி சத்தத்தில் பேசி பேசி சாதாரணமாகவே இங்கு எல்லோருக்கும் சத்தமாகத் தான் பேச வரும். அதுவும் அன்று அவன் பேசியது காட்டுக்கத்தலாக இருந்தது.

"ஏன் கார்த்தி, சினிமாலன்னா இது தான் சாக்குன்னு அந்நேரம் இழுத்து கட்டிக்கிட்டுயிருப்பாங்க, நீ என்னன்னா கட்டாந்தரைல தள்ளி விட்டுட்ட?" பின்னால் ஒருநாள் அவனை வம்பிழுத்தாள்.

"ம்க்கும்… பட்டறைக்குள்ள நுழைஞ்ச மொதநாளே தார்குச்சில அடி தின்னுட்டு போங்கற… இப்பதாம் என்ன குறைஞ்சு போச்சு? நான் ரெடி.." அவன் சட்டைக்கைகளை இழுத்து விட்டபடி தன்னை நெருங்-கியபோது கையில் இருந்த கோன்குச்சி கொண்டு அவன் முதுகில் விளையாட்டாய் நாலு வைத்து…

அதே காலி கோன்குச்சிகளைச் சேகரித்து ஆபிஸ் அறையில் அடுக்கி சுத்தம் செய்த ஒரு அமாவாசை நாளில் தான் கார்த்தி இவளி-டம் சொன்னான்.

"எனக்கு உன்னை ரொம்ப பிடிச்சிருக்கு ஆனந்தி, எனக்கு உன்-னைப் பத்தி எல்லாம் தெரியும். ஒரே ஊர்ல இருக்குறோம், என்னை பத்தியும் உனக்குத் தெரிஞ்சிருக்கும், யோசிச்சு சொல்லு…"

அவன் ஆள் யாரும் அருகே இல்லாத தைரியத்தில் மெல்லிசாய் அதே நேரம் அழுத்தமாய்ப் பேசியபோது ஆனந்தி திகைத்து போனாள். ஒரே பட்டறையில் இரண்டு வருடங்களாகப் புழங்கும் பழக்கத்தில் அவனுடன் சகஜமாகப் பேசுபவளின் வாய் அந்த நேரம் கோந்து போட்டு

ஒட்டியது போல அடைத்துக் கொண்டது.

உண்மையில் 'என்னை பார்த்து எப்படி இப்படி கேட்கலாம்?' என்ற கோபமெல்லாம் அவளுக்குத் தோன்றவில்லை. அவனது வார்த்தைகளில் நெஞ்சில் குளிர்ச்சியாக ஏதோ ஒன்று பரவ, அடிவயிறு குழைந்து அவள் கால்கள் பலமற்று தள்ளாடின. கொஞ்சமும் எதிர்பார்க்காத வார்த்தைகள், அதுவும் தான் ரொம்பவே மதிக்கும் ஒருவனிடமிருந்து.

"ஒன்னும் அவசரம் இல்ல, பொறுமையா யோசி..." என்றவன் எப்-போதோ அந்த இடம் விட்டு அகன்று இருக்க, கோன் மறிக்கும் மெஷின் அருகேயே அவள் வெகு நேரம் நின்றிருந்தாள்.

"என்ன புள்ள, விட்டத்தை வெறிச்சு பார்த்துட்டு நிக்குற? கருக்க நேரத்துல துணியை தூக்கிட்டு ஆத்துப்பக்கம் போகாதன்னா கேக்கு-றியா?"

சரசக்கா அதட்டி முடுக்கி விட்டதில் தான் மிரள மிரள விழித்ததும், அடுத்த ஒரு வாரம் பத்து நாள் மந்திரித்து விட்ட கோழி போலத் திரிந்-ததும், வெகு நாட்கள் அவனைத் தூரத்தில் கண்டால் கூடக் கண்-ணில்படாமல் ஓடி ஒளிந்ததும், பிறகு மெல்ல மெல்ல அவன்பால் மனம் சாய்ந்ததும்...

"உங்காத்தாகாரி கட்டையை நீட்டுனா சாமானுயத்துல முழிக்க மாட்-டாளே...." வெளியே கதவு இடிக்கும் ஒலியில் தனிமையின் சுதந்திரத்-தில் வாய் விட்டுச் சிரித்துக் கொண்டிருந்த ஆனந்தி, பக்கென்று வாயை மூடி ரொம்பவே தூங்கிப் போய் விட்டமாதிரி தள்ளாடி எழுந்து கதவைத் திறந்து விட்டாள்.

"என்னாத்துக்குடி கொக்கியை போட்டு வச்ச? இங்க கொட்டிக் கெடக்க காசு பணத்தை திருடிட்டு போக எந்த திருடன் வரப் போறான்?" அம்மா திட்டிக் கொண்டே உள்ளே வந்ததைக் கண்டு கொள்ளாமல் "படம் நல்லா இருந்துச்சாடி?" மகள்களைக் கேட்டு இரு-வரையும் பாயில் படுக்க வைத்தாள்.

"இவ இடவெளியோட தூங்கிப் போயிட்டாமா. ஆயாவும் தூங்கி-டுச்சு.. சொமதிகா கேட்டதுக்கு 'இல்லவே இல்ல'ன்னு சாதிக்குது..."

"உங்காயா இருக்கே.. சாதாரண ஆளா அது!!? சரி சரி நீ படு, அது காதுல வுழுந்தா நேரங்கெட்ட வேளையில சண்டை புடிக்க வந்-துடும்..." மெலிந்த துப்பட்டியை இருவருக்கும் போர்த்தி விட்டு இருவர்

மேலும் கை போட்டுக் கொண்டு கண்களை மூடிக் கொண்டாள்.

சின்னவள் காலைத் தூக்கி மேலே போட்டதில் அவளை இறுக கட்டிக்கொண்ட ஆனந்திக்கு, "இந்த மீனாக்குட்டி அப்படியே உன்னை உரிச்சு வச்சிருக்கா புள்ள.. அதே கண்ணு, அதே சிரிப்பு" கார்த்தி அடிக்கடி சொல்வது நியாபகத்தில் வந்தது.

"ஜோதியும் உன் ஜாடை தான், ஆனாலும் உங்காத்தா மாதிரி அது கொஞ்சம் நெறம்" பேச்சுக்குக் கூடப் பெரியவளையும் விட்டுக் கொடுப்-பதில்லை அவன்.

'தன் ரத்தத்துல பொறந்த புள்ளைங்க மேல கூட அக்கறை காட்டாத ஆம்பிளைங்களுக்கு நடுவுல அது ஒரு தனி ரகம்..' மெலிதாய் சிரித்-தவள், அடங்காமல் புகை புகையாய் எழும்பும் எண்ணங்களை ஒருகட்-டத்தில் உடல் அசதி வென்று விட, தன்னை மறந்து உறங்கிப் போனாள்.

****

ஏதோ எக்ஸ்போர்ட் ஆர்டர் என்று பேச்சு அடிபட்டதில் அந்த மாசம் முழுசுமே தொடர்ந்து இரண்டு நாள் இரண்டு ஷிப்ட், ஒரு நாள் ஓய்வு, திரும்பவும் இரண்டு ஷிப்ட் என்று மாறி மாறி இருந்ததில் ஆனந்தி நிற்க நேரமில்லாமல் ஓட்டமாய் ஓடிக் கொண்டிருந்தாள்.

அன்று காலை பதினைந்தாம் நம்பர் கருப்பு நூல் தீர்ந்து போனது என்று தார் குச்சியை எடுக்க போனபோது, "என்னா ஆனந்தி, மணி ஒன்பதாச்சு, இன்னும் மேஸ்திரியை காணோம்?" சேரின் முதுகை சுவரில் இடித்து முன்னும் பின்னும் ஆடிக்கொண்டே கணேசன் நக்கலாகக் கேட்-டான்.

அவனைத் திரும்பிப் பார்த்து முறைத்த ஆனந்தி, "என்னை கேட்டா? இன்னும் செத்த நேரத்துல மொதலாளி வருவாரு, அவரையே கேட்டுக்க..." வெடுக்கென்று சொல்லி தார் ரோல்களைத் தூக்க குனிந்-தபோது உதவுகிற சாக்கில் முன்னே வந்த அவன் கை அவள் மார்பில் உரசி இறங்கியது.

ஆனந்தி தீப்பட்டது போலத் துள்ளி நகர்ந்தாள். "கணேசா.... இந்த வேலையெல்லாம் இங்க வேணாம் பார்த்துக்கோ..."

"என்ன புள்ள, உதவலாம்னு வந்தா இப்புடி கோவிக்குற? அது சரி, நாமெல்லாம் ஹெல்ப்பு பண்ண வந்தா ஒத்துப்பியா நீ ? உனக்கு தான் அதுக்குன்னு ஸ்ப்பெசலா ஆள் இருக்கே"

"ஏதாச்சும் உளறாத கணேசா, நகரு அந்தாண்ட..." சுள்ளென்று எரிந்து விழுந்தபடி அந்த இடம் விட்டு நகர்ந்தாலும் அவள் நரம்புகள் அதிர்ந்து போனது உண்மை.

அன்று இரவு ஆற்றங்கரையோரம் கார்த்தியை பார்த்து விட்ட வந்ததில் இருந்து ஆரம்பித்த தொல்லை இது.

"ஆமா, ராத்திரி பத்து மணிக்கு கோவிலாண்ட உலாத்திட்டு இருக்க, பக்தி முத்தி போயிடுச்சோ? பார்த்து புள்ள, பார்க்க படிமானமா இருக்கேன்னு காத்து கருப்பு ஏதாச்சும் அண்டிட போவுது" என்று அன்று முதல் பொடி வைத்து பேசத் துவங்கியவன், 'உன் ரகசியம் எனக்குத் தெரியுமே' என்கிற மாதிரி கொஞ்சம் கொஞ்சமாக வரம்பு மீறுகிறான்.

ஏழெட்டு வருடங்களுக்கு முன்னால் இந்தப் பிள்ளையும் பால் குடிக்குமா என்கிற மாதிரி அப்பாவியான முகத்துடன் இங்கு வந்து சேர்ந்தவனா இவன்? முதலாளி இவனை முதன்முதலாக வேலைக்குச் சேர்த்த அன்று இவளைத் தான் கூப்பிட்டார்.

"புள்ள, இந்த பையன் நம்ம மச்சினன் பொண்டாட்டிக்கு சொந்தம், கைத்தறி போட்டு கடன் ஆகிடுச்சுன்னு வேலைக்கு வந்திருக்காப்பல... இங்க நடக்குற வேலையை ஒவ்வொன்னா கத்துக் கொடு, கணேசா, இப்பத்திக்கு பேல் மடிக்க உட்காரு.. பார்த்து பார்த்து தொழிலை கத்துக்கலாம்." என்று சொல்லியபோது...

'பாவம், வடிவான பையனா இருக்கான், சொந்த தொழில் முடங்கி போச்சு போல, கூலிக்கு வந்திருக்கானே...' ஆனந்தி அனுதாபத்துடன் அவனைப் பார்த்தாள். அப்போதெல்லாம் எவ்வளவு பய்யமாக இருப்பான் இவன்?

'சொல்லுங்கா... சரிங்... ஓகேங்கா, அப்படிங்களா...' அமைதிப்படையில் வருகிற சத்யராஜ் மாதிரி வார்த்தைக்கு வார்த்தை மரியாதை கொடுத்தபடி. அப்போது கைக்குழந்தையாக இருந்த சின்னவளை இடுப்பில் தூக்கி வைத்தபடியே தறி ஓட்டும் ஆனந்தி வெட்கமாகச் சிரிப்பாள்.

"அய்ய, கைல குழந்தை இருக்குன்னு அக்கான்றியா? நான் உன்னை விட வயசுல சின்னப்புள்ள தான், சும்மா பேரை சொல்லியே கூப்பிடு..."

அவனை அதட்டியபடி நூல் போடுவது முதல் பீஸ் அடுக்குவது வரை, பீஸ் செக் பண்ணுவது எப்படி, டேமேஜ் பார்ப்பது எப்படி, பொற-

வோட்டம் என்றால் என்ன என்று ஒவ்வொன்றையும் குழந்தைக்குச் சொல்லிக் கொடுக்கிற மாதிரி பொறுமையாகக் கற்றுக் கொடுத்தவளையே இன்று தீட்டிய கோடாலி பதம் பார்க்க முயல்கிறது.

இருக்காதா பின்னே? காலம் காலமாக இந்தத் தறிப் பட்டறைக்குள்ளேயே பிறந்து, வளர்ந்து, கல்யாணம் கட்டி, பிள்ளை பெற்று, பெற்ற பிள்ளைக்குப் பிரசவம் பார்த்து எனப் பிறப்பு முதல் இறப்பு வரை இதிலேயே உழன்று கொண்டிருப்பவர்கள் சிறிதும் தங்கள் நிலை மாறாமல் அதே கூலிகளாக அடிமட்டத்தில் கிடக்க, குறுகிய காலத்தில் எல்லாவற்றையும் நுனிப்புல் மேய்ந்து, முதலாளியிடம் குழைந்து நெளிவதில் மட்டும் கொஞ்சமும் குறை வைக்காமல் கிடுகிடுவென வளர்ந்தவன், இன்று எல்லாரையும் மேய்க்கும் சட்டாம் பிள்ளையாக வளைய வருவது சாதாரணமா என்ன?

"ஒரே சாதிக்காரன், சொந்தக்காரன் வேற, மொதலாளி தூக்கி வுடுறதுக்கு கேட்கணுமா, என்ன...? நீயும் நானும் கெடையா கெடந்தாலும் நம்மளை எல்லாம் மனுசியா மதிச்சு ஒரு சிரிப்பு கூட சிரிக்க மாட்டாரு அந்த மீசைக்காரரு" ஓடி எடுக்கும் தவமணி தான் சொல்லி சொல்லி மாய்ந்து போகும்.

'கட்டைல போறவன், ஒருநா இல்லாட்டியும் ஒருநா அந்த ஓடி சட்டத்தை எடுத்து அவன் நடு மண்டைல போடுறேனா இல்லையான்னு பாரு' ஆனந்தி பொருமிக்கொண்டே தறியில் தார்குச்சி சொருகி நாடா இழுத்தாள். பொறவோட்டம் எதுவும் இல்லாமல் தறி ஒரே சீராய் ஓட ஆரம்பிக்க, ஜன்னல் ஓரம் சாய்ந்து நின்றபடி வீதியை வேடிக்கை பார்த்தாள்.

சவிதா எல்லோரும் குடிப்பதற்காக சில்வர் குடத்தைக் கழுவி தெரு பம்பில் தண்ணீர் பிடித்து உள்ளே எடுத்து வந்தாள். ஒன்பது வரை தத்தி தத்தி தேறியவள், அதற்கு மேல் படிக்கமாட்டேன் என்று ஒரேயடியாய் அடம்பிடித்துத் தன் அம்மாவுடன் வேலைக்கு வர ஆரம்பித்திருந்தாள்.

ஏற்கனவே பள்ளிக்கூட விடுமுறைகளில் பட்டறைக்கு வந்து பழகியிருக்க, அம்மா ஓட்டுகிற கோன் மெஷினின் லாவகம் தெரியும். கோன்களில் மீறும் கொஞ்ச கொஞ்ச நூல்களை ஒன்றாய் சேர்த்து ஒரே பெரிய கோனகப் பிடிக்குற கோன் மறிக்குற வேலையைத் துடியாகச் செய்பவள், இப்போது படிப்புக்கு முழுக்கு போட்டு நிரந்தரமாகவே இங்கு வர...

'ஒரே பட்டறைக்குள்ள எதுக்கு இரண்டு பேரு கோன் மடிக்கோணும். நீ தெக்கால பட்டறைக்கு போயிடு...' என்று சரசுவை முதலாளி வேறு பட்டறைக்கு முடுக்கி விட்டு விட்டார்.

'அது கொழந்தைப்புள்ள ஆனந்தி, தனியா வுடவே கெதக்குனு இருக்கு, கொஞ்சம் பார்த்துக்கோ புள்ள...' சரசக்கா இவளைப் பார்க்கும்போதெல்லாம் புலம்பும். சின்னப் பெண், பதினைந்து பதினாறு வயது தான் என்றாலும் இருபது வயசு பொம்பளை எனச் சொல்லும்படியாக உயரமும் சதைப்பிடிப்புமாக மஞ்சள் நிறத்தில் நீண்ட கண்களுடன் லட்சணமாக இருப்பாள்.

ஆரஞ்சு நிற சுடிதார் அணிந்து, இன்று போட்டிருந்த தண்ணி ஜடையில் முடிக்கற்றைகள் அலைபாய, இடுப்பில் குடம் தூக்கி வந்த சவிதாவின் முகம் எதிர்வெயிலின் வெளிச்சத்தில் டிவி சீரியலில் வரும் பணக்கார வீட்டுப் பிள்ளை போல பளிச்செனறு இருந்தது.

'நரம்பாட்டம் இருக்குற சரசக்கா வயுத்துல தான் இந்தப்புள்ள பொறந்துச்சுன்னு சொன்னா தெரியாத யாரும் சத்தியம் செஞ்சா கூட நம்ப மாட்டாங்க..' என்று ஆனந்தி நினைத்துக் கொண்டாள். சினிமா கதாநாயகி மாதிரி ஒரு பக்கமாகத் துணியை விசிற விட்டு அவள் நடந்து வந்த விதம் மட்டும் என்னமோ மாதிரி இருந்தது.

இவள் பார்க்க பார்க்க உள்ளிருந்து வெளியே போன கணேசன் அவளை இடைமறித்து வழியிலேயே நிறுத்தி, சிரித்துச் சிரித்து ஏதோ பேசினான். முதுகு காட்டி நின்றதால் ஆனந்திக்கு சவிதாவின் முகம் தெரியயவில்லை.

ஆனாலும் கணேசனின் முகமும், நனைந்த மேல்துணியை ஊடுருவும் அவன் கண்களின் தீவிரமும், அலைபாய்தலும் இங்கிருந்தே ஆனந்தியால் உணர்ந்து கொள்ள முடிந்தது. அவன் முகத்தில் தெரிந்த நகைப்பின் மறைவில் அப்பட்டமான கயமை புலப்பட்டதில், "ஏஏய் சவி-புள்ள, தண்ணியை வச்சுட்டு போய் வேலையை பாரு, என்ன அரட்டை அங்க?" இங்கிருந்தே அதட்டினாள்.

அவள் ஏதோ அவனிடம் சொல்லிவிட்டு உள்ளே ஓட, தன்னை ஊன்றி பார்த்தபடி தன்னருகே வந்தவனை ஆனந்தி நேருக்கு நேராக முறைத்தாள்.

"வேணாம் கணேசா, அது சின்ன புள்ள... எனக்கு மொதலாளிகிட்ட சொல்ல ரொம்ப நேரம் ஆகாது" பாவு வெளியே ஓடிக் கொண்டிருந்த தறியில் மரத்தோலை ஒழுங்காக முடுக்கி முள்ளுரோலை மெட்டி விட்டபடி அவனைப் பார்த்த ஆனந்தியின் பார்வையில் அனல் வீசியது.

"ஆனந்தி, ஆனாலும் நீ பெரிய ஆளு தான். மேஸ்திரி கிட்ட தான் உனக்கு செல்வாக்குனா முதலாளி கிட்டயும் நிறைய செல்வாக்கு இருக்கோ?"

குதர்க்கமாகச் சிரித்துப் பல்லைக் காட்டியவனை பார்க்க பார்க்க அவன் கழுத்தை அப்படியே பிடித்துத் தறியிடுக்கில் வைத்து நசுக்கத் தோன்றியது. வேண்டுமென்றே வைத்த கண் வாங்காமல் தன்னைக் கண்டு நக்கலாகச் சிரிப்பவனை ஒன்றும் செய்ய முடியாமல் எரிச்சலுடன் அவள் நிற்க...

"என்ன கணேசா? வெளில கணக்கு பார்க்காம இங்க வந்து நிக்குற?" டெம்போவில் வந்து இறங்கிய பாவு உருளைகளைப் பட்டாசாலையில் இறக்கிக் கொண்டிருந்த கார்த்தி, கச்சலைத் துணியில் கிரீஸ் கறையைத் துடைத்துக் கொண்டே உள்ளே வந்தபோது ஏதோ அவசர வேலை இருக்கிற மாதிரி கணேசன் ஆபிஸ் அறைக்குள் நழுவியிருந்தான்.

"இவன் ஒரு வீணாப் போனவன்" முணுமுணுத்தபடி வந்த கார்த்தி, இவளைப் பார்த்ததும், என்ன ஆச்சு? உன் மூஞ்சே சரியில்ல" இவளருகில் வந்தான்.

"ஒண்ணுமில்ல கார்த்தி, துப்பத்த நாய்க்கு வேறென்ன வேலை ? என்னத்தையோ உளறிட்டு போவுது" விசயத்தைப் பெரிதாக்க விரும்பாமல் ஆனந்தி மெட்டினாள். வெளியே பாவு ஏற்றி வந்த வேன் ட்ரைவர் கார்த்தியைக் கூப்பிட, அதற்கு மேல் பேச நேரமில்லாமல் அவரவர் வேலையைப் பார்க்க சென்றனர்.

அன்று இரவு எட்டு மணி ஷிப்ட் முடிந்து ஆனந்தி வீட்டுக்கு திரும்பும்போதே வழியில் பன்னும் டித்தண்ணியும் வாங்கி வந்திருந்தாள். பிள்ளைகள் இருவருக்கும் பங்கிட்டு கொடுத்தவள், இருந்த பசியில் தானும் ஒரு பன்னை டியில் முக்கி வாயில் அடக்கிக் கொண்டாள்.

"ஆயா வந்தா சோறு மட்டும் பொங்க சொல்லு, நான் வந்து கறி காய்ச்சுறேன். தங்கச்சியை வெளில விளையாட விடாதே புள்ள, ரோட்-

டுல பைக்கும் காருமா போவுது"

புடக்காலியில் உட்கார்ந்து தட்டு டம்ளர் கழுவி கொண்டிருந்த ஜோதியிடம் சொல்லிவிட்டு டீச்சர் வீட்டுக்குப் பாத்திரம் கழுவ கிளம்பினாள். மணியண்ணன் பட்டறை இடுக்கைத் தாண்டும் போது எதேச்சையாகப் பார்வை குறுக்கு சந்துக்குள் செல்ல, அவளையும் மீறி அவள் கால்கள் நகர மறுத்தன.

'அடி பாதகத்தி...' கண்களில் விழுந்த காட்சியில் அவள் நெஞ்சம் திக்கிட்டு நின்றது.

பச்சை பாவாடையும், பட்டு ரோஸ் தாவணியுமாக ஒய்யாரமாய் நின்றிருந்த சவிதா ஸ்கூட்டர் கைப்பிடியில் ஒற்றை விரலால் நெருடியபடி தலைகுனிவதும், நிமிர்வதுமாக வெட்கத்துடன் ஏதோ பேசுவதும், கணேசன் பான்பராக் வாயுடன் சிரித்தவாறு அவள் இடுப்பைப் பிடித்துத் தன்னருகே இழுப்பதும்.. அவர்கள் நெருக்கமாக நிற்கும் கோலத்தைப் பார்த்த ஆனந்திக்கு கருக்கென்று இருந்தது.

வயசுப்பெண், ஏதோ சீண்டுகிறான் என்று நினைத்தாளே தவிர இந்த அளவுக்குச் சென்றிருக்கும் என அவள் கொஞ்சமும் எதிர்பார்த்திருக்கவில்லை. அதற்கு மேல் அங்கு நிற்பது கூட அந்தச் சூழ்நிலையில் பெரும் அபத்தமாகத் தோன்ற, தன் பார்வையை அவசரமாகத் திருப்பிக் கொண்ட ஆனந்தி, எதைக் கண்டோ ஓடுவது போல அந்த இடத்தை விட்டு விரைந்து அகன்றாள்.

3

பின்கொசுவப் புடவையை முட்டிக்காலோடு சுருட்டியிருந்த பாவாயி மண்டிபோட்ட மாதிரி அமர்ந்து பட்டாசாலையை வழித்துக் கொண்டி-ருந்தாள். அடிஸ்கேல் வைத்து அளந்தாற்போலத் தரையை நாலாய்ப் பிரித்து ஒரே தினுசான அரை வட்டங்களை இந்தக் கடைசிக்கும் அந்-தக் கடைசிக்கும் சாணக் கரைசலில் மொழுகுபவளை மேலிருந்து கண்-ணெடுக்காமல் பார்த்துக் கொண்டிருந்தாள் மலர்.

'ஹப்பா.. எத்தனை ஸ்டெமினா...' பார்க்கும் தனக்கே முதுகு வலிப்-பது போலிருந்தது. அரைமணி நேரம் குனிந்து நிமிர ஆயிரக்கணக்கில் செலவழித்து விதவிதமான உடற்பயிற்சி வகுப்புகளுக்குச் செல்லும் தன் பெங்களூர் தோழிகளை நினைத்துக் கொண்டாள்.

தரையில் நிழல் விழுவதில் நெற்றி வியர்வையை வழித்தபடி நிமிர்ந்து பார்த்த பாவாயி, "என்ன கண்ணு பாக்குற?" எதிர் வெயிலுக்குக் கண்-களைச் சுருக்கி சிரிக்க முயன்றாள்.

"அது ஒன்னுமில்ல பாவாயிக்கா... எப்படி இப்படி ஒரே முட்டா நிமுராம வலிக்குறீங்கன்னு பார்க்குறேன்"

"இது என்ன கண்ணு? எங்கம்மா ஆத்தா எல்லாம் சாணியை கரைச்சுப்போட்டு சுருணைத்துணியை எடுத்துச்சுனா பட்டாசாலை முச்-சோடும் முடிச்சுபோட்டுதொன் தலையையே தூங்கும்...."

பேசியபடி வெளிக்கதவோரம் தீற்றியிருந்த சுண்ணாம்புத் தீற்றலை மிதித்து விடாமல் பாவாயி கிரில் கதவைத் திறந்து வெளிப்படிகளை வழிக்க ஆரம்பிக்க, கார்த்தி தன் வண்டியில் வந்து நின்றான்.

"என்னக்கா.... இன்னிக்கு விசால கிழமையா..?"

"இல்லடா, நாளைக்கு ஏதோ பூசையாம்... ஒறம்பரை வர்றாங்கன்னு பொன்னையா முச்சோடும் வழிச்சுவுட சொல்லுச்சு.." படிகளில் முட்டுக்கொடுப்பது போலக் காலை ஊன்றியவன், "ஆமா... உங்க முதலாளியம்மாவுக்கு வேற வேலை இல்ல..." அவன் மெதுவாக முணுமுணுத்தபோது மலர் கிரில் கம்பியில் குனிந்து கீழே பார்த்து கையை ஆட்டினாள்.

"என்ன கார்த்தி, எப்படி இருக்க...? ஆளையே பாக்க காணோம், வர்றதும் தெரில, போறதும் தெரில..."

நிமிர்ந்து பார்த்தவன், அவளைக் கண்டு சிரித்தான்.

"என்னா மலரு... எப்படி இருக்க? ஆமா, நான் விடிகாத்தால வந்துட்டு போவேன், இல்ல நைட்டு ஷிப்ட்டை ஒரு பார்வை பார்த்துட்டு வருவேன்... நீ வந்திருக்கேன்னு அம்மா சொன்னுச்சு... அப்புறம் பையன் எப்படி இருக்கான்? மாப்பிள நல்லா இருக்காரா...?"

"ம்ம்.. அருண் கீழ டிவி பார்க்குறான், என்னை விட்டுட்டுப் போக அவரும் வந்திருக்காரு..." மலர் உள்ளே திரும்பி ஏதோ சொல்ல, லுங்கியை மடித்து கட்டியிருந்த இளைஞன் ஒருவன் வெளியே வந்து பலகணி வழியே எட்டிப் பார்த்தான்.

"என்ன மாப்பிள, நல்லா இருக்கீங்கள்ளா...?" பெரிதாய்ப் பழக்கம் இருக்கிறதோ, இல்லையோ முறை வைத்து மரியாதையாகப் பேசும் இந்த மக்களின் வாஞ்சை எப்போதும் போல மலரின் கணவனை வியப்பில் ஆழ்த்தியது.

"ம்ம்.. நீங்க...?" பெயர் சட்டென நியாபகத்தில் வராததால் பொதுவாகக் கேட்டான் அவன்.

"ம்ம்.. எனக்கென்ன, நான் நல்லா இருக்கேன்" என்ற கார்த்தி அவனுக்கும் மேலே பார்த்தான். மொட்டைமாடியில் ஆனந்தி இவர்களைக் கவனிக்காமல் பெட்சீட்டை பிழிந்து உதறி கொடியில் போட்டுக் கொண்டிருந்தாள்.

இறங்குவெயிலில் அவள் முகம் ரத்தக்களறியாய் காட்சியளிக்க, நெஞ்சு மேல் மூச்சு கீழ்மூச்சு வாங்க அவள் கனத்த கம்பளியை பிழிய முடியாமல் பிழிவது இங்கிருந்தே தெரிய, சுவாதீனமாய்ப் பேசிக் கொண்டிருந்தவனுள் சட்டென வகை தெரியாத எரிச்சல் மூண்டது.

'அவன் அவனுக்கு காசு இருந்தா தெனத்துக்கு ஒரு பூசை பண்-ணலாம், வேலை செய்யறவங்களை சக்கையா புழியலாம்...' கசப்பாய் நினைத்தவன், அதற்கு மேல் அங்கு நிற்கப் பிடிக்காமல் "முதலாளி உள்ள இருக்காரா...?" மலரிடம் கேட்டான்.

"இல்ல கார்த்தி... அப்பா வெள்ளோடு வரைக்கும் போயிருக்காரு..."

"அப்ப சரி, பாவாயிக்கா இந்த நோட்டை மலர் கிட்ட கொடுத்-திடு..."

ஏற்கனவே கட்டியிருந்த சுண்ணாம்பு கரை மேல் இன்னொரு பூச்சை அழுத்தமாகப் பூசி நிமிர்ந்த பாவாயி முட்டிக்கையால் அவன் கொடுத்-ததை இடுக்கியபடி தரை காய்ந்திருந்த பக்கமாகத் தள்ளித் தள்ளி எட்டு வைத்து உள்ளே சென்றாள்.

"சாணி ஈரம் காயாம நீ மட்டும் பறந்தா போற, எங்களை மட்டும் உள்ள வுட மாட்டேங்குற?" அவளிடம் வம்பு வளர்த்த கார்த்தி, "மலரு, இதுல இந்த வார நூல் கணக்கு இருக்கு, முடிஞ்சா நைட்டு பார்க்க சொல்லு, இல்ல நான் காலைங்காட்டியும் வரேன்..." வண்டியை முடுக்கி மலர் மாப்பிள்ளையிடம் சொல்லிவிட்டுக் கிளம்பினான்.

"எவ்வளவு நேரம் நிக்குற? சேர் எடுத்து வரட்டுமா...?" அவன் செல்வதையே பார்த்துக் கொண்டிருந்த மலரிடம் அவள் கணவன் செந்-தில் கேட்டான்.

"வேணாங்க, காலைல இருந்து படுத்தே இருந்தது உடம்பெல்லாம் வலிக்குது... கொஞ்ச நேரம் காத்தாட நிக்குறேன்..."

இப்போது தான் கர்ப்பம் உறுதியாகி இருந்தது. போன வாரம் வரை மெய்யோ பொய்யோ என்று இருந்தது, ரொம்ப அலட்டக்கூடாது, பெட் ரெஸ்ட் எடுக்க வேண்டும் என்று மருத்துவர் அறிவுறுத்தியதால் அம்மா வீட்டுக்கு வந்திருந்தாள்.

"அது எப்படி மலரு உங்க ஊர்க்காரங்க எல்லாம் பார்த்தவுடனே மாப்பிள மச்சான்னு உறவு சொல்லி கூப்பிடுறாங்க....?" அங்கிருந்த ஊஞ்சல் கூடையில் அமர்ந்தபடி செந்தில் கேட்ட கேள்விக்கு, "நாங்-கெல்லாம் அப்படித்தான் பாசக்கார பய புள்ளைக" ஏதோ சிந்தனையு-டன் தெருவையே பார்த்துக் கொண்டிருந்த மலர் சிரித்தாள்.

"சரி, இப்ப வந்தாரே, அவரு பேரு என்ன?"

"அதுதான பார்த்தேன், நாலு நாள் பார்க்கலன்னா என் பேரையே மறக்குற ஆளு நீங்க... அவம் பேரு கார்த்தி, எத்தனை முட்டம் பார்த்துருக்கீங்க? நாங்க இரண்டு பேரும் ஒரே ஸ்கூல்ல தான் படிச்சோம்னு சொன்னதாவது நியாபகம் இருக்கா?"

"அதெல்லாம் இருக்குடி. பேரு தான் டக்குனு வாய்ல வரல... அது கெடக்கட்டும், நீ என்ன கப்பல் கவுந்த மாதிரி எதையோ யோசிட்டு இருக்க?"

"ஒன்னும் இல்லங்க, இந்த கார்த்தியைப் பத்தி தான் நினைச்சேன், அவன் எத்தனை நல்லா படிக்குற பையன் தெரியுமா? ஸ்கூல்ல அவன் எனக்கு ரெண்டு வருஷம் சீனியர்... இங்க எட்டாவதுக்கு மேல தான் கேர்ள்ஸ் ஸ்கூல், பாய்ஸ் ஸ்கூல்னு தனித்தனியா... அது வரைக்கும் எல்லாம் ஒன்னு தானே... நான்லாம் மேத்ஸ்ல கோட் அடிக்காம பாஸ் பண்ணினேன்னா அது அவன் புண்ணியம் தான். பிளஸ் டூல ஆயிரத்துக்கு மேல வாங்கியும், இஞ்சினியரிங் படிக்க வசதி இல்லாம பாலிடெக்னிக் சேர்ந்தான். வேலை பார்த்துட்டே மேல படிச்சுடுவேன் மலருன்னு அப்போல்லாம் எவ்ளோ நம்பிக்கையா பேசுவான் தெரியுமா? நல்லா படிச்சு நல்ல வேலைக்குப் போவான்னு பார்த்தா இங்கேயே இப்படி நூலை தூக்கிட்டு சுத்துறான்.. பார்க்கவே வருத்தமா இருக்கு. என்னவோ, இந்த ஊரு ராசி யாரையும் வெளியில விடாது போல..."

"ஏன் இதுவும் ஒரு தொழில் தானே...? எந்த தொழில் செஞ்சா என்ன? இன்ஃபாக்ட் சொந்த ஊர்ல சின்ன வயசுல இருந்து பார்த்து வளர்ந்த தொழில் தான் மனசுக்கு ஒட்டி வரும், நிம்மதியாவும் இருக்கும்"

"ஓ... அப்படி...? அப்ப சார் ஏன் உங்கப்பாவோட வண்டி சர்வீஸ் பண்ற கடையை விட்டுப்போட்டு பெங்களூர்ல வேலை பாக்குறீங்க?" மலர் நக்கலாகக் கேட்டாள்.

"கைல கிரீஸ் கறையாகக்கூடாதுன்னு நினைச்சேன். இப்பல்ல தெரியுது கார்ப்பரேட்காரன் கிட்ட இருபத்தினாலு மணி நேரமும் அடிமையா இருக்கிறதுக்கு சொந்த தொழில் எவ்வளவோ பரவாயில்லைனு..." தோளைக் குலுக்கியவன், "இப்ப என்ன அவரு பாலிடெக்னிக் படிச்சிட்டு வசதி இல்லன்னு மேல படிக்கலையா...?" நின்று கொண்டே இருந்தவளை இழுத்து தன்னருகே அமர வைத்தான்.

"ம்ம்.. அதுவும் தான், ஆனா அது மட்டுமே காரணம் இல்ல... வேற ஒரு விஷயம்... என்னென்னவோ ஆச்சு, அவன் வாழ்க்கை வீணா போச்சு... திரும்பவும் இந்த பட்டறைக்குள்ளேயே வந்துட்டான்."

"ஏன், என்ன ஆச்சு...?"

"அது ஒரு கதைங்க......" மலர் ஆரம்பிக்கும் போது "ஏ மலரு, சாப்பாடு எடுத்து வைக்கட்டுமா?" கீழிருந்து அம்மா அழைப்பது கேட்டது.

"இருங்க, தம்பிக்கு ஊட்டிட்டு வந்துடுறேன். அம்மா ஊட்ட ஆரம்பிச்சா அவன் வேணுமுன்னே ஒரியாட்டம் பண்ணுவான்..."

மலர் எழுந்து படிகளில் இறங்கி செல்ல, செந்தில் உட்கார்ந்த நிலையிலேயே கால்களை நீட்டி நெட்டி முறித்துக் கொண்டான். மாமியார் வீட்டில் ஒரு வேலையும் இல்லாமல் இப்படி கால் ஆட்டிக் கொண்டு உட்கார்ந்திருப்பது கூட ஒருவகையில் சுகமாகத் தான் இருந்தது.

கல்யாணமான புதிதில் அவனுக்கு இங்கு வரவே பிடிக்காது. திருமணம் நிச்சயமானபோது கூடப் பெண்ணைப் பிடித்திருக்கிறது என்று சம்மதம் சொன்னானே தவிரப் பெண்ணின் இந்த ஊர் பிடிக்கவில்லை.

'உங்க வுட்டி ஊர் எது?' என்று யாரேனும் கேட்டால் ஈரோடு என்பான், இல்லை ஈரோடுக்கும் சேலத்துக்கும் நடுவில் என்பானே ஒழிய பள்ளிப்பாளையம் என்று பளிச்செனச் சொல்ல வாய் வராது. அது என்னவோ வறட்டு பட்டிக்காடு என்பதாய் ஒரு எண்ணம் ஆரம்பத்தில்.

மலரின் நச்சரிப்புப் பொறுக்காமல் ஒவ்வொரு பண்டிகைக்கும் உடன் வருபவன், வந்த அடுத்த நாளே 'எப்ப கிளம்பலாம்? இங்க என்ன இருக்குடி? ஒரே போர்... சத்தம் வேற காது கழியுது' என்று அவளைப் பறத்தி எடுப்பான்.

அதற்குத் தகுந்தமாதிரி நான்கு பக்கமும் எதிரொலிக்கும் தறி சத்தத்தில், அந்த அதிர்வில் சுத்தமாய்த் தூக்கமே வராது. யாரோ காதருகே அமர்ந்து தட்டுவது போலத் தட் தட்டென்று ஒலிக்கும் ஒரே லயமான சத்தத்தில் எரிச்சலாக இருக்கும்.

வருடங்கள் போகப் போக இந்த மண்ணில் இருக்கும் உயிர்ப்பும் உழைப்பும் அவன் மனதில் மிகப்பெரிய மரியாதையைக் கொண்டு வந்திருந்தது. பெங்களூரில் பெரிய மின்னணு நிறுவனத்தில் பணிபுரிந்து அதிகார தோரணைகளையும், போலி புன்னகைகளையும் அனுதினமும்

பார்ப்பவனுக்கு இங்கு உள்ள இயல்பும், மரியாதையும் தன்னாலேயே மனதை தொட்டதில் வியப்பில்லை.

அதைவிடச் சுறுசுறுவென எந்நேரமும் வேலை செய்துகொண்டே இருக்கும் மக்களைப் பார்க்கும்போது 'நாமெல்லாம் என்ன வெட்டி முறிக்குறோம்னு இப்படி அலட்டுறோம்' அவனுக்குப் பிரமிப்பாய் இருக்கும்.

அலுவலக அரசியல், ஸ்ட்ரெஸ், மன உளைச்சல் என்று சோர்வாக இங்கு வரும் நேரமெல்லாம் இங்குள்ள மக்களின் அயராத உழைப்பைப் பார்த்து தனக்குள்ளும் சக்தி ஊறியது போல அவன் உணர்ந்த நாட்கள் அநேகம்.

நிற்காமல் சுழலும் பம்பரமாய் உழைக்கும் வயது வந்தவர்களைக் கூட விட்டு விடலாம், அதுவே எட்டாள் வேலையைச் சிட்டாளாகச் செய்யும் சிறுவர்கள்;

இத்தூணூண்டு இருக்கும் சிறு பிள்ளை கூடப் பாத்திரம் தேய்த்துத் தண்ணீர் எடுத்து வருவதை, தன்னை விட அரையங்குலம் கம்மியாய் இருக்கும் தம்பியையோ, தங்கையையோ தூக்கி இடுப்பில் வைத்து சுமப்-பதை, படி உயரம் இருக்கும் சிறுமியும் சோறு ஆக்கி அம்மியில் வெஞ்-சனத்துக்கு அரைப்பதை எல்லாம் பார்க்கும்போது செந்திலுக்கு நகத்தில் துளி அழுக்குப் படாமல் சோஃபாவில் படுத்து ஐ-பேட் விளையாடும் தன் அக்கா பிள்ளைகளின் நினைவு தான் வரும்.

'உங்களையெல்லாம் உங்க அத்தை ஊருக்கு கொண்டு போய் விடனும்டா.. அப்ப தான் கஷ்டம்னா என்ன, தேவைனா என்னன்னு உங்களுக்குப் புரியும்" என்று இப்போதெல்லாம் அடிக்கடி சொல்ல ஆரம்பித்து இருந்தான்.

கிழவனோ, குமரியோ இல்லை நேற்று தான் தொப்புள் கொடி அறுத்த பிள்ளையோ இங்கு ஒவ்வொருவருக்கும் ஒரு வேலை, ஒரு கடமை, அயராத உழைப்பு.

அதுவும் பெண்கள் இந்த ஊரில் உழைக்கிற மாதிரி வேறு எந்த ஊரிலும் உழைக்க மாட்டார்கள் என்று தோன்றும். வீட்டு வேலையையும் பார்த்து காலை முதல் இரவு வரை தறிப்பட்டறைகளுக்கும் ஓடி, வெள்ளி, சனி, பண்டிகை, நாள் கிழமை என்றால் வீட்டில் உள்ள அத்-தனை துணியையும் சளைக்காமல் துவைத்து, கரைகட்டி, சாணி போட்டு மொழுகி...

அப்பப்பா.... எத்தனை வேலைகள்...? கொங்கு வட்டத்தின் அபரித-மான பொருளாதார வளர்ச்சி என்ற பெருமைக்குப் பின்னால் இங்குள்ள பெண்களின் அயராத உழைப்பு தான் மூலதனம், முதுகெழும்பு என்று நினைத்துக் கொள்வான்.

கோடி கோடியாகப் பணம் இருந்தாலும் அதைக் காட்டிக் கொள்ளாத எளிமை இங்குள்ள இன்னொரு பலம். சொந்தமாக எட்டுப் பட்டறைகள் இருந்தாலும் அவன் மாமனும், மாமியாரும் மடிந்து உட்கார்ந்து லுங்கி மடிப்பது முதல் பேல் கட்டுவது வரை பார்க்கும்போது ஆரம்பத்தில் பிசு-னரித்தனமாகத் தோன்றும்.

மெல்ல மெல்ல கடின உழைப்பும் எளிமையும் இவர்கள் ரத்தத்தி-லேயே ஊறியுள்ளது என்று புரிந்தது. பெங்களூரில் சோம்பித் திரியும் மலர் கூட இங்கு வந்ததும் சுறுசுறுப்பாகி விடுவாள்.

எலெக்ட்ரானிக் மெஷினில் லுங்கி டிசைன் போடுவதும், கணக்குப் பிள்ளையோடு சேர்ந்து டேமேஜ் பார்ப்பதும், ஸ்டிக்கர் ஓட்டுவதும் என அவள் உதவ, செந்தில் கூட இப்போது மாமனாருடன் சேர்ந்து துண்டு மடிக்கக் கற்றுக் கொண்டிருந்தான்.

'எத்தனை வசதி இருந்தாலும் இப்படி உழைச்சுக்கிட்டே இருக்கிறது தான் இந்த மண்ணோட பலம், இந்த மண்ணுக்குன்னு இருக்குற மகத்-துவம் போல்' என்று புரிந்து கொண்டவனுக்கு மெல்ல மெல்ல இந்த ஊர் பிடித்துப் போனது.

எந்தத் தறி சத்தம் சில வருடங்கள் முன்பு அலற்சியாக இருந்ததோ அதே சத்தம் இந்த எட்டு வருட பழக்கத்தில் குழந்தையின் தாலாட்டு போல மாறி இருந்தது. இரவு எப்போதாவது மின்சாரம் போய் எல்லாத் தறியும் ஓவென்று ஓய்ந்து நின்றால் அந்த ஓசை இல்லாமல் இப்போ-தெல்லாம் அவனுக்கு உறக்கம் பிடிப்பதில்லை.

"வழி லைட்டு இருக்கட்டும்ங்களா இல்ல நிறுத்திடட்டுமாங்-கண்ணா...?" நிச்சிந்தையான மனவோட்டத்துடன் தெருவை வேடிக்கை பார்த்தவாறு அமர்ந்திருந்த செந்தில், மொட்டை மாடியில் இருந்து இறங்கி வந்த ஆனந்தியின் குரலில் திரும்பினான்.

"தேவையில்லம்மா, நிறுத்திடுங்க" அவள் மேல்படியில் இருந்த ஸ்விட்சை அமர்த்திவிட்டு துணி ஊற வைத்திருந்த காலி அலுமினிய தேக்சாக்களுடன் கீழே இறங்கிப் போனாள்.

ஏஸி அறையில் நாள் முழுக்க அமர்ந்தபடி 'எனக்கு பயங்கர ஸ்-ரெஸ்' என்று புலம்பும் நவநாகரீக நண்பர்களிடம் ஒரு மோலி துணியை ஒன்றாக துவைத்து போட்டுவிட்டு செல்லும் இந்த ஆனந்தி மாதிரி ஆட்களைக் காண்பிக்க வேண்டும் என்ற நினைத்த செந்தில், கொஞ்சம் இடைவெளி விட்டு தானும் கீழே இறங்கி சென்றான்.

****

கார்த்தி வண்டியை நிறுத்திய போது அவன் அம்மா வெளியே அமர்ந்து மண்ணெண்ணெய் அடுப்பை குத்திக்கொண்டிருந்தாள்.

"எதுக்கு இந்த அடுப்பை நோண்டிட்டு இருக்க? சிலிண்டர் தீர்ந்து போச்சா, என்ன...?"

"அதெல்லாம் இருக்குடா... அதை வித்தா நாலு காசு வரும், அது-தான் சீமெண்ணெயை பிடிச்சிட்டு வந்தேன்" அவள் செய்யும் வேலை-யிலேயே கவனமாக நிமிராமல் பதில் சொல்ல, "ஏம்மா இப்படி கஞ்சத்-தனம் பண்ற..?" கார்த்தி தலையில் அடித்துக் கொண்டபடி வண்டியை நிறுத்திவிட்டு உள்ளே சென்றான்.

"இந்த ஊட்டுல மூனு ஆம்பிளெங்க சம்பாதிக்குறோம், அப்பயும் உனக்கு ஆத்திரம் அடங்குதா பாரு?"

அவன் அம்மா சிலிண்டரை மட்டுமல்ல... ரேஷனில் வாங்குகிற அரிசியைக் கூட மாடுகளுக்குத் தீவனமாகக் கோனாரிடம் விற்கிறாள், இதற்காகவே தம்பி குடும்பத்திற்கும் தனி ரேஷன் கார்டு வாங்கியிருக்-கிறாள் என்று தெரியும். இரண்டு கார்டு பத்தாமல் ஊரில் யார் யார் அரிசி சக்கரை வாங்கவில்லையோ அவர்கள் கார்டையும் உபயோகித்து அவள் ஊழல் செய்வது அவனுக்கு மானக்கேடாக இருந்தது.

"அது சரி... இத்தனை பண்ணலேன்னா உங்கள் இரண்டு பேரையும் வளர்த்து ஆளாக்கி இப்படி ஒரு காரை ஆடு எடுத்து கட்டி இருக்க முடியுமா...?"

சுற்றிலும் ஓட்டு வீடுகள் புடைசூழ தன் வீடு மட்டும் தார்ஸ் போட்ட ஓட்டு வீடாக நிற்பதில் அவளுக்குத் தலை கொள்ளாத பெருமை. மாமனார் காலத்தில் அரசாங்கம் பட்டா போட்டு இலவசமாகக் கொடுத்த நிலம், ரொம்ப வருடங்களுக்குக் கட்டாந்தரையில் குடிசையாக நின்ற பிறகு நாட்டோடு போட்டு ஐந்தாறு வருடங்களுக்கு முன்பு தான் பிள்-ளைகள் தலையெடுத்த பின் காரை வீடாக வளர்ந்திருந்தது.

"சொந்த வீட்டுக்காரி... அதுவும் மெத்தை வீட்டுக்காரின்னு உங்-கம்மா நெட்டுகிட்டு தான் திரியுறா" அப்பா கூடக் கிண்டலடிப்பார். "நீ திருந்தவே போறதுல்லம்மா" கடுப்படித்தபடி அவன் உடை மாற்ற உள்ளே சென்றபோது தம்பி பெண் தரையில் அமர்ந்து சாப்பிட்டுக் கொண்டிருந்-தாள்.

ஆறு வயது சிறுமி பருக்கை பருக்கையாக அவளே எடுத்து சாப்பி-டுவதைப் பார்க்கவே ஆசையாக இருந்தது, சுற்றிலும் இறைத்தபடி அம்-போவென்று அது உட்கார்ந்த கோலத்தைப் பார்த்து ஒருவகையில் பாவ-மாகவும் இருந்தது.

மலரின் மகன் அருணை இடுப்பில் இடுக்கியபடி மணிக்கணக்கில் நடந்துகொண்டே ஊட்டும் முதலாளியம்மா நினைவில் வந்தார். "ஏங்-கண்ணு.... உங்கம்மா இன்னும் வரலையா...?" கார்த்தி அவளருகே சென்றமர்ந்து உதட்டோரம் இருந்த சோற்றுத் தீற்றலை துடைத்து விட்-டான்.

"கடையிலிருந்து அவ எங்க வந்தா? ஒன்போது மணி பஸ்ஸுக்குத் தான் வருவா... உன்பொறந்தவன் பொண்டாட்டியை வச்சு ஊர்கோலம் வர்றதுக்குள்ள இங்க ஊரடங்கி போயிடும்...." நொடித்துக்கொண்டே உள்ளே வந்த அம்மா, "நீ சாப்பிடறியாடா...?" என்றாள்.

"வேணாம், நான் வெளில சாப்பிட்டுக்குவேன்..."

"இந்தா இப்ப சொல்லி என்ன பண்றது? வடிச்சுப்புட்டேன்.. அரிசியா வித்தாலாவது காசு மிஞ்சும். வெந்த சோத்தை என்ன செய்வேன்? தண்ணி ஊத்தி வைக்குறேன்.. காலைல நீ தான் கரைச்சு குடிச்சிட்டு போவோணும், இப்பயே சொல்லிப்புட்டேன்..."

இந்த அம்மாவுக்குத் தூக்கத்தில் கூட அரிசியும் சக்கரையும் எப்படி வியாபாரம் பண்ணுவது என்ற கவலை தான் இருக்கும் என்று நினைத்த கார்த்திக்கு அலுப்பாக இருந்தது.

"ஊத்தி வைம்மா, சும்மா புலம்பாத, இல்லேன்னா மட்டும் அப்படியே கறியும் கோழியுமா போட்டு பிரியாணி செஞ்சுடுவ." அதற்குள் குழந்தை தான் சாப்பிட்ட தட்டை கழுவி பாவாடையிலேயே ஈர வாயை துடைத்-துக் கொண்டு வந்து நின்றது.

"பூரணி, பெரியப்பா முட்டாய் வாங்கி தரேன், வா...."

"வேணாம் பெரிப்பா.... அம்மா திட்டும்…" கண்கள் ஆசையில் பிதுங்கினாலும் ரொம்ப நல்லபிள்ளை போல மறுத்தவளை கார்த்தி ஆசையுடன் தூக்கிக் கொண்டான்.

"அவ கெடக்கா, ஒன்னும் சொல்ல மாட்டா… உங்க அம்மாக்காரியே உன் வயசுல 'மாமா சீனி முட்டாய் வாங்கிக் கொடு'ன்னு என் பின்னாடி திரிஞ்சவ தான்" அவன் சொன்னவிதத்தில் குழந்தை சிரித்தாள்.

"தம்புள்ளையை கொஞ்ச வேண்டிய நேரத்துல தம்பி பிள்ளையை கொஞ்சிட்டு கிடக்கிறானே… இந்த கொடுமையை நான் எங்க போய் சொல்லுவேன்…?"

அம்மா சாடை பேசுவதைக் கேட்காதது போல அவளைத் தூக்கிக்-கொண்டு வெளியே வந்தான். அவளுக்கு வேண்டியதை வாங்கி விட்டு ஆனந்தி பிள்ளைகளுக்கும் வாங்கி வண்டிப்பையில் வைத்தபடி அவன் நின்றபோது "இப்பதான் புள்ளயை கூப்பிடலாம்னு வீட்டுக்குப் போறோம்" எதிரில் வந்த தம்பியும் தம்பி பொண்டாட்டியும் இவர்களைக் கண்டு நின்றார்கள்.

"எதுக்கு மாமோய் இனிப்பா வாங்கி கொடுக்குறீங்க? பல்லு வலிக்-குதுனு ராத்திரி இவ அழுதா நீங்கதான் டாக்டராண்ட கூட்டிட்டு போக-ணும்…"

பிள்ளையைத் தூக்கியபடி தம்பி மனைவி செல்லமாக மிரட்ட, "கூட்-டிட்டு போனா போச்சு, போ… அதுபாட்டுக்கு காலையிலிருந்து சாயங்-காலம் வரைக்கும் வெதுக்கு வெதுக்குன்னு இருக்கு… காலைல போகும்-போது குளிச்சுக் கூட விட மாட்டியா நீ…?" குழந்தை அழுக்கு உடையில் நலுங்கி சுற்றிக் கொண்டிருப்பதைப் பார்க்கவே கன்றாவியாக இருந்தது.

"என்ன செய்ய சொல்ற மாமா, சனிக்கிழமை தானேனு வுட்டுட்டு ஓடினேன். ஏன் பேத்தியை குளிப்பாட்டலன்னு ஆத்தாகிட்ட கேட்க தைரியம் இல்லாம எங்கிட்ட எகிறுறீங்களாக்கும்…"

இப்போது தம்பி பொண்டாட்டி என்றாலும் சொந்த மாமன் மகள் என்ற உரிமையில் அவள் பட்டென்று கேட்க, தம்பி அவஸ்தையாகச் சிரித்தான்.

"உனக்கு வாய் ரொம்ப ஜாஸ்தியா போயிடுச்சு… எல்லாம் இவன் கொடுக்குற இடம்" கார்த்தி சிரித்துக்கொண்டே வாங்கியிருந்த பிஸ்கட்

பொட்டல பையை அவளிடம் கொடுத்தான்.

"இவரென்ன இடம் கொடுக்குறது, நம்மளா எடுத்துக்க வேண்டியது தான்"

"வாய் ஓயுதான்னு பாரு... இப்படியே கூட கூட பேசிட்டே நில்லு" தம்பி லேசாய் அதட்டல் போட, அவள் புருசனை முறைத்தாள். இவள் ஈரோடு பரணியில் பட்டு செக்ஷனில் வேலை பார்க்க, அருகில் உள்ள கட்பீஸில் சேல்ஸ் வேலை செய்யும் தம்பியும் இவளும் ஒன்றாகக் கிளம்பி ஒன்றாகத் திரும்பி விடுவார்கள்.

வேலைக்குப் போகும் பெண்ணின் சிரமங்களைப் புரிந்து கொள்ளாத சராசரி மாமியாராக அம்மா.

சொந்த அத்தையே ஆனாலும் ஒத்துவராமல் தினம் ஒரு சண்டை முளைக்க, கார்த்தி தான் போராடி பக்கத்திலேயே தனிக்குடித்தனம் வைத்துக் கொடுத்தான்.

"போய் சமைக்கணும், வரேன் மாமா..." குழந்தையை மடியில் இறுக்கியபடி தம்பியின் பின்னால் அமர்ந்தவள் களைத்த முகத்துடன் கையசைக்க, "மெதுவா போடா.." தம்பியிடம் சொல்லிவிட்டு கார்த்தி தன் வண்டியை எடுத்தான்.

'பாவம் இந்த பொண்ணுங்கல்லாம்...' முகம் சிவந்து மூச்சிறைக்க பெட்சீட் துணிகளைப் பிழிந்த ஆனந்தியின் முகம் கண்ணில் வந்தது.

கல்யாணம் ஆனவுடன் அவளை எல்லா வேலைகளில் இருந்து நிறுத்திவிட வேண்டும், வீட்டிலிருந்து பிள்ளைகளை, குடும்பத்தைப் பார்த்துக் கொண்டால் மட்டும் போதும் என்று நினைத்தவன், செல்லில் ஆனந்தியின் எண்ணை அழுத்தினான்.

"வேலை முடிச்சுட்டு போறப்ப ஆறுமுகம் கடை சந்துக்கு வந்துட்டு போ..."

"சும்மா தான்.. வா... வந்து அஞ்சு நிமிஷம் பேசிட்டு போவியாம்.." எப்படியும் அவளாத்தா சமைத்து வைத்து இருக்காது என்று வழியில் கொங்கு பரோட்டாவுக்குள் நுழைந்து நான்கு பொட்டலங்களை வாங்கிக் கொண்டான்.

வழக்கமான பாறை முகட்டில் காத்திருக்கும் போது, "என்ன மாப்ள இருட்டுல உட்கார்ந்திருக்க.... எந்த மோகினியாச்சும் வந்து கட்டிக்கப்-போவுது..." நக்கலாக வம்பிழுத்தபடி மணி அண்ணன் தாங்கி தாங்கி

நடந்து வந்தார். "அட ஏண்ணா நீ வேற?" அவர் குரலில் திரும்பிய கார்த்தி சிரித்தான்.

"காத்து கருப்பு அடிச்சா கூட ஓட்டி போடலாம், இந்தப் பயலுக்கு வேற ஒரு பேய் இல்ல புடிச்சு கிடக்கு...." பின்னாடியே வந்து கணே-சனை பார்த்து கார்த்தியின் முகம் கருத்தது.

"இவனை எங்க கூட்டிட்டு வந்த?" அவன் மணி அண்ணன் காதில் கடிக்க, "பசிக்குதுன்னு டி கடையில ஒரு பழம் வாங்கி திங்க நின்னா பிடிச்சுகிட்டான். பின்னாடியே வர்றவனை போன்னா விரட்ட முடியும் மாப்பிள?" அவர் தலையைச் சொறிந்தார்.

"அங்கேயே கழட்டி வுட்டுட்டு வரமாட்ட... நல்ல ஆளுயா நீ..." இருவரும் முணுமுணுவென்று பேசிக்கொள்வதைச் சட்டை செய்யாத கணேசன் அடுத்தப் பாறையில் சாய்ந்து உட்கார்ந்து பல் குத்த ஆரம்-பித்தான்.

"அப்புறம் கணேசா, உன் பொண்டாட்டி பேறுகாலம் எப்ப?"

"அது இன்னும் ரெண்டு மாசம் ஆகும்னு டாக்டரம்மா சொல்லி இருக்கு... அது எப்ப ஆகுமோ?"

யாரை பற்றியோ சொல்வது மாதிரி அவன் அலட்சியமாகச் சொன்-னதில் இவர்கள் இருவரும் ஒருவரையொருவர் பார்த்துக் கொண்டார்-கள்.

"நீ போய் பாக்குறியா, இல்லையா...?"

"போவாம பின்ன..." என்றவன், "என் கதை கிடக்கட்டும்.... ஏன் கார்த்தி... உனக்கு எப்ப கல்யாணம்...?" அவன் வேண்டுமென்றே வம்பு செய்ய வந்திருப்பது புரிந்தது. கார்த்தி எந்தப் பதிலும் சொல்லாமல் ஓடும் நதியை வேடிக்கை பார்த்தபடி அமர்ந்திருந்தான்.

"சீக்கிரம் உன் கூட்டாளிக்கு ஒரு பொண்ணை பாரு மணியண்ணா... தறி வெளியோட்டம் ஓட ஆரம்பிச்சு ரொம்ப நாளாகுது, தெரியாதா உனக்கு...?"

"உன் வேலைய பார்த்துட்டு போ கணேசா, அதிகம் பேசாதே.." கார்த்தி குரல் உயர்த்த, "அட விடப்பு... நீ சும்மா இருய்யா, அவனே ஊத்திட்டு வந்துருக்கான்" மணி கட்டை விரல் உயர்த்திச் சைகை காண்பித்தார்.

"கார்த்தி, நீ கோச்சுக்கிட்டாலும் பரவால்ல... உன் மேல இருக்கிற அக்கறைல தான் சொல்றேன். நம்ம கூடவே இருக்க இளவட்டம் வீணா போக கூடாது பாரு... ஆமா, உங்கம்மா என்ன பண்ணுது...? சீமென்னெய் எப்படி விக்குறது, அரிசி எப்புடி விக்குறதுன்னு பறக்குதே தவிர மூத்தவனுக்கு ஒரு பொண்ணு பார்த்து கட்டி வைக்க தோணலையா அதுக்கு,, நானாவது அதுகிட்ட வந்து சொல்றேன்..."

அவன் அம்மாவை இழுத்ததில் கார்த்திக்கு வெறியேறியது.

"டேய்... ரொம்ப பேசாத.. பக்கத்துல வந்தேனா பல்லு பதினாறும் கொட்டிப் போயிடும், வாயை மூடிட்டு கிளம்பு... எங்களுக்கு எப்ப எப்படி கல்யாணம் மூய்க்கோணும்னு தெரியும்... நீ கட்டுன கல்யாணத்தை நீ ஒழுங்கா பாரு..."

கணேசன் விகாரமாகச் சிரித்தான்.

"ஏன் கார்த்தி? நீ யாரை பார்க்குற, யாரு கூட பேசுறன்னு யாருக்கும் தெரியாது நினைச்சியா... இது வாலிப வயசு கார்த்தி... வேலை சுலபம்னு கன்னோட வர்ற மாட்டை பத்தி கொட்டில்ல அடைக்கலாம்னு பார்க்குற? ஒன்னுக்கு இரண்டா இரட்டை கன்னு வேற... ஹ ஹா..." வெகுண்டு எழுந்த கார்த்தியை தோளில் கைவைத்து அடக்கினார் மணி.

"கணேசா, நானும் வந்ததுல இருந்து பார்க்கிறேன், எடுக்குமடக்காவே பேசிட்டு இருக்க? இதுக்குத்தான் இங்க வந்தியா நீ?"

அவர் கணேசனைக் கண்டிக்க, "அது ஒன்னுமில்ல மணியண்ணா... கார்த்திக்கு ஏற்கனவே மரத்துல கட்டி வச்சு உதை தின்ன அனுபவம் இருக்கு... இப்பயும் தப்பா போயிடக்கூடாது, இல்ல... அந்த அக்கறைல தான் சொல்றேன்..." அவனது குத்தல் பேச்சில் கார்த்தியின் கண்கள் ரத்தமெனச் சிவந்தன.

"டேய்... இங்கருந்து கிளம்பு முதல்ல.. லோலாயம் பேசுறதுக்குன்னே தண்ணிய போட்டுட்டு வந்திருக்க நீ..."

மணி அவனை வலுக்கட்டாயமாக எழுப்பி அங்கிருந்து விரட்டி விட, கார்த்தி மிக மிருதுவான இடத்தில் அடி வாங்கிய மாதிரி சமைந்து போய் அமர்ந்திருந்தான். தன் தொடையிலிருந்து முழங்கால் வரை கம்பளி பூச்சியாய் ஓடும் தையலின் காயம் மீண்டும் வலிப்பது போலிருந்தது.

"மணியண்ணா, செங்கோடன் மவளுக்கு ரெண்டு பிள்ளைங்களாம், இங்கயும் இரண்டு புள்ளங்க தானே... அங்க கொடுக்க முடியாத

இனிஷியலை இங்க கொடுக்குறான் போலயிருக்கு மணியண்ணா..."

கணேசன் கத்திக்கொண்டே செல்வதில், "அவன் கெடக்குறான் குடிக்காரப்பய, நீ எதுவும் கண்டுக்காத கார்த்தி" வெறுப்புடன் சட்டை-யைக் கழட்டிவிட்டு மணி ஆற்றில் இறங்கினார்.

"வாடா, ஒரு நீச்சல் போடலாம், யாரு முதல்ல சொட்டாங்கல்லை தொட்டுட்டு வரோம்னு பார்க்கலாம், வா..."

"நீ போண்ணா, நான் கொஞ்ச நேரம் கழிச்சு வரேன்" அதற்கு மேல் அவனை வற்புறுத்தாமல் அவர் நீந்த ஆரம்பிக்க, குமிழ் குமிழாகக் கலங்கி அவர் கையடிப்பில் இரு பிளவாக விலகி மீண்டும் ஒன்று சேரும் ஆற்று நீரையே பார்த்துக் கொண்டிருந்தான் கார்த்தி.

இன்று ஆனந்தி வரும்போது 'எங்க அம்மா கிட்ட நம்ம விசயத்தை பேசிடலாம்னு இருக்கேன்...' என்று சொல்ல நினைத்திருந்தான். இப்-போது அதற்குரிய சக்தி அத்தனையும் இழந்து தளர்ந்து போயிருந்தது மனசு.

என்றோ முதுகில் கட்டி வைத்த மரத்தின் துணுக்குகள் இப்போதும் உடம்பின் திசுக்களை மீறி குத்துவது போல இருக்க, முடியை இரு-கைகளாலும் பரபரவெனக் கலைத்து விட்டுக் கொண்டவன், 'ஆ ஆ....' நெஞ்சில் இருந்த ஆவி பொங்க வாய் விட்டு அலறினான். ஆள் அரவம் இல்லா ஆற்றங்கரை அவனது குமுறலை, துயரத்தை உள்வாங்-கிக் கொள்வது போல அடர் கரிய இருள் போர்த்தி மௌனமாய் நின்றது.

4

மண் சட்டியில் ஏற்கனவே ஊற வைத்திருந்த ரேஷன் பருப்பைக் களைந்து கொதிக்கும் உலை நீரில் போட்ட ஆனந்தி, அதன் மேல் தாராளமாய் சோடா உப்புத் தூவி அலுமினிய தட்டு போட்டு மூடினாள்.

"இந்தா ஜோதி, அந்த டிவியை அமர்த்திபோட்டு படிக்க உக்காரு புள்ள... ஏய்.. மீனா, உனக்கு என்ன தனியா சொல்லனுமா? எந்நேரமும் வெளையாட்டு... அந்த சிலேட்டை எடுத்து எழுதுடி..." பிள்ளைகளை அதட்டியபடி இறக்கி வைத்து இருந்த சோற்றுத் தவலையை அங்கணக்-குழியில் சாய்த்து கஞ்சியைச் சொம்பில் வடித்தாள்.

"சத்தமா படிங்க, படிக்கறது இங்க எனக்கு கேட்கணும், புரியுதா?"

வந்ததிலிருந்து அம்மாவின் முகம் கடுகடுவென இருப்பதில் ஜோதி குரலெடுத்து இரைய, மீனா எதையோ எழுதுகிற மாதிரி சிலேட்டில் தலை புதைத்துக் கொண்டாள். வடிகஞ்சியில் உப்பு போட்டு கொடுப்-பாளே, இன்று ஒன்றும் காணோமே என்கிற மாதிரி கஞ்சி மணத்தை முகர்ந்து கொண்டு இரண்டும் உட்கார்ந்திருந்தன.

"நான் படுற பாடு அத்தனையும் உங்களை வளர்த்து ஆளாக்கோ-ணும்ணு தான், ஆத்தாவோட கஷ்டம் புரிஞ்சு படிங்க புள்ளைங்களா, இல்லேன்னா என்னை மாதிரி நாயாட்டம் ஓடிக்கிட்டு தான் திரிய-ணும்..."

அவ்வப்போது முகத்தைத் துடைத்துக் கொண்டவளிடம், 'வயிறு பசிக்குது, வடிகஞ்சி கொடுமா' என்று கேட்க நினைத்த நிமிர்ந்த மீனா, கண்ணில் ஜாடை காட்டும் அக்காவைப் பார்த்து மீண்டும் குனிந்து கொண்டாள்.

ஒருக்களித்துச் சார்த்தியிருந்த கதவு திறந்தது. "இந்தா புள்ளைங்-களா, ஆயா என்ன வாங்கிட்டு வந்திருக்கேன்னு பாருங்க..." வாயெல்-லாம் பல்லாக உள்ளே நுழைந்த பொன்னம்மாவை கண்டதும் கையி-லிருந்த அலுமினிய தவலையை நங்கென்று தரையில் போட்டாள் ஆனந்தி. அவள் போட்ட வேகத்தில் தவலை விளிம்பில் ஒட்டியிருந்த சோற்றுப் பருக்கைகள் எகிறிச் சிதறின.

"என்ன ஆயா?" என்று ஆசையாய் எழுந்த மீனா, "ஏய்.. அது கைல இருந்து எதையாச்சும் வாங்குனீங்கன்னா கால்ல சூடு இழுத்து போடுவேன், சாக்கிரதை." ஆனந்தி கத்தியதில் முகம் சுண்டிப் போய் ஒன்றை ஒன்று பார்த்துக் கொண்டு இருந்த இடத்திலேயே அமர்ந்தன.

"எதுக்குடி இந்த ஆட்டம் ஆடுற...? அம்சா கடைல சுட சுட ஒப்-புட்டு போடுறான்னு வாங்கிட்டு வந்தேன்... அவ கெடக்குறா, கிறுக்கு பிடிச்சவ... இந்தாங்கடி..." அவள் ஜோதியை உசுப்ப, "உன் அக்கறை வெங்காயம் எதுவும் எங்களுக்கு தேவையில்ல, நீ எப்பேர்ப்பட்ட ஆளுன்னு எனக்கு தெரியாது? யாரோட பேசிட்டு வந்த நீ...?" ஆனந்தி கனன்றபடி முன்னே வந்தாள்.

"ஓ.. பார்த்துப்புட்டியா?" சீலையை அழுக்குப்படாமல் உயர்த்தி வாசல் திட்டில் அமர்ந்த பொன்னம்மா, "இப்ப என்னாடி அதுக்கு? என் பொறந்தவன் கூட பேசிட்டு இருந்தேன்" அசடாய் இளித்தாள்.

"சை... இப்படி பேச உனக்கு வெக்கமா இல்லை.. இங்க பாரு ஒழுங்கா உன் பொண்ணுக்கு ஆத்தாளா, என் புள்ளைங்களுக்கு ஆயாவா இருக்கிறதா இருந்தா மட்டும் இங்க இரு... இல்ல, நாளைக்கே தனியா வூடு ஒண்ணு புடிச்சு போய்க்கோ..." ஆத்திரத்தில் ஆனந்தியின் மூக்கு முழியெல்லாம் சிவந்து போனது.

"நான் ஏண்டி தனியா வூடு புடிச்சி உலை பொங்கணும், ஒண்ணுக்கு மூணு பெத்து வச்சுருக்கேன், பாவம், ஒத்தையா கிடக்காளேனு ஒத்-தாசையா இருந்தா நாதியத்த அனாதை கெழவின்னு நினைச்சியா என்னை?"

"போ... போயி உன் மத்த மவளுங்க கிட்ட ஒருவேளை கஞ்சி குடிச்சு பாரு... அப்புறம் தெரியும் யாரு நாதியத்தவன்னு... பெத்தது மட்டும்தான் உன் சாதனை, அத்தனையும் என் தலைல இல்ல விழுந்-துச்சு... கண்ட கம்முனாட்டி கூட நின்னு குசலம் பேசிட்டு உனக்கு

திமிரு வேற?''

ஆனந்தி 'கண்டவன்' என்றதும் புற்றில் இருந்து வெளிப்படும் பாம்-பாகப் பொன்னம்மா சீறினாள். ''யாருடி கண்டவன்? அவன் என் ஒடன்-பொறந்தவன், உனக்கு தாலி கட்டுன புருசன், இந்த புள்ளைங்களுக்கு அப்பன். அது நியாபகம் வச்சுக்கோ எப்பயும்''

''எடு அந்த சீமாத்த.... பதினாறு வயசுல கல்யாணம் கட்டி பதி-னெட்டுல இரண்டு புள்ளைங்களை குடுத்துப் போட்டு அம்போன்னு வுட்-டுட்டு ஓடுனானே, அந்த கேடுகெட்டவன் தானே உன் ஒடன்பொறந்-தவன். அவன் வாங்கி நாமம் சாத்திட்டு போன பாக்கியையும் சேர்த்து நான் சுமக்குறேன்... பெத்த புள்ள வாழ்க்கை இப்படியாச்சுன்னு கொஞ்-சமும் வருத்தம் இல்லாம இளிச்சு இளிச்சு அவனோட குசலம் விசாரிச்-சுட்டு வர... இதுல நான் வேற நியாபகம் வச்சிட்டு திரியணுமா?''

''ஒன்னும் புரியாத வயசுல தொடுப்பு வச்சுட்டு திரிஞ்ச ஒரு பொம்பள பொறுக்கியை, குடிகாரனை கட்டி வச்சு அழகு பார்த்த மகரா-சிதான நீ? இனிமே எங்கயாச்சும் நின்னு அவனை பார்க்குற, பேசு-றன்னு தெரிஞ்சுது, சும்மா இருக்க மாட்டேன், பார்த்துக்கோ.. யோசிக்-கவே மாட்டேன் சோத்துல வெஷம் வச்சுடுவேன்''

வறட்டுக் குரலில் கத்தியவள், பிள்ளைகளுக்குச் சோறு போட்டுப் பருப்புக் குழம்பு ஊற்றி பிணைந்து வைத்தாள்.

''சாப்ட்டு கதவை தாள் போட்டு படுங்கடி, நான் வந்தாதான் கதவை தொறக்கோணும், உங்க ஆயா இன்னைக்கு வெளிலயே கெடக்கட்டும்...'' இளஞ்சூடாய்த் தணிந்திருந்த கஞ்சியை ஆளுக்கு ஒரு தம்ளரில் ஊற்றி அருகே வைத்து விட்டு, மீதியை அப்படியே அண்ணாந்து ஒரே முட்-டாக வாயில் ஊத்திக் கொண்டாள்.

''ஊரு உலகத்துல யாரும் பண்ணாததையா பண்ணிப்புட்டான், அதைப் போயி பெரிய குத்தமாட்டம் பேசிட்டு இருக்கா கிறுக்கச்சி... இப்படி சடைச்சு சடைச்சு தான் ஒரியா உட்கார்ந்துருக்க நீ...'' அவள் வெளியே வந்து வார் செருப்பில் கால் நுழைத்தபோது பொன்னம்மா வாயில் புகையிலையை அடக்கியபடி தன் போக்கில் கத்திக் கொண்டி-ருந்தாள்.

''அதுதானே, உனக்கெப்படி குத்தமா தெரியும்? அந்த வெடியரசம்-பாளையத்துக்காரிகிட்ட மாட்டிகிட்டு இருந்த மகனை பேத்தி தலைல

கட்டிவுடனும்னு உன் ஆத்தா பிளான் பண்ணுச்சு, நீ எப்பேர்ப்பட்டவ, வரிசையா பெத்து வைச்சிருக்கிறதை தாட்டிவிட உனக்கு பாக்கி வாங்-கணும், நோம்பிக்கு பாக்கி வாங்க ஒண்ணுக்கு ரெண்டா தல கணக்கு மாட்டுதேனு நீயும் பல்லை காட்டின....”

“என்ன சொல்லி என்ன? நீங்க எல்லாம் இப்ப நல்லாதான் இருக்-கீங்க, என் பொழப்பு தான் சிரிப்பா சிரிக்குது... என் தலையெழுத்து சரியில்ல. ஊரு உலகத்துல பெத்த புள்ளைங்கள எப்படிலாம் காபந்து பண்ணுறாங்க, எனக்கு வந்து வாய்ச்சது இப்படி...” அதற்குமேல் அது முகத்தைப் பார்க்க பிடிக்காமல் டீச்சர் வீட்டை நோக்கி விடுவிடுவென்று நடந்தாள்.

வேகம் தணியாமல் மூச்சு வாங்க நடந்து இறக்க முக்குத் திரும்பும்-போது முதலாளி வீட்டு மொட்டை மாடி கண்ணில் பட்டது. மலர் நின்று இருந்தாள். மகன் ஒரு பக்கமும், புருஷன் மறுபக்கமுமாகக் கைகள் கோர்த்திருக்க, மூவரும் ஏதோ பேசி சிரித்தபடி நடந்து கொண்டிருந்-தனர்.

கையை ஊஞ்சல் போல ஆட்டிக் கொண்டு மூன்று பேரும் ஒரே மாதிரி நடப்பதை இங்கிருந்து பார்க்கவே அத்தனை அம்சமாக இருந்-தது.

இப்போது தான் பிள்ளையாண்டு இரண்டு மாதமோ, மூன்று மாதமோ... அதற்குள் மனைவியை அம்மா வீட்டிற்குச் சீராட அனுப்பி-யுள்ளவன், தானும் வாராவாரம் பெங்களூரில் இருந்து ஓடி வருகிறான்.

'இப்படிப்பட்ட ஆம்பிளைங்க கூட இந்த உலகத்துல இருக்காங்-களா...? இதுதான் வாழ்க்கைனா அப்ப நாம வாழுறதெல்லாம்..?' தன்னை மீறிக் கிளம்பிய பெருமூச்சை ஒரு தலை உலுக்கலுடன் உதிர்க்க முயன்ற ஆனந்தி, டீச்சர் வீட்டு காம்பவுண்ட் கதவைத் திறந்து உள்ளே சென்றாள்.

“ஏண்டி, முகம் இப்படி கருத்து கெடக்கு?” டீ போட்டு அவளிடம் நீட்டிய டீச்சர், அவள் கழுவி வைத்து இருந்த தட்டங்களைக் வடிகூ-டையில் இருந்து எடுத்தபடி கேட்டார்.

“ஒன்னும் இல்லக்கா...” வெளியே கும்பலாக அமர்ந்து பாடம் படித்-துக் கொண்டிருந்த பிள்ளைகளையே ஏதோ யோசனையுடன் பார்த்துக் கொண்டிருந்தாள் ஆனந்தி.

நான்கு பிள்ளைகள் சுற்றி நிற்க, வாத்தியார் ஏதோ சொல்லிக் கொடுத்தவாறு நோட்டுகளைத் திருத்திக் கொண்டிருந்தார். கணவன் மனைவி இருவருமே அரசுப் பள்ளியில் ஆசிரியர்கள். ஊருக்குள் விசைத்தறித்தொழிலில் ஈடுபடாத நூறு குடும்பங்களில் இந்த வீடும் ஒன்று. வாத்தியாரும், டீச்சரம்மாவும் அமைதியான ஆட்களாக இருந்தாலும் படித்தவர்கள், விஷய ஞானம் உள்ளவர்கள் என்று ஊருக்குள் இருவருக்கும் நல்ல மரியாதை உண்டு.

"என்ன ஆனந்தி... கேக்குறேன்ல... ஏன் அழுத மாதிரி இருக்க?" மளமளவென பாத்திரங்களை தேய்த்துக் கொண்டிருந்த ஆனந்தி அருகே வந்து டீச்சரம்மா நின்றாள்.

"என்னத்த சொல்றதுக்கா..." இன்று மாலை பட்டறையில் இருந்து திரும்பும் போது யூனியன் ஆபீஸ் முன்னால் அம்மாவும் அவள் தம்பியும் நின்று பேசிக் கொண்டிருந்ததைச் சொன்னாள்.

யாரெனச் சொல்லும்போது கூட தன் முன்னாள் புருஷன் என்று சொல்ல வாய் வரவில்லை. உறவை அறுத்து கொள்ளை நாளானாலும் அந்த முகத்தை நினைத்தாலே திகுதிகுவென அவள் உடம்பெல்லாம் எரிந்தது.

"சரி வுடு, ஒரே ஊர்ல இருக்கீங்க.. தம்பி வேற.. பார்த்தா முகத்தை திருப்பிட்டு போக முடியுமான்னு சும்மா பேசி இருக்கும்.. அதுக்கு மட்-டும் உன்னை நினைச்சு வருத்தம் இருக்காதா...?"

ஆனந்தி வெறுப்புடன் சிரித்தாள்.

"ஏன்கா நீ வேற.. அதுக்காவது வருத்தமாவது... அப்ப நான் எத்-தனை அழுதேன் தெரியுமா, கல்யாணம் வேணாம்ணு... நடத்தை சரி இல்லாதவன்னு தெரிஞ்சும் வலுக்கட்டாயமா என்னை கட்டி வச்சுச்சு... குடித்தனம் பண்ணின இரண்டு வருஷத்துல ஒரு நாளாவது நல்லா இருந்திருப்பானா? குடிகாரப் பய... உன்கிட்ட சொல்றதுக்கு என்ன? நாலு செவத்துக்குள்ள நான் அனுபவிச்ச துன்பமெல்லாம் கொஞ்சநஞ்-சம் இல்ல, போ..."

அந்த நாளுக்கே சென்ற விட்ட மாதிரி ஆனந்தி அடக்க முடியாத துக்கத்துடன் உடைந்து அழ ஆரம்பித்தாள்.

"புள்ள பொறந்தா நல்லாயிடுவோன்னு எல்லா கெழவிகளும் பழமை பேசுனாளுக... அப்படி புள்ள பொறந்து தான் என்ன புண்ணியம்?

ரெண்டும் பொம்பளப் புள்ளைங்களா பொறந்துருச்சுன்னு என்னை தெரு-
வுல இழுத்து போட்டு அடிச்சு ரகளை பண்ணி மறுபடி தொடுப்பு கிட்ட
போக ஆரம்பிச்சான்... தட்டிக் கேட்டதுக்கு ஆம்பளை அப்படித்தான்
இருப்பான்னு இதுவும் சேர்ந்துல்ல வியாக்கியானம் பேசுச்சு.''

"இப்படிப்பட்டவனோட வாழ முடியாது, வெட்டி விடுங்கன்னு நான்
உதறிப்போட்டு வந்து வருஷம் எத்தனையாவது...? இன்னும் அவன் கூட
பேசிட்டு, அவங் கொடுக்குற காசை வெட்கமில்லாம வாங்கிகிட்டு....
கொஞ்சங்கூட அசிங்கமா இல்ல அதுக்கு... எனக்குத்தான் நாண்டுகிட்டு
சாகலாம் போல இருக்கு...''

"விடுடி ஆனந்தி, அது அந்தக் காலத்து பொம்பள... உங்கம்மாவை
பத்தி உனக்கு தெரியாததா...?'' டீச்சர் சமாதானம் சொன்னாள்.

"அதை அம்மான்னு சொல்லாதக்கா... பெத்து போட்டா மட்டும்
அம்மாவாகிடுமா...? அது பண்ண கிருத்துவமெல்லாம் உனக்குத் தெரி-
யாது. பதினைஞ்சு வயசு வரைக்கும் நான் வெளிச்சத்தை கண்டதில்லை..
விடியக்காலம் ஸ்பின்னிங் மில் வண்டில ஏறுனா நைட்டு பொழுத-
டைஞ்சு கொண்டாந்து வுடுவான்...''

"சரி அந்த ஜெயிலுக்குள்ள கண்டவனும் சீண்டுறானே, இந்த மில்-
லுக்குள்ளேயே கெடந்து மக்கி மண்ணோட மண்ணா போயிடுவோம்,
கல்யாணம் பண்ணிக்கிட்டா அந்த வேலையை விட்டுப்போட்டு கொஞ்-
சுண்டு வெளிச்சத்தை பார்க்கலாமேன்னு மனசை தேத்திக்கிட்டு அந்த
கருமத்துக்கு தலையாட்டினேன். அப்படிலாம் லோல்பட்டு என்ன பிர-
யோஜனம்... கொஞ்சமாச்சும் நன்றி விசுவாசம் இருக்கா அதுக்கு...?''

டீச்சர் கன்னத்தில் கை வைத்தபடி ஆனந்தி எதிரே துணி துவைக்-
கும் கல்லில் அமர்ந்தாள். எது பேசினாலும் இவள் மனதுக்குச் சமா-
தானம் ஆகப்போவதில்லை, குறைந்தபட்சம் அவள் புலம்பலுக்காவது
காது கொடுப்போம் என்கிற மாதிரி அமைதியாக மாறிப் போனது அவள்
முகம்.

இந்த ஊரில் வாத்தியார் உத்தியோகம் பார்க்க வந்து இருபது
வருடங்கள் ஆகின்றன. இன்னும் இந்த ஊர் ஜனங்களின் போக்கை
அவளால் ஒட்டுமொத்தமாகப் புரிந்து கொள்ள முடியவில்லை.

மாங்கு மாங்கு என்று உழைத்தாலும் பெரிதாக வாழ்க்கையில் முன்-
னேறாமல், தலை தலைமுறையாக ஒரே வட்டத்துக்குள் உழன்று

கொண்டு, சில வீடுகளில் குடும்பத்திற்கு ஒன்றை நேர்ந்து விட்டமாதிரி வாழ்நாள் முழுக்க அந்தப் பிள்ளையைப் பாரம் சுமக்க வைத்து...

அதற்கும் இவர்கள் வாங்கும் சம்பளத்தில் குறைவில்லை. கடுமை-யான உழைப்புக்கு ஏற்ற கூலி கிடைக்கவே செய்கிறது. வார சம்பளம் மொத்தத்தையும் கூட்டிப் பார்த்தால் ஒரு அரசாங்க வேலை பார்க்கும் ஊழியரின் சம்பளத்திற்கு ஈடாகும். அப்படி இருந்தும் கடனிலும் கந்தி-லும் தொலைத்து, குடியில் அழிக்கும் மக்களே இங்கு அதிகம்.

இவற்றில் மாட்டாமல் இருப்பவர்கள் கூட சினிமா, பரோட்டா, பிரி-யாணி என்று ஒரே இரவில் அள்ளிவிடுவதும், வருடத்திற்கு இரண்டு மூன்று முறை குற்றாலம், பழனி, கொடைக்கானல் என்று வாரக்கணக்-கில் ரூர் போய்க் கேளிக்கையில் தொலைப்பதும் வெகு சகஜம்.

நாளை பொழுதிற்கு என்ன என்ற கவலையில்லாமல் அன்று கண்-டதை அன்றே செலவழித்து அன்றைய இரவே அடுத்த வார சம்ப-ளத்தை எதிர்நோக்கும் பெரும்பான்மை மக்கள்.

விதிவிலக்காகக் கட்டுசெட்டாகக் குடும்பம் நடத்துபவர்களும் இல்-லாமல் இல்லை, சாவித்திரி நடேசன் தம்பதியைப் போல, கார்த்தியின் அம்மா சின்னாயியைப் போல....

"இப்ப மட்டும் என்ன? அது யூனியன் ஆபிஸ்ல வாங்குற காசுல பத்து பைசா எடுத்து கொடுக்க சொல்லு. உயிரையே வுட்டுடும்.. தங்கச்-சிங்க கல்யாணத்துக்கு வாங்கின கடனு, அவளுகளுக்கு புள்ள பொறந்-தப்ப டவுன் ஆஸ்பத்திரிக்கு கூட்டிட்டு போக கந்துக்கு வாங்குன காசு, அதுக்குமேல அந்தாளு என் பட்டறை மொதலாளி கிட்ட வாங்கிட்டு ஓடுன பாக்கி வேற. ஒத்தை பொம்பளை ஓடாத் தேய்ஞ்சாலும் எந்த சென்மத்துல இந்த கடனெல்லாம் கட்டி முடிப்பேன், சொல்லு..."

"என்னவோ போ... எனக்கு மனசே வெறுத்துப் போச்சு. அவ அவ கல்யாணம் கட்டிக்கிட்டு சுகமா இருக்காளுக. நான்தான் கடங்காரியா நிக்குறேன்.... எல்லாரும் இது உன் கடமைங்கிற மாதிரி வேடிக்கை பார்க்குற கொடுமையை எங்க போய் சொல்லுவேன்..? எப்படியோ இந்த ரெண்டு பிள்ளைகளை வளர்த்து ஆளாக்கிட்டான்னா அதுவே பெரிய பாடு..." அழுது தீர்த்ததில் மனசு கொஞ்சம் தெளிவாக ஆனந்தி மூக்கை உறுஞ்சிக் கொண்டாள்.

"விடுடி ஆனந்தி, நீ செய்யுற நல்லது எல்லாம் உன் புள்ளைங்களுக்கு தான் திரும்பி வரும், நீ வேணா பாரு..." டீச்சர் ஆறுதலாகச் சொல்ல, "அதுதான்கா எனக்கும் வேணும்" ஆனந்தி கண்களை அழுந்த துடைத்துக் கொண்டாள்.

"என்ன வசந்தா, புள்ளைங்க எல்லாம் போயிடுச்சு, சாப்பிடலாமா?" வாத்தியார் குரல் கொடுத்தபடி உள்ளே வர, "சாரே டியூஷனு முடிச்சு வந்துட்டாரு, நீ போக்கா... நான் ஒரு கூறு கெட்டவ, உன்னை இவ்ளோ நேரம் புடிச்சு வச்சிட்டேன்..." எழுந்து மூலையில் சாய்த்திருந்த கட்டை விளக்குமாற்றை எடுத்து விளக்கிக் கழுவிய இடத்தைக் கூட்டித் தள்ளினாள்.

அவள் கொட்டிய பாரம் தன்னை அழுத்துவது போல உணர்ந்த டீச்சர் களைப்புடன் எழுந்தாள். "என்னமோ போடி... மனசே என்னமோ மாதிரி இருக்கு. சரி, நீயும் மூஞ்சை கழுவிட்டு வா.. தோசை தான் ஊத்தப் போறேன். இரண்டு தின்னுட்டு போ..."

"அதெல்லாம் வேணாங்கா... வூட்டுல சமைச்சு வச்சிட்டு தான் வந்தேன். நான் கிளம்புறேன், புள்ளைங்க தூங்காம முழிச்சிட்டு இருக்கும்..." சுருணைத் துணியை வைத்து அடுப்பு மேடையைத் துடைத்துக் கொண்டிருந்தவள், சின்ன யோசனையுடன் திரும்பினாள்.

"அக்கா எனக்கு ஒரு உதவி பண்ணுவியா? ஜோதியும் மீனாவும் பள்ளிக்கோடம் விட்டு வந்ததும் இங்க வந்து இருக்க சொல்லட்டுமா? இங்க படிக்குற புள்ளைங்களை பார்த்தாவது அதுங்களும் படிக்குமில்ல... வூட்டுல எந்நேரமும் டிவியும் சினிமாவுமா கூத்தடிக்குதுங்க... எங்க அதுங்களும் படிப்பு வராம இந்த சகதிக்குள்ளேயே விழுந்துடுமோன்னு எனக்கு பயமா இருக்கு..."

"நானா வேண்டாம்கிறேன்? வர சொல்லுனு நானும் சொல்லிக்கிட்டே தான இருக்கேன்.. எங்க கூப்பிடுவாளோன்னு அதுக ரெண்டும் என் தலையைக் கண்டாலே தெறிச்சு ஓடுதுங்க... நாளைல இருந்து வர சொல்லு... நான் பாத்துக்குறேன்..."

"எப்படியாவது அதுங்களை நல்லா படிக்க வைச்சுடு ஆனந்தி. படிப்பு தான் இனிமே எதிர்காலம், அதுங்க தலையெடுத்தாவது உனக்கொரு விடிவு காலம் பொறக்கட்டும். நாளை பின்ன படிப்புக்கு செலவாகுதுன்னு யோசிச்சு நிறுத்திடாதே, தேவைப்படும்போது நானும் சாரும்

உதவி பண்ணுறோம்"

டீச்சர் அனுசரணையாகப் பேசியது ஆனந்தியின் வெக்கை மிகுந்த உள்ளத்திற்கு இதமாக இருந்தது.

"நீ இத்தனை சொன்னதே போதும்கா. இந்த உடம்பை செருப்பா தைச்சுப் போட்டுக்கூட அதுங்களை படிக்க வைக்க நான் ரெடி, அதுங்க இரண்டும் நல்லா படிச்சா போதும், என்ன ஏதுன்னு அப்பப்ப எனக்கு சொல்லிக் கொடு, அதுவே பெரிய உதவி" என்றாள் நெகிழ்ச்சியுடன்.

கார்த்தியைப் பற்றி இவரிடம் சொல்லலாமா, வேண்டாமா என்று ஒரு நிமிடம் யோசித்தவள், 'இந்தக்காவை தவிர வேற யாரு இதை சரியா புரிஞ்சுக்க போறாங்க...' என்று தோன்ற "அக்கா.." மெல்லிய குரலில் டீச்சரை அழைத்தாள்.

"உங்கிட்ட ஒன்னு சொல்லணும், திட்ட மாட்டியே... நீ சரியா புரிஞ்-சுப்பன்னு நினைச்சுதான் உங்கிட்ட சொல்லுறேன்..." பெரிய பீடிகையு-டன் ஆனந்தி நிறுத்த, இவ்வளவு நேரம் இடி மின்னல் முழங்கிய குரல் திடிரெனக் குழையும் ரகசியம் புரியாமல் டீச்சர் அவளை வியப்புடன் பார்த்தாள்.

5

அன்று அதிகாலை பட்டறைக்கு வந்ததும் முதல் வேலையாக ஆள் இல்லாத தறிகளிடம் சென்று நின்றான் கார்த்தி. காலை ஷிப்ட் ஆரம்பிக்கும் எட்டு மணிக்குள் ஒவ்வொரு தறியையும் ஓட்டிப் பார்த்து, பிரச்சனை செய்வதைச் சரி செய்து, தறி போடுபவர்கள் ஓட்டுவதற்குத் தயார் நிலையில் வைக்க வேண்டும்.

'இந்த பதினாறையும் முடிச்சா தான் ஷிப்ட் முடியுறப்ப மத்ததை கவனிச்சு வெரசா கிளம்ப முடியும்...' மனசில் இருந்த உத்வேகம் விரட்டினாலும் சரியான தூக்கம் இல்லாததால் அவன் விழிகள் தீயாக எரிந்தன.

ராத்திரி ஓட்டமெத்தை பட்டறையைப் பார்த்துவிட்டு வீட்டுக்கு செல்லவே பன்னிரெண்டு அடித்து விட்டது. கோழித்தூக்கம் ஒன்று போட்டு நடுராத்திரி இரண்டு மணியிலிருந்து பேய் மாதிரி ஒவ்வொரு பட்டறையாக போய்க் கொண்டிருக்கிறான்.

ஓயாத உழைப்பும், அலைச்சலும் உடலை சக்கையாகப் பிழிய, அனேகமாக ஒவ்வொரு நாளும் இப்படித்தான் அலைய வேண்டியிருக்கிறது. மொத்தமாக வந்துள்ள இந்த ஜெர்மன் ஆர்டர் முடியும் வரை இதே கதை தான் தொடரும் போல.

ட்ராபாக்ஸ் தறியில் அதற்குரிய பாவு உருளையைப் பொருத்தி, கம்ப்யூட்டர் டிசைனில் போட்டு வந்திருந்த நூல் டிசைனுக்கு ஏற்றவாறு நாலு நாடாக்களிலும் தார்நூல் செலுத்தி கலர் துண்டு போடும் தறிகளைத் தயாராக வைத்தான்.

வேட்டி முனையில் டிசைன் போடும் டாபி தறியின் கூண்டில் மஞ்சள் சிவப்பு மெல்லிசு நூல் தார்களை பொருத்தி ஓட்டிப் பார்க்க, பளிச்சென்ற அன்னபட்சி டிசைன்கள் வந்து விழுந்தன, அவற்றைக் கையில் தூக்கி

வெளிச்சத்தில் பார்த்தான். கூர் மூக்கும் ஒயிலான உடம்புமாக டிசைன் சரியாக விழுந்திருந்ததில் மனசு நிறைவாக உணர்ந்தது. திருப்தியுடன் அடுத்த தறிக்கு நகர்ந்தான்.

ஏற்கனவே ஓடி தீர்ந்திருந்த பாவை வாட்ச்மேன் உதவியோடு கழற்றி, அவன் புதுப் பாவை தூக்கி வந்து பொருத்தியதும் அச்சு புனைக்கிற சந்திரன் பழைய இழைகளையும் புதிய இழைகளையும் இணைக்கிற வேலையை செய்தான். அவன் லாவகமாக இழை பிணைப்பதை சில நிமிடங்கள் நின்று பார்த்தான் கார்த்தி.

"இதை குடிச்சுப்போட்டு பண்ணப்பு" வாட்ச்மேன் தாத்தா வாங்கி வந்த டீயை குடித்தபடி நேற்றிரவு பிரச்சினை செய்தது என்று அவர் குறித்து வைத்திருந்தவற்றை ஓட்டிப் பார்த்தான்.

ஒன்றுக்கு மூக்கு திரும்ப வேண்டி இருந்தது. பத்தாம் நம்பர் கெட்டி நூல் ஓடிய சாதா தறியில் கழண்டு விழ காத்திருந்த ஊள போல்ட்டை ஸ்பேனர் கொண்டு முடுக்கிவிட்டான்.

"ஆச்சு கார்த்தி... நான் கிளம்பட்டுமா?" சந்திரன் தன் வேலையை முடித்துக் கொண்டு கிளம்ப, கார்த்தி அச்சு புனைந்து தயாராக இருந்த தறிகளில் டிசைனுக்கு ஏற்றவாறு நாடாவில் தார் நூல் செலுத்தும் மிச்ச வேலையை செய்தான்.

"இந்த வெள்ளைத் துண்டு போட்டுருக்க தறியோட ஒரே ரோதனை கார்த்தி, பேசாம அடுத்த வாரத்துல இருந்து எனக்கு வேற தறியை பார்த்துக் கொடு" நடுவில் பழனி வந்து இரைச்சலான குரலில் புகார் படிக்க, செய்யும் வேலையை நிறுத்தி விட்டு அவனைக் கவனிக்க வேண்டியிருந்தது.

பழனி தறியில் ஒன்றும் பாதியுமாக நூல் வெளியோட்டம் ஓடியது. அவனை ஒரு பார்வை பார்த்த கார்த்தி, தறியை நிறுத்தி அடித்தண்டை கழற்றி மீண்டும் மாட்டி இயக்கினான். இழை ஓட்டிப் பார்க்க இப்போது சரியாக ஓடியது.

"அதுக்குத்தான் நீ வேணும்ங்கிறது கார்த்தி..." பழனி அசடாகச் சிரிக்க, பதில் ஒன்றும் சொல்லாமல் கார்த்தி எரிச்சலுடன் அடுத்த வேலையைப் பார்க்கப் போனான்.

சிலர் இப்படித்தான். காலம் காலமாக இந்தத் தறியுடனே குடும்பம் நடத்தி எதனால் பிரச்சனை, எங்கு எதை முடுக்க வேண்டும் என்று

எல்லாம் தெரிந்தாலும் சின்னச் சின்னச் சிக்கல்களுக்குக் கூட ஓடி வந்து குறை சொல்லும் ரகங்கள்!

இதற்குத்தான் இவன் பேயாகப் பறப்பது, ஏதாவது ஒன்று நொட்டை என்றாலும் இதற்கென்றே காத்திருக்கும் சில தற்குறிகள் 'என்னோடது ஓடமாட்டேங்குது மேஸ்திரி, நீ வந்து பார்த்தா ஓட்டுறேன், இல்லேனா வூட்டுக்கு கிளம்ப வேண்டியது தான்' என்று சாக்கு சொல்லி உட்கார்ந்து விடுவார்கள்.

பாவு பொருத்தி, அச்சுப் புனைந்து, டிசைனுக்கு ஏற்றமாதிரி நாடாக்-களில் கலர் கணக்காக நூல்களைச் செலுத்தி, ஓரடி போல ஒரு ஓட்டமே ஓட்டி வைத்திருந்தாலும் கூட வெறும் பிரேக்கை தள்ளி ஓட்டுவதற்கு ஒரு சிலருக்கு அத்தனை சுணக்கம். பிறகு, ஏன் பீஸ் ஏறவில்லை என்று வையும் முதலாளிக்கு இவன் தான் பதில் சொல்ல வேண்டும்.

மணி அடித்தது போல சரியாக ஏழே முக்காலுக்கு முதலாளி தன் எம்சய்ட்டியில் வந்து இறங்கினார். சுற்றி இருக்கும் எட்டு பட்டறைக-ளையும் அதிகாலையிலேயே சுற்றி வந்துவிடுவார்.

"என்ன கார்த்தி, எதுவும் பிரச்சினை இல்லல்ல... ஆர்டர் வேலை எப்படி போகுது?"

"வெள்ளைத் துண்டு ரகம் இந்த வாரத்தோட முடிஞ்சிடுமுங்க. ஆர்ஜி சட்டை துணிக்கு தேவையான பாவு ஓடிட்டு இருக்கு, இன்னும் இரண்டு நாள் ஓட்டுனா அடுத்தவாரம் தறில போட சரியா இருக்கும்"

"ம்ம்..." என்றபடி டிசைன் மாற்றும் தறிகளிலிருந்து அவன் அறுத்து வைத்திருந்த பீஸ் துணிகளைக் குத்துமதிப்பாகத் தூக்கிப் பார்த்தார். "ஆறாயிரம் மீட்டர் ஓடி இருக்குமா...?"

"நம்பர் பதினைஞ்சு முதலாளி, கெட்டி ரகமுல்ல... இங்கே எட்டாயி-ரத்து கிட்ட இருக்கும்... ரெண்டு நாளா தறில அறுக்காததையும் சேர்த்து பத்துக்கு மேல ஓடியிருக்கும்...." அவர் ஒரு சுற்று வந்து விட்டு ஆபிஸ் அறையில் வந்து அமர்ந்தார்.

"வேட்டி ஆர்டர் எப்படி போகுதுடா? எத்தனை பாவு ஓடி முடிச்சி-ருக்கு...?"

"அறுநூறு மீட்டர் பாவு எட்டும், ஆயிரம் மீட்டர் பாவு இரண்டும் ஓடி முடிஞ்சுருக்குங்க.." குறித்து வைத்திருந்த பாவு கணக்கை சொன்-னபடி அவரெதிரே இருந்த பேல் அடுக்கில் உட்கார்ந்தான்.

"ம்ம்.." மனக்கணக்கிட்டவர், "ஐயாயிரம் வேட்டில வேணும். நீ மூவாயிரத்து சில்லறைக்கு கணக்கு சொல்ற?" கண்களை மூடி மனக்கணக்கிட்டபடி கேட்டார்.

ஆயிரம் மீட்டர் பாவு ஓடினால் ஐநூறு வேட்டிகள் கிழிக்கலாம், வேட்டிக்கு இரண்டு மீட்டர் என்ற கணக்கு.

"இன்னும் நாலு தறில ஆயிரம் மீட்டரை ஏத்தி விட்டுருக்கேனுங்க... இந்த சனிக்கிழமைக்கு முடிஞ்சுடும். பத்தாயிரம் மீட்டரு டெலிவரி பண்ணது போக நன்னூறு வேட்டி சில்லறை வியாபாரத்துக்கு நிக்கும்..."

"ம்ம்.. நல்லது" முதலாளி திருப்தியாகத் தலையசைத்தார்.

"எல்லா பயலும் வந்துடுவானுங்கல்லடா... இல்ல ஹால்டிங் ஆள் சொல்லணுமா...?"

"தேவைப்படாதுங்க. ஹால்டிங் ஆள் வந்தான்னா ஓட்டுறானோ, இல்லையோ தறிக்கு எண்பது ரூபா எடுத்து வைக்கணும்... ஒழுங்காவும் ஓட்ட மாட்டானுங்க... தண்டக்காசு... இதுவரைக்கும் யாரும் லீவு சொல்லல.. அப்படி யாராவது வரலைன்னா பதினோரு மணிக்கு மேல வந்து நான் ஓட்டிக்குறேன்..."

"பாத்துடா... தூங்காம கொள்ளாம இங்கேயே சுத்தி உங்க ஆத்தா எங்கிட்ட சண்டைக்கு வர போகுது" வேட்டியை மடித்துக் கட்டிக் கொண்டே அவர் கிளம்பினார்.

"அதெல்லாம் வராது முதலாளி..." கார்த்தி பய்யமாகச் சிரித்தான். "அந்த கணக்கு வந்தான்னா பீஸ் கணக்கு பார்க்க சொல்லு, இந்த வார சம்பள கணக்கு போடணும், மணி எட்டரையாச்சு.. இன்னும் அந்த கொம்பனை காணோம்."

"சரிங்க..." என்ற கார்த்தி இவரிடம் கணேசனைப் பற்றிச் சொல்ல லாமா என்று யோசித்தான்.

வண்டியைத் திருப்பி ஏறி ஸ்டார்ட் செய்தவர் என்ன நினைத்தாரோ, சாவியைத் திருப்பி அணைத்துவிட்டு "கார்த்தி, இங்க வா" இவனை மெலிதான குரலில் அழைத்தார்.

"பயலுக்கு ரொம்ப தெனாவட்டு ஜாஸ்தியா போவுது... கொஞ்சம் தட்டி வைக்கணும்னு நினைக்கிறேன்டா... கணக்குல கூட குளறுபடியா இருக்கு, கேட்டா அப்படியான்னு தலையை சொறியுறான், நீ சொல்லுற நூல் கணக்கும் அவன் காட்டுறதும் ஏறுக்குமாறா இருக்கு.... சொந்தக்-

கார பயலாச்சே, விட்டுப்புடிக்கலாம்னு பொறுமையா இருக்கேன், நீயும் ஒரு கண்ணு வச்சுக்கோ..."

தான் சொல்வதற்கு முன்பே முதலாளி உணர்ந்து கொண்டதில் கார்த்தி 'ஆகட்டும்' என்று தலையசைத்தான்.

'அதானே, இவரென்ன சாதாரண ஆளா? ஆளை பார்த்தவுடனே நாடி பிடிக்க தெரியாமலா இருநூறு தறிகிட்ட ஓட்டுறாரு?' என்று நினைத்தவனுக்கு, தன்னிடம் பீஸ் அளவு கேட்டது கூடத் தன்னைச் சோதிக்கத்தானோ என்று இப்போது தோன்றியது.

அவர் கிளம்பியதும் தானும் தன் வண்டியில் கிளம்பி ஆலாம்பா- ளையம் வரை சென்று ஓடி எடுக்க ஆள் சொல்லி விட்டு வருவதற்குள் ஆனந்தி பட்டறைக்குள் வந்து தன் தறிகளை ஓட்ட ஆரம்பித்து இருந்- தாள்.

"எதுக்கு இப்படி வேகமாக ஓடி வர...? புள்ளைங்கள பள்ளிக்கோ- டத்துக்கு அனுப்பிட்டு வரலாமில்ல... உன் தறியை நான் ஓட்டி விட்டுட போறேன்..."

அவனை அருகே கண்டதும், "நீ எங்க கிளம்பி போயிட்டியோன்னு நினைச்சேன்.." ஆனந்தி முகம் மலர்ந்து சிரித்தாள். காலையிலேயே ஆற்றுக்குப் போய் வந்த அறிகுறியாக அவள் கூந்தல் நனைந்து இருந்- தது. காதோரம் முடியெடுத்து பைப்பின்னல் போட்டு கனகாம்பர நிற புட- வையில் கண்களுக்குக் குளிர்ச்சியாக இருந்தாள்.

"அது எப்படி உன்னை பார்க்காம போவேன்....? ஒருநாளை பார்த்த- மாதிரி எதுக்கு இப்புடி குண்டாந்தடியா ஓடி வர்றனு தான் கேட்குறேன்" லேசான மஞ்சள் பூச்சில் சிவந்திருந்த அவள் முகத்தைக் கார்த்தி ஆழமாகப் பார்த்தான்.

"அதெல்லாம் வேணாம் கார்த்தி... அப்புறம் சொல்லாகி போகும். ஏற்கனவே பட்டறைக்குள்ள எல்லாரும் முன்ன வுட்டு பின்ன பேச எப்ப எப்பன்னு காத்திருக்காங்க... நீ வேற... அதுங்களுக்கு என்ன பழக்- கம் தானே... சோத்தை வடிச்சுட்டு செட்டியார் கடைல இருந்து வடை வாங்கி வச்சிருக்கேன், அதுங்களே போட்டு சாப்டுட்டு போய்க்குங்க..."

"என்ன இருந்தாலும் ரெண்டும் சின்ன பிள்ளைங்க" என்றவன், "வீட்டுல பேசலாம்னு இருக்கேன் ஆனந்தி, முதல்ல அம்மாட்ட தான் சொல்லணும்" அன்று இரவு பேச நினைத்து பேச முடியாததைச்

சொல்ல, ஆனந்தி தயக்கமாக நிமிர்ந்து பார்த்தாள்.

சொன்னவுடன் ஆர்வமாய் அவனைப் பார்த்த அவள் விழிகளில் மெல்ல மெல்ல ஒரு அச்ச அலை பரவியதை அவனால் உணர முடிந்-தது.

"அது ஒத்துக்குமா...? பயமா இருக்கு கார்த்தி..."

"எல்லாம் ஒத்துக்கும், ஒத்துக்காம எங்க போகுது... உனக்கு கட்டாம சின்னவனுக்கு கட்டி வச்சுட்டு இப்படி ஒண்டியா நிக்குறியேன்னு ஜாடை பேசிட்டு தானே திரியுது" அவன் அலட்சியமாகச் சிரிக்க, ஆனந்தி வெளிறிய முகத்துடன் தறியில் குனிந்தாள்.

உண்மையில் அவன் அளவு தைரியம் எல்லாம் அவளுக்கு இல்லை. எல்லாம் ஒழுங்காக நடக்குமா என்று உள்ளுக்குள் எப்போதும் அரிக்கும் பயப்பூதம் இப்போது குதித்து மேலெழும்பி 'உனக்கு அந்தளவு அதிர்ஷ்-டம் எல்லாம் இருக்கா என்ன?' கேலியாகக் கெக்கிலி பிக்கிலி காட்டி-யது. வாழ்க்கையில் அதிகம் சேதாரப்பட்டு நிற்பவள் அவள் தானே.

"பார்த்து சூதானமா பேசு கார்த்தி... அது கோபப்பட்டாலும் நீ கத்தி-டாதே. இப்படி ஒருத்தியை கட்டறதுனா அதுக்கும் வெசனம் இருக்கும்ல, அது வேணாம்னு சொன்னாலும் அது நியாயம் தான்..."

கார்த்தி அவளைச் சலிப்புடன் பார்த்தான்.

"ஆமா, நீ ஊருக்கெல்லாம் பாரு, உனக்குன்னு யாரு பாக்கு-றாங்க...?" அவளுக்கு உதவியாக லென்சில் இழை போய் நின்றிருந்த தறியில் இழை கொடுத்து தறியை ஓட்டிவிட்டான்.

"அதெல்லாம் நான் பார்த்துக்குறேன், நீ போய் சாப்ட்டுப்போட்டு தூங்கு... எந்நேரமும் இந்த சூட்டுக்குள்ளேயே இருந்திருந்து முடி எல்-லாம் கொட்டி போகுது"

"ஏன் முடி எல்லாம் கொட்டி சொட்டையா போனா கட்ட மாட்-டியோ...!?" அவன் மிக அருகே வந்து தோளோடு தோள் உரசி நின்றதில் "கார்த்தி..." ஆனந்தி மெல்ல சிணுங்கினாள்.

"அலமேடு பட்டறையெல்லாம் பார்த்துட்டு தானே இங்கு வந்த... இப்படி ஒரேமுட்டா ஓடாத கார்த்தி, உடம்பு வீணா போச்சுன்னா மொத-லாளியா தருவாரு"

"நாலு வேலையா அலையுறதுல பகல் பொழுது போயிடுது புள்ள, தறி வேலையை ராத்திரியோட ராத்திரியா தான் பார்க்க வேண்டியிருக்கு,

என்ன பண்றது, அலைச்சலு தான், கொஞ்ச நாள்ல சரியா போயிடும்..."

மேஸ்திரி வேலை பார்த்துக் கொண்டே நூல் வாங்கி விற்கும் தொழிலில் சமீப மாதங்களாக இறங்கியிருந்தான். முதலாளியே தனக்கு பாவு போடுபவர்களிடம் சொல்லி வைப்பதில் சிலர் இவனிடம் இருந்தே கொள்முதல் செய்து கொள்கிறார்கள், சங்கத்தில் உள்ள சிறு முதலாளி- களுக்கும் இவனை கை காட்டி விடுவதில் அந்த உபதொழில் கொஞ்சம் கொஞ்சமாக விரிவடைந்து கொண்டிருந்தது.

"பார்த்து நெதானமா பண்ணு கார்த்தி, அகலக்காலு வச்சுப்பு- டாதே..."

அவளுடைய சுண்டுவிரலை தன்னுடைய விரலில் கோர்த்தபடி அவன் விளையாட, கார்த்தி அருகே நெருக்கமாய் நின்று பேசிக் கொண்டிருந்த ஆனந்தி சட்டென்று விறைப்பானாள்.

"கிளம்பு, கிளம்பு..." நடேசன் ஜன்னல் ஓரம் சைக்கிளை நிறுத்து- வதைப் பார்த்து கை ஜாடை சொல்லி அவள் நகர்ந்து கொள்ள, "இவ என்னடி இவ... ஒரேயடியா சிலுத்துக்குறா..." கார்த்தி கடுப்படித்தான்.

"அங்க இங்க பேச்சுக்கு நிக்காம போய் தூங்கு... நைட்டு வீட்டுக்குப் போனியா இல்லையா, கண்ணெல்லாம் பொங்கி கெடக்கு, வண்டில போறப்ப பார்த்து சாக்கிரதையா போ..."

அவன் கோபத்தை ஈடு கட்டுவது போல, நடேசன் உள்ளே வரும் இடைவெளிக்குள் காதருகே வந்து ஏற்கனவே சொன்னதையே சொல்லி முணுமுணுத்தவளைக் கண்டு அவனுக்குச் சிரிப்பு வந்தது.

"ம்ம்... சரி..." வேகமாய் அவள் கையைப் பற்றி அவள் புறங்கையில் முத்தமிட்டவன், அதே வேகத்தில் விலகி தலையசைத்துக் கிளம்பினான்.

"எத்தனை சீக்கிரம் ஓடி வந்தாலும் எப்படி புள்ள நீ முன்னாடி இருக்க...?"

வேகமாக உள்ளே வந்த நடேசன் இவளிடம் கேட்டபடி தன் தறிக- ளிடம் செல்ல, பதில் ஒன்றும் சொல்லாமல் வெறுமனே சிரித்த ஆனந்தி லென்ஸ் பார்த்து குனிந்து கொண்டாள். எப்போதும் பதினோரு மணி போல வரும் சாவித்திரி அக்காவும் இன்று புருஷன் பின்னாடியே வந்- தது.

"என்னக்கா... நீயும் வெள்ளன வந்துட்ட...?"

"மத்தியானம் ஒரு தெரட்டிக்கு போனும், புள்ள.. அதுதான் சீக்கிரம் வந்தேன்" என்ற சாவித்திரி, கணவன் தன் தறிகளையும் கவனிக்கும் சவுகரியத்தில் ஈர முடியை தட்டி விட்டபடி ஜன்னல் திட்டில் அமர்ந்தாள்.

கால் அசர உட்கார்ந்திருப்பவளை ஆனந்தி ஒரு நிமிடம் கண் எடுக்காமல் பார்த்தாள். என்னவோ சமீப நாட்களாகவே தம்பதிகளாய், ஜோடி ஜோடியாய் உலவுபவர்களைக் காண அவள் நெஞ்சம் பொங்கி கொண்டு வந்தது.

ஏதோ ஒரு ரகசிய ஆர்வம் வயிற்றில் இருந்து கிளம்பி தொண்டையை அடைப்பது போல, அவர்களையே வெறிக்க வெறிக்கப் பார்க்க வேண்டும் போல, என்ன பேசுகிறார்கள், என்ன ஜாடை செய்கிறார்கள் என்று கவனிக்க வேண்டும் போல...

சத்தியமாய் அந்த உணர்வுக்குப் பெயர் பொறாமை இல்லை. எப்போதோ துவண்டு காய்ந்து மறைந்திருந்த உணர்வுகள் மீண்டும் ஜனிப்பது மாதிரி... அபூர்வமாய் மண்ணில் விழும் மழைநீரில் சடசடவெனத் துளிர்க்கும் தளிர்களின் வேகத்தை ஒத்த பரவசமும், ஏக்கமும்...

யாரும் தோள் கொடுக்க ஆளில்லாமல் ஒற்றைப் பனையாகவே நின்று விட்டவளுக்கு இப்போதெல்லாம் சாய்ந்து கொள்ளத் துணை தேடி மனசு அலை பாய்ந்தது.

கார்த்தி நெருங்கும்போதெல்லாம் விலகிக் கொள்பவள் தான், எனினும் தன்னுள் பொங்கும் உணர்வுகளை, அரிக்கும் ஏக்கங்களை அவள் மனது அறியாமல் வேறு யார் அறிவார்?

உள்ளே வந்ததும் வராததுமாகக் காரியமே குறியாய் ஒவ்வொரு தறியாக ஓட்ட ஆரம்பித்திருந்த நடேசன் தனக்கான எட்டு தறிகளையும், அந்த அக்காவுக்கான நான்கு தறிகளையும் ஓட விட்டிருந்தார். ராணுவ கட்டுப்பாடு போலத் தினமும் சரியாய் ஒன்பது மணிக்கு பட்டறைக்குள் வருபவர் தங்களுக்கான அத்தனை தறிகளையும் ஓட்ட ஆரம்பித்த பிறகு தான் பக்கத்தில் நிற்கும் ஆளையே நிமிர்ந்து பார்ப்பார்.

பதினோரு மணி போல வீட்டு வேலை எல்லாம் முடித்து அந்த அக்கா மாற்றி விட வரும்வரை ஒரு நிமிடம் கூட இந்தண்ணன் உட்கார்ந்து யாரும் பார்த்ததில்லை. சாவித்திரியக்கா வந்ததும் வீட்டுக்குப் போய்க் குளித்து, சாப்பிட்டு, கொஞ்ச நேரம் தூங்கி விட்டு மதியம் ஒன்-

னரை, இரண்டு போலக் கையில் டிபன் கேரியருடன் வருவார்.

அந்தக்கா புருஷன் கட்டி எடுத்து வரும் சோற்றைத் தின்றுவிட்டு சிறிது நேரம் உட்கார்ந்தபடியே அசரும். ஐந்தரை வரை அவருக்குக் கூடமாட இருந்துவிட்டு அது கிளம்பினால் இந்த அண்ணன் எல்லாத் தறிகளையும் கவனித்து ஷிப்ட் முடியும் எட்டு மணிக்கு புறப்படுவார். நடேசண்ணன் இங்கு எடுக்கும் சைக்கிள் சரியாகப் பத்து நிமிடத்தில் வீடு போய்த் தான் நிற்கும். ஒரு பீடி, சிகரெட்டோ, அங்கே இங்கே பழமை பேசி நிற்பதோ எதுவும் கிடையாது.

'கூட இந்த மாதிரி ஆள் மாத்தி வுட இருந்தா எத்தனை அனு-சரணையாக இருக்கும்...' ஆனந்திக்கு இவர்களைப் பார்க்க, பார்க்க ஆச்சரியமாகவும், ஒருவிதத்தில் ஆசையாகவும் இருக்கும். வேலைக்கு வரவே பிடிக்காமல் சோர்ந்துபோய் வரும் நாளில் கூட இவர்களைக் கண்டால் தன்னால் உற்சாகம் வந்துவிடும்.

புருஷனும் பொண்டாட்டியுமாகக் கடுமையாக உழைத்து வாரம் ஆறாயிரம் ஏழாயிரத்துக்குக் குறையாமல் சம்பளம் வாங்குகிறார்கள். இரண்டு பிள்ளைகளையும் இந்தத் தொழிலுக்குள் புகுத்தி விடாமல் கருத்தாய்ப் படிக்க வைப்பதில் பெரியவன் திருச்செங்கோட்டில் காலேஜ் படிக்கிறான். மூன்றாம் வருடம் அவர்களே வேலைக்கு எடுத்துக் கொள்-ளும் பெரிய படிப்பாம்.

மாங்கு மாங்கென்று உழைத்தாலும் தலை எடுக்காத எத்தனையோ குடும்பங்களுக்கு இடையே இந்த மாதிரி முன்னால் நடப்பவர்கள் இங்கு வெகு அபூர்வம். பொண்டாட்டிக்கு அனுசரணையாய், கட்டு திட்டமாய், முக்கியமாய் எந்தக் கெட்ட பழக்கமும் இல்லாமல் இந்தண்ணன் இருப்-பதால் தானே இத்தனையும் சாத்தியம்!

சாவித்திரியக்கா காதில் பூ தோடும், கழுத்தில் சன்னமான கோதுமை செயினுமாக வளைய வரும். அந்த அக்காவிடம் பேசும்போது முதலாளி அம்மா கூட அதட்டி பேச மாட்டாள். எடுபிடி வேலை வாங்காமல், 'டி' போட்டு ஏசாமல் மரியாதையாக நடத்துவாள்.

ஆயுத பூசை நேரம் சாமிக்கு படையல் போடும்போது 'சாவித்திரி, விளக்கேத்து...' என்று முன்னால் வைத்துக் கொள்வாள். 'சும்மாவா சொல்லியிருக்காங்க, கொண்டவன் தொணை இருந்தா கூரையேறி கூவ-லாம்னு....' சாணிப்படரின் மஞ்சள் கரையேறிய தன் உள்ளங்கை காய்ப்புகளை உதடு குவித்து ஊதியபடி ஆனந்தி முணுமுணுத்துக்

கொள்வாள்.

வெறும் மதிப்பு மட்டுமில்லை. நம்பிக்கையும் கூட. மகன் படிப்பிற்காகக் கிட்டத்தட்ட இரண்டு லட்சம் பாக்கி கொடுத்திருக்கிறார்கள், காகிதம், பத்திரம் என்று எதுவுமில்லாமல்.

'உனக்கு ஏன் இத்தனை பொகச்சல்? ஒத்த பொம்பள உன்ன நம்பியே ஒரு லட்சத்துகிட்ட பாக்கி இருக்கு, இவங்கள நம்பி ஏன் கொடுக்க மாட்டாங்க...?' என்று எண்ணியவள், 'ஏன், நீ கூட தான் கொடுத்து வச்சவ... கார்த்தி மாதிரி ஒரு ஒழுக்கமான ஆம்பளை கிடைக்கணும்னா சும்மாவா...? ஒரு குடி உண்டா, பீடி, சிகரெட் உண்டா...? எட்டு பட்டறையையும் அதை நம்பில்ல வுட்டுருக்காரு மொதலாளி' அவனைப் பற்றி நினைக்க நினைக்க நெஞ்சம் விம்மிப் போவதும் உண்டு.

தலைகொள்ளா பெருமையுடன் பூரித்து நிற்கும் அதே நேரம் தன்னைப் போல ஒருத்தியை அவன் கட்ட நிற்பது நிச்சயம் தானா என்று உள்ளுக்குள் பயங்கரப் பதற்றமாகவும் உள்ளதே.

அது ஆத்தாளின் வாய் ஊர் அறிந்த ஒன்று. அது 'மாட்டேன்' என்று சண்டித்தனம் செய்தால்.... 'சே சே... கார்த்தி அப்படி ஒன்னும் என்னை விட்டுடாது' அவன் மேலிருந்த இமாலய நம்பிக்கையில் அடிக்கடி சரியும் மனதை தூக்கி நிறுத்திக் கொள்கிறாள்.

ஆச்சு, இந்த மாசி வந்தால் அவளுக்கு இருபதெட்டு முடியப் போகிறது. இத்தனை வருஷங்களுக்கு அவள் அறிந்து ஒரு சுகமும் அனுபவித்ததில்லை. இனிவரும் காலமாவது நிம்மதியாக, அமைதியாகக் கழிய வேண்டும் என்று ஏமாற்றங்களை மட்டுமே அனுபவித்த உள்ளம் ஏங்கியது.

அவன் தன்னை உள்ளங்கையில் தாங்கி தலைக்கு மேல் உயர்த்தி வைக்க வேண்டாம். குறைந்தபட்சம் தெருவில் இழுத்து போட்டு அடிக்காமல், குடித்துவிட்டு வாயில் வந்த வசவுகளைச் சொல்லி வையாமல், காசு கேட்டு ஆக்கிவைத்த சோற்றுப் பானையை எட்டி உதைக்காமல் இருந்தாலே போதும் என்று தோன்றியது.

"கார்த்தி, காலம் முச்சோடும் இதே மாதிரி சலிக்காம உழைக்கத் தயாரா இருக்கேன்... நடேசன் அண்ணன் மாதிரி, நம்ம முதலாளி மாதிரி, டீச்சரூட்டு வாத்தியார் மாதிரி பொண்டாட்டிய ஒரு மனுஷியா மதிச்சு நடத்தினா அதுவே எனக்குப் போதும்பா"

ஒரு முறை அவள் ஏதோ ஆதங்கத்தில் புலம்பினாள்.

அவளது வெடிப்பு விழுந்த கையைத் தன் கரத்தில் எடுத்துக் கொண்டவன், "உன்னை ராசாத்தி மாதிரி வச்சுப்பேன், அப்படி வச்சுப்-பேன், இப்படி வச்சுப்பேன்னு வசனம் போட்டு எனக்கு சொல்ல தெரி-யாது புள்ள.. நிச்சயம் நீ கண்ணு கலங்குற மாதிரி நடந்துக்க மாட்-டேன்..." தணிந்த குரலில் ஆழமாக சொன்னபோது இவள் அடிவயிறு குழைந்து போனது.

அன்று அவன் சொன்னதை நினைக்கும்போது இப்போதும் அவள் கண்கள் கலங்கின.

'உன் மேல நான் கொள்ளை நம்பிக்கை வச்சிருக்கேன் கார்த்தி, என்னை அம்போன்னு வுட்டுப்புடாத...' மனதுக்குள் முனகியவளுக்கு மடிந்து மடியில் முகம் புதைத்து யாருமற்ற தனிமையில் கொஞ்சநேரம் உட்கார வேண்டும் போலிருந்தது.

'அப்படி அக்கடான்னு உட்காரவும் ஒரு கொடுப்பினை வேணும்'

நின்ற நினைப்பில் தன்னைப் போலக் கண்ணோரம் பொங்கிய ஈரத்தை புறங்கையால் துடைத்தெடுத்தவள், நாலாவது தறி இழை விலகி தன்னால் நின்று போனதில் தன்போக்கான யோசனைகளில் இருந்து கலைந்தாள்.

அதற்குப் பிறகு ஒன்று மாற்றி ஒன்று தொடர்ந்த வேலைகள் அவளை உள்ளிழுத்துக் கொண்டன.

"டீ வாங்கி வரப் போறேன், உன் சொம்பைக் கொடு புள்ள..." பதினோரு மணி போல வாட்ச்மேன் தாத்தா வந்தபோது, "அப்படியே இரண்டு கீரை வடையும் சொல்லு தாத்தா... காலைல ஒன்னும் திங்காம வந்தது வயிறு காந்துது...." சில்லறையை எடுத்துக் கொடுத்தாள்.

"அண்ணே, கொஞ்சம் பாத்துக்கோ..." பக்கத்து தறி ஓட்டுபவனிடம் சொல்லி, கட்டிடத்துக்குப் பின்னால் இருந்த ஒற்றை அறைக்குச் சென்-றாள். இது கட்டி இரண்டு வருடங்கள் தான் ஆகின்றன.

ஆரம்பத்தில் பாத்ரூம் கட்ட முரண்டு பிடித்த முதலாளியை, 'பொம்-பளை புள்ளைங்க அந்த சந்துக்குள்ள போய் ஒதுங்குறதைப் பார்க்க கன்றாவியா இருக்கு.. இன்னும் எந்த காலத்துல இருக்கீங்க நீங்க...?' என்று கார்த்தி சண்டை போட்டு, மலர் எடுத்துச் சொல்லி பிறகு ஒத்-துக்கொண்டார் என்று கட்டிட வேலை ஆரம்பித்த சமயம் பாவாயிக்கா

சொன்னது.

அதற்கு முன்னால் வரை இரண்டிரண்டு பேராகத் துணையோடு சென்று, சந்து முனையில் நின்று யாராவது வருகிறாரா என்று பார்த்து, அவதியவதியாக உட்கார்ந்து எழ வேண்டும். எந்தப் பெண்ணும் பட்டறையில் இல்லை என்றால் சந்துக்குப் போக முடியாமல் அடக்கி அடக்கி கடுப்பு பிடித்து விடும்.

வீட்டுக்குப் போனவுடன் சொம்பு சொம்பாகத் தண்ணீர் ஊற்றினாலும் நீர் பிரியாமல் சூடு பிடித்துக் கடுக்கும் அவஸ்தை அது. மற்ற நாட்களில் கூடத் தேவலை.

தூரமான நாட்களில் துணியை மாற்றவும் வழியில்லாமல், இரண்டாம் மூன்றாம் நாள் தொடையெல்லாம் அறுத்து சாய்ந்து சாய்ந்து நடப்பதில் நடையே மாறிப் போகும். இன்னொரு பெண்ணிடம் கூடச் சகஜமாகப் பகிர்ந்து கொள்ள முடியாத தயக்கத்தில் இரவு முழுக்கத் தேங்காய் எண்ணையைத் தடவியபடி சேலை படாமல் புரள வேண்டிய துயரம்.

இந்த அறை கட்டியதில் இருந்து அந்த அசவுகரியங்கள் எல்லாம் குறைந்திருந்தன. கதவு இருக்கும் தெம்பில் நிதானமாய் உள்ளே சென்று விட்டு வெளியே வந்த ஆனந்தி கதவைப் பூட்டினாள். தொட்டியில் நிரப்பி வைத்திருந்த தண்ணீரை மொண்டு பின்னங்கால்களில் ஊற்றியவள், முகத்தையும் அடித்துக் கழுவிக் கொண்டாள்.

காலையிலிருந்து காபி தண்ணி எதுவும் குடிக்காமல் தாகத்தில் நாக்கு வழண்டது. பீஸ் மடிக்கும் அறைக்கு வந்து சாவியை எடுத்த இடத்தில் மாட்டியவள், மூலையில் மண் குவித்து வைத்திருந்த பானை நீரை சொம்பு நிறைய மொண்டு கடகடவென ஒரே மூச்சில் குடித்தாள்.

இன்னொரு சொம்பு மொள்ளும்போது முதலாளி அறை திறந்திருப்பது கண்ணில் விழுந்தது. 'மொதலாளிதான் வந்துட்டு போயிட்டாரே... கார்த்தி இன்னும் கிளம்பலியோ...?' அவள் சற்றே தலை சாய்த்து எட்டிப்பார்க்க முதலாளி அமரும் சேரில் தெனாவட்டாக உட்கார்ந்திருந்த கணேசன் பூனைக் குரலில் ஏதோ பேசிக்கொண்டிருந்தான்.

மேசையில் இருந்த செல்லில் இருந்து ஏதோ ஒரு பாடாவதி பாடல் பின்னணி பாட, அவன் அருகே நெருக்கமாகச் சுவரில் சாய்ந்தபடி சவிதா. அவள் சாய்ந்து நின்ற கோலமும், கணேசனின் இளிப்பும், உரிமையான சரசமும் இவள் அடிவயிற்றைக் கலக்கின.

'உள்ள நுழையலாமா... இல்ல சாவித்திரியக்காவை கூப்டு வுடலாமா....' என்று அவள் யோசிப்பதற்குள், "ஏ புள்ள... அங்க என்ன பண்ற நீ...?" பொறுக்கமுடியாமல் கணேசனின் அடுத்தச் செயல் ஆனந்தியை ஓங்கி இரைய வைத்திருந்தது.

இவளுடைய பதட்டத்திற்கு நேர்மாறாகச் சவிதா அலட்சியமாகத் திரும்பிப் பார்த்தாள். கணேசன் இவளை ஏளனமாய் ஏறிட்டபடி சவிதாவின் இடையில் இருந்த தன் கையைச் சாவகாசமாக எடுத்தான்.

அவன் ஏதோ சொல்வதும், சவிதா நமுட்டுச் சிரிப்பு சிரிப்பதும். நிச்சயம் தன்னைப் பற்றித் தான் ஏதோ எள்ளி நகையாடுகிறார்கள் என்று புரிய, ஆனந்தி சவிதாவை உக்கிரமாக முறைத்தாள்.

"என்னடி வேலை அங்க உனக்கு...? கோன் மடிக்குற வேலையை பார்க்க வந்தா அதை மட்டும் பாரு..."

அவளை நோக்கி நிதானமாக நடந்து வந்த சவிதா அவளெதிரே நின்று நெருக்கு நேராகப் பார்த்தாள்.

"இந்தா பாருக்கா. எதுக்கு இப்படி கத்துற?"

"என்ன புள்ள, கொழுப்பா? உங்க ஆத்தா படுற பாடெல்லாம் ஞாபகத்துல இல்லையாக்கும். உன் புத்தி எங்கடி மேயுது? அவன் எப்படிப்பட்ட..."

"சும்மா நிறுத்துக்கா..." படபடவெனப் பொரிந்தவளை சவிதா ஒரே பார்வையில் அடக்கினாள்.

என்ன பார்வை இது? துச்சமான, மட்டமான பார்வை. போதும் என்கிற மாதிரி கையை மறித்தவண்ணம் அந்தச் சின்னப்பெண் பார்த்த பார்வையில் ஆனந்தி தன்னைச் சிறு துரும்பாக உணர்ந்தாள்.

"நீ ரொம்ப ஒழுங்கா...? மேஸ்திரியோட நீ பேசல? சிரிக்கல...? பூனை கண்ணை மூடுச்சுனா உலகமே இருண்டு போச்சுன்னு நினைச்சுக்குமாம். நீ மொதல்ல உன் முதுகுல இருக்குற அழுக்கை பாரு, அப்புறம் அடுத்தவங்கள பொறம் பேசலாம்."

பட்டென்று அவள் முகத்தில் அடித்த வேகத்தில் ஆனந்திக்கு அடுத்த வார்த்தை வரவில்லை. அப்படியே பூமிக்குள் புதைந்து போய்விடலாம் போன்ற அவமான உணர்வில் அவள் ஸ்தம்பித்துப் போனாள்.

6

ஆடி மாசம் தொடங்கியதில் ஊரே திருவிழா கோலம் பூண்டிருந்தது. காலையில் வேலைக்குப் போவதற்கு முன்பு ஆற்றுக்குப் போய்க் குளித்து முழுகி கோவிலுக்குத் தண்ணீர் ஊற்றப் போகும் பெண்கள் மஞ்சள் புட-வையும், இடுப்பில் பளபளவெனத் தேய்த்த சில்வர் குடங்களுமாக வலம் வந்தனர்.

நாற்பது நாட்கள் விரதம் பிடிப்பவர்கள் ஆனியிலேயே காப்பு கட்டத் தொடங்கியிருக்க, மாலை போட்ட ஆண்களும், பக்தி பரவசத்துடன் திரியும் பெண்களுமாக ஊருக்கே தெய்வீகக்களை வந்தது போலிருந்தது. ஆடி ஒன்று தேங்காய் சுடும் நோம்பிக்காகப் பிள்ளைகள் கல்லில் தேங்-காய் ஓட்டைத் தேய்த்து தேய்த்து மழுமழுவென்று ஆக்கிக் கொண்டி-ருந்தார்கள்.

அம்மனுக்கு வேண்டுதல் என்று சிலர் உண்மையாகவும், பலர் 'தொழில் வாய்ப்பாகவும்' மஞ்சள் துணி சுற்றிய சொம்புகளுடனும், வேல் வேப்பிலை சொருகிய அரிசி தாம்பாளங்களுடனும் வாசலில் வந்து நின்-றார்கள்.

"இந்தா, இரண்டு ரூபா தான் போடுவேன், வேணும்னா வாங்கு இல்ல, அடுத்த வீட்டைப் பார்த்து நகரு, விடிஞ்சதுலருந்து எத்தனை பேரு வர்றீங்க... ஒவ்வொருத்தருக்கும் போட வேணாம்...?"

முந்தானை சீலையில் இதற்கெனவே தயாராக முடிந்து வைத்திருந்த சில்லறைகளை எடுத்துப் போட்ட முதலாளி அம்மா, "புள்ளைக்கு கல்-யாணம் பண்ணனும் சாமி" என்று வந்து நின்ற அடுத்தப் பெண்ணிடம் திரும்பினாள்.

"யாரு உண்மையா வேண்டுதல்னு ஆத்தாவுக்காக காசு வாங்கு-றாங்க, யாரு வருஷம் தவறாம வர்றாங்கன்னு தெரியாதுன்னு நினைச்-சீங்க போல... நாலு வருஷமா வந்தும் இன்னும் புள்ளைக்கு கல்யாணம் மூய்க்கலையாக்கும்..."

வெள்ளிக்கிழமையும் அதுவுமாக வாசலில் வந்து நிற்கும் சிவப்பு சீலைக்காரியை வாய் விட்டு கடிய முடியாமல் வாயில் முனகிக் கொண்டே அவள் மடியில் ஐந்து ரூபாயை போட்டுவிட்டு அடுத்த ஆள் வருவதற்குள் கதவை சாற்றினாள்.

"இப்பெல்லாம் அரிசி கூட யாரும் கேட்குறது இல்ல, அதுதான் ரேஷன்லயே பை பையா போடுறானே... காசு தான் ஒரே குறி, அதைத்-தான உடனே அழிச்சு திங்க முடியும். எடுக்குறது பிச்சை, அதுல இவ்-வளவு போடணும், அவ்வளவு போடணும்னு அதிகாரம் வேற"

குவித்து வைத்ததில் கொஞ்சமும் குறையாமல் இருந்த அரிசி முறத்தை தூக்கிக்கொண்டு உள்ளே வந்தவளை, "இந்தா இந்தாக்கா, வழிக்குறேன், மிதிச்சுட்டு வராதே... அப்புறம் காலு காலா இருக்குன்னு நீதான் ஏசுவ" மண்டி போட்டு டைல்ஸ் தரையைத் துடைத்துக்கொன்-டிருந்த ஆனந்தி அங்கிருந்தே கத்தினாள்.

"இந்தா ஓரமா போயிடுறேண்டி... மணியாச்சு... இன்னும் அடுப்பு வேலை ஒன்னு பண்ணல நானு..."

தாஜா செய்தபடி அகட்டி எட்டு வைத்து சமையல் தலைவாசலில் முதலாளியம்மா புகுந்து கொள்ள, "எப்பயும் எனக்கு ஏழு வேலை வையு..." ஆனந்தி மீண்டும் அவள் கால் தடங்களைத் துடைக்க எழுந்-தாள்.

"பார்த்தியா, இட்லி பானையை கேஸ்ல தூக்கி வச்சேன், அடுப்பை பத்த வைக்குறதுக்குள்ள வாசல்ல ஆள் மாத்தி ஆளு. உன் மொதலாளி வேற சங்ககிரி போணும்னாரு... இந்தா சட்டுன்னு ஒரு சட்னியை அரைச்சுப் போடுறேன்..." தேங்காயின் குடுமியை செதுக்கி அம்மிக்கல்-லில் ஓங்கி அடித்து ஒரே தட்டில் உடைத்தாள்.

"இனிமே பட்டறைக்காரி ஒவ்வொருத்தியா வருவா, நோம்பிக் காசு கொடு, பாக்கி கொடுன்னு.. வாங்கிட்டு போவாளுகளே தவிர ஒருத்தியும் நோம்பி முடிஞ்சு பட்டறைக்கு வர மாட்டாளுங்க.. நாம தான் லைனு லைனா போயி கூப்பிடணும்.... ஏண்டி, உனக்கு ஏதாச்சும் பாக்கி

வேணுமா?”

“எனக்கா....? எனக்கு எதுவும் வேணாம்கா...”

ஒரே வார்த்தையில் மறுத்துவிட்டு அழுக்கு நீரை கொல்லையில் சரித்த ஆனந்தி, சுருணை துணியைப் பிழிந்து கொடியில் உதறிப் போட்டாள்.

உண்மையில் காசு வேண்டும் தான். வர இருக்கும் பண்டிகை செலவு, சந்து பொங்கலுக்கு வீட்டுக்கு வீடு தர வேண்டிய முறை காசு, பதினெட்டுக்கு வரும் தங்கை குடும்பங்களுக்குக் கறி எடுத்து ஒரு வாரம் நல்லது பொல்லாதது ஆக்கிப்போட்டு கவனிக்க என வரிசையாகச் செலவு தான்.

கூடவே மீனாவுக்கு அடுத்தப் புதன்கிழமை பிறந்தநாள். நூற்றைம்பது ரூபாய்க்குச் சந்தையில் ஒரு அனார்கலி பாவாடை வாங்கி வைத்திருந்தாள். அன்று ஒரு கேக்கோ, பிள்ளைகளுக்குக் கோழி கறி எடுத்து சமைத்துப் போடவோ, மிட்டாய் வாங்கி பள்ளிக்கு கொடுத்தனுப்பவோ கையில் சுத்தமாகக் காசில்லை.

“யக்கா, இந்த இரண்டு வாரம் மட்டும் சம்பள காசுல பாக்கியை கழிக்க வேணாம்னு முதலாளி கிட்ட சொல்றியா...” என்று கேட்க நினைத்து உள்ளே வந்தவள், மலரின் புருஷன் டிவி முன் அமர்ந்திருப்பதைப் பார்த்து கேட்கலாமா, வேணாமா என்று தயங்கி நின்றாள்.

'நான் சொல்லி தான் உம்மொதலாளி கேட்குறாராக்கும்' என்று வேண்டுமென்றே இந்தக்கா பிகு செய்வாள், இல்லை, 'ஆமா, இப்படி கழிக்காம கழிக்காம வுட்டு வுட்டு எந்த ஜென்மத்துலடி பாக்கியை கழிச்சு மீள்றது..?' என்று சத்தம் போடுவாள்.

'வேணாம், சொமதிக்கிட்ட கை மாத்து வாங்கி சமாளிச்சுக்கலாம்...' என்று அவள் நினைக்க, “உங்காத்தா வந்து நோம்பிக் காசு கேட்கும், என்ன பண்ணட்டும்டி...” முதலாளியம்மா ஜன்னல் கம்பி வழியே கேட்டாள்.

“அக்கா, கொடுத்துப்புடாதே, அப்படிக்கிப்படி கொடுத்தீனா நான் கட்ட மாட்டேன், பார்த்துக்கோ...” ஆனந்திக்கு வகை தெரியாத கோபம் வந்தது, தணிந்து கிடக்கும் நெருப்பை ஊதாங்குழல் வைத்து ஊதி விட்டது போல.

"ஏற்கனவே அது வாங்கி வச்ச கந்துக்கு வட்டி கட்டுறதுலேயே உசிரு போய் உசிரு வருது, இனிமேல யாராவது அதுக்கு காசு கொடுத்தா அதுகிட்டயே வசூல் பண்ணிக்கோங்க. என்கிட்ட கேக்கா-தீங்க"

"எதுக்கு ஆனந்தி உனக்கு இத்தனை கோபம்?" அது உங்கம்மா தானே ?" இவர்கள் பேசுவதைக் கேட்டபடியே படியில் இறங்கி வந்த மலர், தூக்கம் கலையாமல் தோளில் சாய்ந்திருந்த மகனை புருஷன் மடியில் இறக்கி விட்டு தாழ்வார நிலைப்படியில் அமர்ந்தாள்.

"முதல்ல நிலை வாசல்ல இருந்து எந்திரி புள்ள..." அம்மா முறைப்-பதில் அங்கிருந்த முக்காலியை நகர்த்தி அதன் மேல் அவள் அமர, முதலாளி அம்மா நீட்டிய சின்ன வெங்காய முறத்தை நகர்த்திக்கொண்டு அவள் காலடியில் அமர்ந்தாள் ஆனந்தி.

"கோபமெல்லாம் இல்ல மலரு, நீயும் தான் பார்க்குறியே, நான் ஓடு-றதை... ராத்திரி பகலுன்னு இல்லாம ஆம்பிளை மாதிரி ஷிப்ட் ஓட்-டுறேன்னு எங்க லைன்ல எல்லாருக்கும் அத்தனை வயித்தெரிச்சலு... பட்டறைல வேலை செஞ்சுப்போட்டு இங்கயும், டிச்சரூட்டலயும் வேலை செய்யுறேன், இருந்தும் கைல காசு...?"

"அதுதான் எனக்கும் புரியல. சம்பாதிக்குறது எல்லாத்தையும் எங்க தான் ஒளிச்சு வைக்குற நீ?" மலர் கிண்டலடிக்க, ஆனந்தி அழாத குறையாகப் பார்த்தாள்.

"ஏம்மலரு, நீ வேற, ஆத்தாமையைக் கிளப்புற...? சம்பள காசுல வாராவாரம் ஆயிரம் ரூபா அம்மா பாக்கிக்காக பிடிச்சுக்குது. மிஞ்சுற காசு கந்து வட்டிக்குத் தான் சரியா போகுது. வீட்டுவேலை செஞ்சு தேத்-துறதை வைச்சுதான் சோறு, குழம்பு, நல்லது பொல்லாததுன்னு தினப்படி ஓட்டுறேன்... இதுல அந்தக் கெழவி வாங்குற காசுக்கும் நானே கடனு அடைக்கணும்னா என்ன பண்ணுவேன், சொல்லு"

"ஏன் அதுவும் தானே யூனியன் ஆபிஸ்க்கு வேலைக்கு போகுது? அது பணம் தராதா...?"

"அதெல்லாம் ஒத்தப் பைசா தர்றது இல்ல. தீனி கீனி வாங்குச்சுனா புள்ளைங்களுக்கு தரும், சனிக்கிழமைல சந்தைக்குப் போய் பொறி, கடலை வாங்கிட்டு வரும், மத்தபடி.... நீயே பாரேன், பதினெட்டுக்கு வருவாளுக இல்ல.. அப்ப பாரு, முடிஞ்சு வச்ச காசெல்லாத்தயும்

அள்ளி வுடும், எல்லோருக்கும் துணி எடுக்கும், கறி மீனு வாங்கியா-
ரும்... ஆடும் கெடந்துகிட்டு..."

"ஆனா, கந்துக்கு காசு கொடுன்னா மட்டும் 'எங்கிட்ட எங்க காசு,
நானே டி வாங்கி கொடுத்துப்போட்டு வரேன், எனக்கென்ன சம்பளம்
கிடைக்கும்'னு பழமை பேசும். இது சொல்ற கதையெல்லாம் நம்பு-
வானா அவன், லைன் வாசல்ல நின்னு கத்துவான், மானம் போறதுல
பொறுக்க முடியாம நான் தான் எடுத்து வைக்கோணும்... மகராசி எப்-
படியோ வீட்டு வாடகைல பாதி கொடுத்துடுது, அதனால தான் கெழ-
வியை கெடந்துட்டு போன்னு வுட்டு வச்சிருக்கேன்"

"கந்து பணம் எவ்வளவு ஆனந்தி, வட்டி ஜாஸ்தியா போகுமே?"

அவள் சொன்ன தொகையிலும், வட்டி விகிதத்திலும் மலர் நெஞ்சில்
கைவைத்துக் கொண்டாள்.

"இத்தனை காசு எதுக்கு வாங்குச்சு உங்கம்மா?"

"எல்லாம் என் உடம்பொறந்தவங்களுக்கு கல்யாணம், காதுகுத்து,
நோம்பி, சீருன்னு தான்... இதுக்கும் கழுத்துல முடி போட்டு போற
வரைக்கும் ஒவ்வொருத்தியும் காசு சேர்த்து கொடுத்துட்டு தான் போனா-
ளுக... எங்காத்தா என்ன தான் பண்ணுச்சோ, கேட்டா மூனு பெத்தேன்,
வளர்த்தேன், கலுயாணமூச்சேன்னு ஒப்பாரி வைக்கும்..."

"நடுவுல வயத்துல கட்டி வந்து ஆப்புரேசன் பண்ணிகுச்சுல்ல..
கவர்மெண்டு ஆஸ்பத்திரிக்கு போக பயந்து நம்ம மாலதி டாக்டராண்ட
இல்ல பண்ணிக்குச்சு... அதுக்கு வாங்குனது வேற... அப்படியே தொட்டு
தொட்டு சேர்ந்து போச்சு..."

மசக்கையில் எதுகளிப்பாய் இருந்த வயிற்றை வருடி விட்டபடி
இருந்த மலர், கீழே உட்கார்ந்திருப்பவளைப் பரிதாபமாகப் பார்த்தாள்.

'சலிக்காம இத்தனை உழைப்பு உழைச்சும் கைல எதுவும் மீறலன்னா
இந்த உழைப்புக்கு தான் என்ன மரியாதை...!!!???' பேச்சோடு பேச்சாக
மளமளவென வெங்காயத்தை உரித்துத் தேங்காயைத் துருவிய ஆனந்தி,
"மலரு.." ரகசியமாக அழைத்தாள்.

"டீச்சர் வூட்டுல வர்ற சம்பளக் காசை நான் வாங்குறதுல்ல... ஒட்-
டுக்கா சேர்த்து வச்சு வர்ற தீவாளி நோம்பிக்கு காக்காலு பவுனுல
இரண்டு புள்ளைங்களுக்கும் தோடு வாங்கி கொடுக்குறேன்னு அந்தக்கா
சொல்லியிருக்கு."

மலருக்கு நெகிழ்ந்து போனது. ஒரு அரைப்பவுன் தங்கத்துக்குக் கோடி கோடியாய் ஐஸ்வர்யமே கிடைத்துவிட்டது போல எத்தனை பூரிப்பு இவள் முகத்தில்!!??

தானும் தான் பெட்டி பெட்டியாக நகைகள் வைத்திருக்கிறோம். ஒரு நாள் கூட இத்தனை சந்தோசப்பட்டதாய் மலருக்கு நினைவில்லை. 'லாக்கர்ல இருந்து எடுக்கணும், விசேசத்துல தொலைஞ்சு போகாம பின் போட்டு பின் போட்டு பாதுகாக்கணும், திரும்ப பத்திரமாக கொண்டு போய் வைக்கணும்' என்ற பயம் தான் சுமையாக அழுத்தும்.

மலர் அந்த நிமிடம் ஒருவித கூச்சத்தை உணர்ந்தாள். இப்படி அடி-மட்டத்திலேயே உழல்கிறவளின் துன்பத்தில் தன் வீட்டிற்கும், தனக்கும் கூடப் பங்கு இருப்பதாக.

இருவருக்கும் கிட்டத்தட்ட ஒரே வயது தான். ஒரே ஊரில் ஒன்றாக வளர்ந்தவர்கள். ஆனால் இருவருக்கும் இடையில் தான் எவ்வளவு வித்தியாசம்?

தான் பள்ளிக்கு போகும் காலத்தில் இவள் மில்லுக்குப் போனாள். பள்ளிப்படிப்பை முடித்துக் கல்லூரியில் சேர்ந்து கவலையற்ற பட்டாம்பூச்-சியாய் தான் வளைய வந்தபோது இவள் தாலி கட்டி, குடும்பம் பண்ணி, இரண்டு பிள்ளைகளைப் பெற்றிருந்தாள். தனக்குத் திருமணம் நிச்சய-மான சமயம் புருசனை வெட்டிவிட்டு தனியே வசிக்க ஆரம்பித்தாள்.

தான் இப்போது இரண்டாம் பிரசவத்திற்கு அம்மா வீட்டிற்கு வந்தி-ருக்க, இவள் எல்லாம் வாழ்ந்து முடித்த களைப்புடன் வெங்காயம் உரித்-துக் கொண்டிருக்கிறாள். என்ன வாழ்க்கை வாழ்ந்தாள் இவள், எதை அனுபவித்தாள்?

"அந்தக்காகிட்ட இருக்குற காசு அப்படியே இருந்துட்டு போகட்டும் ஆனந்தி, நானே இரண்டு புள்ளைங்களுக்கும் தோடு வாங்கித் தரேன்.."

அம்மா பின்னாடியிருந்து முறைத்து வாயசைவில் எதையோ சொல்ல முற்படுவது புரிய, 'போகட்டும்மா, பாவம்' என்பது போல மலர் ஜாடை காட்டினாள்.

வெளியே சோபாவில் அமர்ந்திருந்த செந்தில் அங்கிருந்து "செய், செய்..' என்பது போலக் கை அசைத்துக் சைகை காண்பித்தான்.

"நிசமோவா சொல்லுற மலரு...?" மலர்ந்த ஆனந்தி, "வேணாம் புள்ள, அப்புறம் உனக்கு கொடுக்கன்னு தனி கணக்கு வைக்கோணும்

நானு..." என்றாள். "அய்ய.... நான் கடனா சொல்லல... ஆசையா நானே வாங்கித் தாரேன்னு சொல்லுறேன்"

"நல்ல கதையே கெடுத்தியே, ஓசில வாங்கி தாரேன்னு சொல்-லுறியா? யாரா இருந்தாலும் காசு கடன் வைக்கக் கூடாது மலரு" வெங்காயச் சருகை உதறியபடி எழுந்த ஆனந்தி தலையைப் பலமாக அசைக்க,

"ஏண்டி, அவளாவது, வாங்குறதாவது...? அப்படி வாங்குறவளா இருந்தா நானே தோடு எடுத்துக் கொடுத்திருப்பேனே...." சந்தோசமாகச் சப்பைக்கட்டு கட்டும் அம்மாவை மையமாக ஒரு பார்வை பார்த்தாள் மலர்.

"சரி வரேன் மலரு, யக்கா வரேன், நாளைக்கு இரண்டு ஷிப்டு, துணியை நனைச்சு வச்சுப்புடாத... சனிக்கிழமை வந்து ஒட்டுக்கா எல்லா துணியையும் துவைச்சு தரேன்..." சேலையை உதறிக்கட்டிய ஆனந்தி குப்பை இருந்த கேரி பேக்கை முடிந்து கொண்டு கிளம்ப,

"புள்ளைங்களுக்கு இன்னிக்கு லீவு தானே ஆனந்தி." மலரும் கூடவே எழுந்தாள். "ஆமா, ஆடி ஒன்னு நோம்பி இல்ல. லீவு தான், காலைலயே தேங்காய் சுட்டு கொடுத்துட்டு வந்தேன், தின்னுட்டு வீட்டுல தான் இருக்காளுக..."

"இங்க வேணா வந்து விளையாட சொல்லேன், தம்பியோட.... அம்மா, ஆனந்திக்கு இட்லி வச்சு கொடு...."

'இவ ஒருத்தி...' என்று மகளை மனதுக்குள் சடைத்தாலும், 'நினைச்ச நினைப்புல தங்கம் வாங்கிக் கொடுக்குறேன்னாளே கிறுக்கச்சி, அதுக்கு இது பரவால்ல.. எல்லாம் புருஷங்காரன் கொடுக்குற இடம், இத்தனை வயசுக்கு இவ அப்பா கிட்ட கேட்காம நான் ஒரு சொல்லு சொல்லுவேனா? இந்த காலத்து புள்ளைங்களுக்கு துணிச்சல் அதிகம் தான்' தூக்கில் எட்டு இட்லிகளை அடுக்கி மேலே சட்னி ஊற்றிக் கொடுத்தாள்.

"வர சொல்லுறேன் மலரு... எதுக்குக்கா இதெல்லாம்...?" சங்கட-மாய்ச் சிரித்தபடி தூக்கை வாங்கிய ஆனந்தி, இங்கிருந்து நேராகப் பட்-டறைக்குப் போகும் திட்டத்தை மாற்றிக் கொண்டு வீட்டுக்கு சென்றாள்.

தெருவில் விளையாடிக் கொண்டிருந்த ஜோதியும், மீனாவும் இவள் தலையைக் கண்டதும் ஓடி வந்தார்கள். காலையில் குளித்து, போன

ஆடிக்கு எடுத்த புதுத் துணியை அணிந்திருந்த இருவரும் அதற்குள் மண்ணில் புரட்டி அழுக்காய் இருந்தார்கள்.

"எங்கடி போய் புரண்டுட்டு வர்றீங்க...?" சலித்த ஆனந்தி, "மலரு அக்கா உங்களை அங்க கூப்ட்டுச்சு... போறீங்களாடி?" கழண்டு தொங்-கிய மீனாவின் முன்னுச்சி முடியை கொத்தாய் பிடித்து ரப்பர் பேன்ட் போட்டு விட்டாள்.

"போம்மா.... அந்தப்பையன் எந்நேரமும் செல்லுல விளையாடும், நாங்க இங்கயே இருந்து டிவி பார்க்குறோம்..."

"என்னமோ பண்ணுங்கடி, வெளில வெளையாண்டா கதவை சார்த்தி வச்சிட்டு போங்க. நான் மதியானம் தறி நிறுத்துறப்ப வரேன்..."

அடுப்பு அருகே குடுமிக்கண்ணில் வெல்லம், கடலை அடைத்து விடிகாலையில் சுட்டிருந்த தேங்காயில் இரண்டு துண்டுகள் மீந்து இருந்தன. ஒரு பத்தையை ஆத்தாவுக்கு வைத்துவிட்டு, இன்னொரு துண்டை நடக்க நடக்கத் தின்று கொண்டே பட்டறைக்கு நடந்தாள்.

அந்தப் புதன் கிழமையன்று நினைத்த மாதிரியே சுமதியிடம் கைமாத்து வாங்கி முப்பது ரூபாய்க்கு செட்டியார் கடையில் மிட்டாய் வாங்கிப் பள்ளிக்கு கொடுத்தனுப்பினாள்.

அன்று அரை நாள் மட்டும் வேலைக்குப் போய் பிள்ளைகள் வரும் நேரமாக வயனமாகச் சமைத்து வைத்தாள்.

"கருவாட்டு கொழம்பாம்மா....?" கொதிக்கக் கொதிக்க இருந்த சோற்றைப் பிசைந்தும் பிசையாமல் இரண்டும் அள்ளி அள்ளி தின்ப-தைக் காண கண்ணில் நீர் துளிர்த்தது.

மகனுக்கு ஒரு கிண்ணம் சோற்றை ஊட்ட மலரும், முதலாளி அம்-மாவும் வீட்டை சுற்றி சுற்றி நடப்பார்கள். காக்கா காட்டி, குருவி காட்டி, டிவியில் படம் போட்டு, பாட்டு போட்டுவிட்டு என... அதுவே இங்கு...?

'ஊரு உலகத்துல பிள்ள இல்லன்னு ஒவ்வொருத்தரும் தவியா தவிக்குற இந்த காலத்துல அவசரம் அவசரமா என் வயுத்துல வந்து பொறந்தீங்களே.... சுடு சோத்துக்குக் கூட வக்கத்த பொழப்புல...' தட்டை தன்பக்கம் நகர்த்தி நொறுங்க பிசைந்து ஊட்டி விட்டாள்.

இரண்டும் திருப்தியாகச் சாப்பிடுவணதைப் பார்க்க இவள் வயிறும் நிறைந்தது. தனக்கும் அதே வட்டிலில் சோற்றைப் போட்டவள், ஏதோ தோன்ற வெளியே வந்தாள்.

பொன்னம்மா திண்ணையில் படுத்திருந்தாள்.

அவளை உசுப்பி, "நீயும் வா, சூடா சாப்பிடுவியாம்..." அன்று நடந்த சண்டைக்குப் பின் இன்று தான் அம்மாவை நேருக்கு நேராகப் பேசுகிறாள்.

அவள் கூப்பிட்டது காதில் விழாத மாதிரி மூஞ்சை தூக்கி வைத்து வேண்டுமென்றே பிகு செய்தாள் கிழவி. "அய்ய... ரொம்ப பண்ணாதே... வான்னா..."

"வா ஆயா" ஜோதியும் மீனாவும் உள்ளே இழுக்க, ஆனந்தி சிரித்துக் கொண்டே சோறு போட்டு நீட்டினாள்.

"போடி இவளே, சோத்தை கண்டதும் இளிச்சிட்டு வருவேன்னு நினைச்சியாக்கும்..." கொஞ்ச நேரம் பொன்னமா திட்டுவதையும், பிறகு ஆசையாகச் சோற்றைப் பிணைந்து வாயில் அடைப்பதையும் காண ஆனந்திக்குச் சிரிப்பு வந்தது. சிரித்தாள் திட்டும் என்று தன் தட்டைப் பார்த்து குனிந்து கொண்டாள்.

அன்று மாலை அய்யர் பேக்கரியில் கார்த்தி கேக் வாங்கி வர, மீனாவுக்கு அந்த ரோஸ் நிற கேக்கையும், அதில் எழுதியிருந்த தன் பேரையும் பார்க்க ஒரே குதியாட்டம். இதுவரை பிறந்தநாளுக்கு இந்த மாதிரி கேக் எல்லாம் அவர்கள் வெட்டியதில்லை. ஆனந்தி கையில் காசு புழுங்கினால் எஸ்எஸ் பேக்கரியின் கண்ணாடி கூடுகளில் அடைத்து வைத்திருக்கும் பிளம்கேக் வாங்கித் தருவாள்.

க்ரீம் கேக் காசு அதிகம் என்று மறுத்து விடுவாள். ஒரே ஒருமுறை பொங்கல் நோம்பி சமயம் அணில் கேக் வாங்கித் தந்தாள். பஞ்சாய் குழைந்த அந்த கேக்கை ஒவ்வொரு துணுக்காய் நக்கியபடி யார் அதிக நேரம் வைத்திருப்பது என்ற போட்டியில் ஒரு நாள் முழுக்க வைத்துத் தின்றார்கள்.

"அம்மா, என் பொறந்த நாளுக்கு இதே மாதிரி கேக் வாங்கி தர்றியாம்மா?" ஆனந்தியின் புடவையை இழுத்த ஜோதி ரகசியமாகக் கேட்க, கார்த்தி சிரித்துக் கொண்டே இன்னொரு பையைப் பிரித்தான்.

அதில் பச்சை க்ரீம் பேசிய கேக்கும், ஜோதிகா என்ற அவள் பெயரும் இருக்க, "ஹை.. எனக்குமா" கத்திக் கொண்டு ஒரே கும்மாளம் தான் இரண்டுக்கும்.

"எதுக்கு கார்த்தி, இரண்டெல்லாம், ஏன் இப்படி வீணா செலவு பண்ணுற..?"

"சும்மா இரு, அவளுக்கு வாங்கி வந்துட்டு இவளுக்கு இல்லேனா ஏக்கமா போகாதா?"

யாருக்கும் பாட்டு எல்லாம் பாடத் தெரியாததால் கைதட்டி கேக் வெட்டினார்கள். ஊன்றிய பார்வையுடன் வெளியே அமர்ந்திருந்த பொன்னம்மா ஜோதி கொடுத்த கேக் துண்டை வாங்கித் தன்னருகே வைத்துக் கொண்டாள்.

ஜோதியையும், மீனாவையும் அழைத்துக் கொண்டு கார்த்தி வெளியே கிளம்ப, "சைவமா வாங்கிக் கொடு கார்த்தி, நாளைக்கு கங்கணம் கட்ட போகணும், இவளுங்க கவுச்சி தின்னுட்டு வந்துட்டா திருப்பி வீட்டை வழிச்சு வுடனும்..." பைக்கின் பெட்ரோல் டேங்க் மேல் மீனாவை தூக்கி உட்கார வைத்தாள்.

"எனக்குத் தெரியாதா? சைவ மெஸ்ஸுக்குத் தான் கூட்டிட்டு போறேன், திருச்சி கபேவோ இல்ல காலேஜ் பவேனோ தான்..." பின்னா-லிருந்த ஜோதி அவன் இடுப்பை இறுக்கமாகக் கட்டிக் கொள்ள,

"கிளம்பலாமா?" என்று இருவரிடமும் கேட்டு, சத்தமாக வண்டியை முறுக்கி அவன் புறப்பட, இரண்டு பிள்ளைகளும் சிரித்த சிரிப்பில் அகமும் முகமும் மலர்ந்து போனது ஆனந்திக்கு.

அவள் சிரித்தபடி வீடு வழிக்க சுமதி எடுத்து வைத்திருந்த சாணத்தை குனிந்து எடுத்துக் கொண்டாள். இரும்பு வாளியில் போட்டு உருட்டியபடியே உள்ளே வந்தவளை "என்னாடி இளிப்புனக்கு?" பொன்-னம்மா எரிச்சலுடன் பார்த்தாள்.

"எதுக்குடி அந்த சின்னாயி மகன் இங்க வரான்...? பொறந்த நாளாம், கேக்காம், இனிப்பாம், சிரிப்பாம்... பெரிய மொதலாளி ஊட்டு புள்ளைங்க, பொறந்தநாளு கெட்டுச்சு.... பெத்த அப்பனாட்டம் ஊரு பார்க்க வெளில கூட்டிட்டுப் போறான்... அங்க இங்கனு காதுல விழுந்-தாலும் நான் நம்பல. நடக்குற கூத்தெல்லாம் பார்த்தா கேள்விப்படுறது நெசம் தான் போலயே..."

"இப்ப என்ன உனக்கு? சந்தேகமா இருக்கா? சந்தேகமே வேணாம், அது என்னை கட்டிக்க போகுது..."

அம்மாவைக் கூர்ந்து பார்த்த ஆனந்தி அலட்சியமாகச் சொன்னபடி உள்ளே விரைய, "அடி செருப்பாலே. என் பொறந்தவன் புள்ளைங்-களுக்கு எவனையோ அப்பன்னு கொண்டந்து நிறுத்துவ... அதை பார்த்துட்டு நான் சும்மா இருப்பேன்னு நினைச்சியா? வகுந்துடுவேன் வகுந்து..." பொன்னம்மா சீறினாள்.

"ஓ... உன் பொறந்தவன் புள்ளைங்க, அப்ப நானு, நான் யாரு உனக்கு? அது சரி, பெத்த பொண்ணா நீ என்னை என்னிக்கு நினைச்-சுருக்க, இன்னிக்கு நினைக்க? அறியாத வயசுல கல்யாணம் கட்டி-வச்சு என் வாழ்க்கையவே வீணாக்கிப்புட்டோம்னு உனக்கு என்னிகாச்-சும் வருத்தம் இருந்திருக்கா? உன்னால என்ன பண்ண முடியுமோ பண்ணிக்கோ...."

"இப்படியே மக்க மனுச துணை இல்லாம உனக்கும், உன் புள்ளைங்-களுக்கும் மட்டும் உழைச்சு கொட்டி என்னால மண்ணோட மண்ணா போக முடியாது. எனக்கும் ஒரு வாழ்க்கை வேணும், என் புள்ளைங்-ளுக்குனு அப்பன் வேணும். அதை நான் கட்டிக்கத்தான் போறேன்"

"வெட்கம் கெட்டவளே... இரண்டு பெத்ததுக்கு அப்புறம் உனக்-கென்னடி கல்யாண ஆசை? இப்படி பேச உனக்கு அசிங்கமா இல்ல. இந்த கல்யாணம் கருமாந்திரம் எல்லாம் நான் உயிரோட இருக்குற வரைக்கும் நடக்காது."

அம்மாவின் விரசமான பேச்சில் ஆனந்திக்கு உச்சி வரை ஆத்திரம் ஏறியது. தலைக்குக் குளித்ததில் முதுகில் விரிந்து கிடந்த கூந்தலை ஒரே சுருட்டாகச் சுழற்றி கொண்டையிட்டபடி சீற்றம் கொண்ட பெண்புலி போலத் தாய் அருகே வந்தாள்.

"அப்ப சரி, கெளம்பு. வெரசா கெளம்பு... நாளைக்கு சாகப்போற கெழவி இன்னிக்கே செத்தா ஒன்னும் குறைஞ்சு போயிடாது..."

"என்னடி சொன்ன? ஒனக்கு இந்தளவு அத்து போச்சா?"

"ஆமா பின்ன .... பெத்த புள்ளைய வாழ வுடாத அம்மாக்காரிய வச்சுக்கிட்டு என்ன செய்ய சொல்ற...?"

இவர்களின் வாக்குவாதம் வலுக்க, வெளியே லபோ திபோ என்று ஒரே சத்தம்.

"அச்சச்சோ... ரத்தம் கொட்டுதே.... இந்தா அந்த வெள்ளைத்து-ணியை விரிச்சு புடி.. டேய், நீ காலை புடி...."

பைக்கை திருகியபடி வேகமாக சென்ற கார்த்தியும், ஜோதி மீனாவின் முகங்களும் கண் முன்னால் வர, "ஐயோ... என்னாச்சு.. யாருக்கு என்ன...?" போட்டுக் கொண்டிருந்த சண்டை மறந்து அலறியடித்தபடி வெளியே ஓடினாள் ஆனந்தி.

7

"சொமதி, ரசமும் கத்திரிக்காயும் காய்ச்சுனேன். சோறு மட்டும் வடிச்சுக்கோ புள்ள..."

மூடி போட்ட பாத்திரங்களைச் சுமதி வீட்டுக் கதவருகில் வைத்த ஆனந்தி அங்கிருந்தே எட்டிப் பார்த்தாள். தரையில் முட்டிக்கை கொண்டு தலை தாங்கி படுத்திருந்த சுமதி இவள் குரலில் எழுந்தமர்ந்தாள்.

"எதுக்கு ஆனந்தி இதெல்லாம்? நானே எந்திரிச்சு ஏதாச்சும் செஞ்சுக்க போறேன்..."

"நீ அண்ணனைப் பாரு புள்ள... நைட்டு தூங்குனாரா?"

மேலே நாடாக்கட்டிலில் படுத்திருந்த அவள் கணவன் அசந்து உறங்க, சுமதி நிலைப்படி அருகே வந்து நின்றாள்.

"எங்க தூங்குனாரு... வலி, வலின்னு ஒரே அனத்தல்... டாக்டரு கொடுத்த செட்டு மாத்திரையை போட்டும் கூட வேலைக்காகலை... எந்திருச்சு எந்திருச்சு பார்த்து எனக்கும் சுத்தமா தூக்கமில்ல"

"ப்ச்.. என்ன நேரமோ போ.. அவரு பாட்டுக்கும் செவனேன்னு தான் உண்டு தன் கடை உண்டுனு இருந்தாரு, யாரு கண்ணு பட்டுச்சோ..."

சுமதியின் தூக்கமிழந்த கண்கள் கண்ணீர் சொரிய, "மனசை தேத்திக்கோ புள்ள.." ஆனந்தி அவள் தோளைத் தட்டிக் கொடுத்தாள்.

"என்னனு சொல்வேன் புள்ள...?" ஆறுதலாகப் பேச ஆள் அமைந்ததில் இரண்டு நாளாக அடைத்து வைத்த மாதிரி இருந்த சுமதி அவள் மடியில் படுத்து குமுறி குமுறி அழுதாள்.

வேலை முடிந்து கடை சாத்தி வழக்கம் போல சைக்கிளில் வீடு திரும்பியன் வீட்டிற்கு நூறடி தூரத்தில் கீழே விழுந்து கால் நசுங்கிப்போவான் என்று கனவா கண்டாள்?

லைன் இருக்கும் சந்தில் நுழையும்போது எதிரே பாவு ஏற்றி வந்த டெம்போ பக்கவாட்டில் உரசி தள்ளிவிட, தண்ணீர் குழாய்க்காகத் தோண்டியிருந்த பள்ளத்தில் சரிந்திருக்கிறான். அரம்பரமாக விழுந்தவனின் லுங்கி டெம்போ கொக்கியில் மாட்டி இழுத்து இடது காலை பின் டயர் கோரமாகச் சிராய்த்துவிட்டுச் சென்றிருக்கிறது.

"அழாத புள்ள... இருக்குறவங்க இல்லாதவங்கன்னு பார்க்காம இந்த ஆத்தா ஏன் தான் இப்புடி சதி பண்ணுறாளோ...?" டித்தண்ணி வாங்க அனுப்பி இருந்த ஜோதியும் மீனாவும் இவர்கள் அருகே வந்து விசனத்துடன் உட்கார்ந்து கொண்டன.

"எந்திரிச்சு மூஞ்சை துடைச்சிட்டு உக்காரு சொமதி... இந்தா சூடா இதை குடி.. வயித்துக்கு ஆதங்கமா இருக்கும்.."

அவளை எழுப்பிக் கையில் கிளாசை கொடுத்து அவள் குடித்து முடிக்கும் வரை காத்திருந்த ஆனந்தி, "டாக்டர் என்ன சொல்றாங்க புள்ள..." மெதுவாகக் கேட்டாள்.

"என்ன சொல்லுறாங்க... ஆபரேஷன் பண்ணனும்னு சொல்லுறாங்க... கவுர்மெண்டுல எப்ப டோக்கன் கொடுத்து எப்ப பண்ணுவாங்களோ? நீ கோயம்புத்தூர் கூட்டிட்டு போன்னு என் கொழுந்தன் ஒரே ஒறியாட்டம்... யாருகிட்ட காசு இருக்கு சொல்லு... கொஞ்சம் காசு சேர்த்துட்டு வரோம்னு இப்போதைக்கு கட்டு போட்டு கூட்டிட்டு வந்திருக்கு. என்ன பண்ண போறேன், ஏது பண்ணப் போறேன்னு ஒன்னும் புரியல புள்ள..."

"இப்படியே சரியா போகாதா சொமதி?"

"ம்ஹூம்.. கால் எலும்பு வெட்டி இருக்காம் புள்ள... அதுவே சரியாகாதாம்.. அப்படியே வுட்டா செப்டிக்கு ஆகி காலையே எடுத்துப் போடணும்னு அந்த டாக்டரு கண்டிசனா சொல்லிப் போட்டாரு.. நாளு முழுக்க நின்னே வேலை செஞ்ச மனுசன், அட்டை மெசினை போட்ட நாளா கொஞ்ச ஒட்டமா, குறைஞ்ச ஒட்டமா... இனிமே எங்க பொழப்பு என்னவா போகுதோ...?"

இதற்குமேல் இவள் கதையைக் கேட்டால் தானும் உடைந்து அழுது விடுவோம் என்று பயந்த ஆனந்தி முகத்தைத் திருப்பி முந்தானையால் கண்ணைத் துடைத்துக் கொண்டாள்.

உண்மையில் அன்று கண்டு அன்று பொழைக்கும் ஜனங்கள் இந்த மாதிரி ஏதாவது அசம்பாவிதம் நேர்ந்து விட்டால் எங்குப் போகும் பணத்-திற்கு...?

உழைப்பு மட்டுமே மூலதனம், சலிக்காமல் வேலை செய்யும் உடம்பு தான் ஒரே சொத்து என்று வாழ்கிற வாழ்க்கையில் இருப்பதைக் கொண்டு சந்தோசப்பட்டு, சனிக்கிழமை ராத்திரி சம்பளம் வாங்கிய ஒரு இரவில் குதித்துக் கூத்தாடி, 'இது போதுமாத்தா...' என்று நிறைவு கண்டு, அடுத்த நாள் காலை எல்லாம் மாயம் என்று தெரிந்தாலும் அன்றைய இரவுக்குள் ஏதேதோ கனவுகளில் மகிழ்ந்து, கோட்டைகள் கட்டி...

நொடிப்பொழுதில் அவையெல்லாம் தகர்ந்து போகுமெனில்...

என்னமோ கால் ஊன்றி நிற்கும் நிலம் கூட அசைந்து கொடுக்கிற மாதிரி பிரமையும் பயமும் ஏற்பட்டது ஆனந்திக்கு.

"எவ்ளோ புள்ள செலவாகுமாம்...?"

சொல்லி அழுததாலேயோ என்னவோ, மனசு கொஞ்சம் தேறியிருந்த சுமதி கண்களை அழுந்த துடைத்தபடி தொகையைச் சொல்ல, ஆனந்தி மனதுக்குள் அலமலந்து போனாள்.

எங்குப் போவாள் இவள் இத்தனை காசிற்கு? தலையை அடகு வைத்தால் கூட இத்தனை கிடைக்குமா? சுமதியின் கணவனும் காலம் காலமாகத் தறி ஓட்டிக் கொண்டிருந்தவன் தான்.

எத்தனை தலைமுறைகள் இப்படி முதலாளிகளுக்காகவே உழைத்துக் கொட்டுவது என்று நினைத்தவன், தானே ஒரு தொழில் செய்ய விரும்பி அட்டைகள் மடிக்கும் மெசின் வாங்கிப் போட்டு வருஷம் இரண்டு தாண்டவில்லை.

நூல் சுற்றும் வகையில் கோன் வடிவத்தில் அட்டைகளை மடித்துத் துப்பும் இயந்திரத்துடன் போராடி அதற்கே வங்கியில் கடன் வாங்கி மாதாமாதம் வட்டிக்குக் கூட சிரமப்படும் நிலையில் தான் இருக்கிறது அவன் தொழில்.

ஆரம்பத்தில் கணவனுக்குத் துணையாக வேலையை விட்டுவிட்டு அவன் கூடவே சென்று வந்தாள் சுமதி. இவள் கடையைப் பார்க்க,

அவன் வெளியே வியாபாரத்திற்கு, வசூலுக்குச் சென்று வருவான்.

போகப் போக அங்கு கையில் ஒன்றும் நிற்கவில்லை, தன் சம்பள-மாவது இருந்தால் தான் மூன்று வயிறுகள் அன்றாடம் பசியாற முடியும் என்று புரிந்து கொண்டவள் பழைய பட்டறைக்கே திரும்பி வந்தாள்.

அவள் கணவனும், அவளுமாக வேலை செய்த சேட்டு பட்டறை அது. சுமதிக்கு தறி ஓட்டத் தெரியாது, நூல் மட்டும் போடுவாள். மற்ற வேலைகளை ஒப்பிட்டால் சம்பளம் குறைவு தான்.

அதுவும் சேட்டு பழசையெல்லாம் மாற்றிப் புது நூல் போடும் மெசின்-களை வாங்கி வைக்க, பெரிய பெரிய போவணியில் நூல் பிடித்துச் சுற்-றும் லாகவத்தை, அதன் வேகத்தைக் கற்றுக்கொள்வதற்குள் படாதபாடு பட்டு விட்டாள்.

அவளுக்குத் தெரியாது என்று சொன்னால் சுளுவாகக் கற்றுக் கொண்டு செய்ய ஆயிரம் இளவட்டங்கள் பின்னால் காத்திருக்க, உள்ள வேலையைக் காப்பாற்றிக் கொள்ளும் பயத்துடன் நகரும் நாட்கள். இதில் இத்தனை பணத்திற்கு எங்கே போவது?

"சேட்டு ஏதாவது உதவி பண்ணுவாரா புள்ள ?"

"கேட்டுத்தான் பார்க்கணும் ஆனந்தி. அப்படியே கொடுத்தாலும் எத்தனைனு கொடுப்பாரு? முன்னமாதிரி இவரும் அங்கயே தறி ஓட்-டிட்டு இருந்தா கொஞ்சம் கெஞ்சி கேட்கலாம்... இப்ப என்னன்னு கேட்-கிறது சொல்லு.. வேலையை வுட்டுப்போட்டு மறுபடியும் சேர்றதுக்கே அத்தனை கெஞ்சு கெஞ்சி சேர்ந்தேன்..."

"அஜீத் எங்க அத்தே...?" ஜோதி சுமதியிடம் கேட்டாள்.

"அவன் அத்தை வூட்டுக்கு போயிருக்கான் புள்ள. அவங்கப்பாரை பார்த்து அழுதுகிட்டே இருக்கான்னு எங்க நாத்தனாரு கூட்டிட்டு போயி-ருக்கு..."

ஜோதி வயது தான் அவனுக்கும். அம்மாவை விட 'கண்ணு, சாமி' என்று கொஞ்சுகிற அப்பாவிடம் அவனுக்குப் பிடிப்பு அதிகம்.

நிதர்சனத்தின் அதிர்ச்சியில் சுமதி கூட வறண்ட கண்ணோடு வளைய வந்தாள் என்றால் அறியா வயதுள்ள சிறுவன் அப்பாவின் கால் கட்டைக் கண்டு தேம்பி தேம்பி அழ, அவனைச் சமாதானம் செய்வதே இவர்களுக்குப் பெரிய வேலையாக இருந்தது.

அவன் தன் அப்பாவிடம் சலுகை கொஞ்சும்போது ஜோதியும், மீனா-வும் ஏக்கமாகப் பார்ப்பது ஆனந்திக்குச் சங்கடமாக இருக்கும். அதனா-லேயே வாசல்பக்கம் அந்தண்ணனின் சைக்கிள் நுழைவது தெரிந்தால் இவள் பிள்ளைகளை வெளியே விட மாட்டாள்.

'பாவம், எங்கண்ணே பட்டுடுச்சு போல...' என்று ஆனந்தி நினைத்-துக் கொண்டாள்.

"சேட்டுகிட்ட இதுவரைக்கும் பாக்கினு எதுவும் வாங்கியிருக்கியா சொமதி?"

"வாங்காம பின்ன? இந்த ஊருக்குள்ள பஞ்சுகுள்ள பொழைக்குற சனம் அத்தனையும் மூச்சு வுடுதோ, இல்லையோ பாக்கி வாங்கி தலைக்கு விலை வைக்கலேனா அது கொலைகுத்தமுல்ல...?!"

சுமதி இடக்காகச் சொன்னவிதத்தில் இருவருமே அப்போதைய கவலை மறந்து சிரித்தார்கள்.

"சரி, கடனோட கடனா போவுது. சேட்டுகிட்ட கேட்டுப்பாரு...."

அடுத்த இரண்டாம் நாள் ஒரளவு தெளிந்து அமர்ந்திருந்த கணவனை ஒரு பார்வை பார்த்துக் கொள்ளுமாறு சொல்லிவிட்டு சுமதி வேலைக்குக் கிளம்பியபோது ஆனந்தி மீண்டும் ஞாபகப்படுத்தினாள்.

"ஆமா புள்ள, முக்கியமா அதுக்குத்தான் போறேன்..." அவளுக்கே நம்பிக்கை இல்லாத சிரிப்புடன் தலையசைத்து நடப்பவளைக் காண ஆனந்திக்கும் துக்கம் அப்பிக் கொண்டது.

"மாரியாயி... நீ தான் அந்தாளு மனசுக்குள்ள பூந்து காசு தர வைக்கோணும்... உண்டியல்ல இரண்டு ரூபா காசு போடுறேன்" என்று மனசார வேண்டிக்கொண்டாள்.

இவள் வேண்டுதல் தான் கேட்டு விட்டதோ என்னவோ, அன்று இரவு அவள் பட்டறையில் இருந்து வீடு திரும்பியபோது வாசலில் பெரிய புல்லட் நின்றிருந்தது.

தெருப்பிள்ளைகளும், சிறுவர் சிறுமிகளும் கண்ணாடியில் முகம் பார்த்து, வளுவளுவென்றிருந்த சீட்டை தடவி கொண்டு நின்றார்கள். சில வாண்டுகள் மேலே ஏறியும் அமர, தவளை காலை பிடித்து இழுக்-கும் தவளைகளாக மற்ற பிள்ளைகள் அவர்களை கீழே இழுத்து விட்டுக் கொண்டிருந்தனர்.

"டேய், இந்த பைக் ஒரு லட்சம்டா..."

"போடா லூஸ், நான் இதே மாதிரி பைக்கை டிவில பார்த்தி-ருக்கேன், இரண்டு லட்சமாண்டா... எங்கண்ணன் கூட சொன்னுச்சு..." மாறி மாறி அவர்களுக்குள் வழக்கடித்துக் கொண்டிருக்க, ஜோதியும் மீனாவும் கூட அந்தக் கூட்டத்தில்.

"உள்ள வாங்கடி.. அடுத்தவங்க பொருளை அவங்க இல்லாதப்ப தொடக்கூடாதுன்னு எத்தனை தடவை சொல்றது?" ஆனந்தி அதட்ட, ஜோதி உடனே ஓடி வந்தாள்.

மீனா முகத்தைத் தொங்கப்போட்டுக் கொண்டே உடன் வந்தது.

"இந்த பைக் நல்லாவே இல்ல மீனு. பின்னாடி யாரோ ஏறி நிக்குர மாதிரி குத்துக்கால இருக்குது. கார்த்தி மாமா கூட போனோம்ல, அது மாதிரி இருந்தா தான் நல்லா இருக்கும்... மாமா வந்தா அது கூட போகலாம்"

பெரியவள் சின்னவளை சமாதானப்படுத்தியபடி அழைத்து வருவது காதில் விழ, ஆனந்தி சிரித்துக் கொண்டாள். 'மாமான்னு சொல்லுறா-ளுகளே...' மனதுக்குள் ஒரு பக்கம் கெதுக்கென்று இருந்தது.

கூடவே அன்று அம்மா செய்த அம்மாவின் ஆர்பாட்டமும்.

கார்த்தியிடம் சொன்னால் 'அதெல்லாம் மெல்ல மாறிக்கும்ங்க... இப்-பயே ஏதாச்சும் சொல்லி அதுங்களை குழப்பி விடாதே' என்கிறான்.

அம்மா திட்டியதை கேட்டுவிட்டு "உங்கம்மா எல்லாம் தெய்வம், எங்கம்மா வாயைத் தொறந்தா இந்தத் தெருவே நாறிப் போயிடும்..." கவலையே இல்லாமல் அவன் சிரித்ததைக் காண உண்மையில் இவளுக்கு எரிச்சல் வந்தது.

இவள் வெட்டிக் கொண்டு திரும்புவதைப் பார்த்து சிரித்தவன், அவளது தோளை இழுத்து நிறுத்தினான்.

"இப்ப எதுக்கு நீ சொணங்குற.? எல்லோரும் திட்டத்தான் செய்-வாங்க, அப்படியா கார்த்தி ரொம்ப சந்தோஷம், அடடா ஆனந்தி ரொம்ப சந்தோஷம்னு எல்லோரும் சொல்லுவாங்களா என்ன? திட்டு-வாங்க, அடிப்பாங்க, கலைச்சுவுடப் பார்ப்பாங்க. எல்லாத்தையும் மீறி தைரியமா ஒன்னா நிக்க வேண்டியது நாம இரண்டு பேரும்தான்.... நான் நிப்பேன், நீ?"

அவன் ஹீரோ போல கையை ஸ்டைலாக நீட்டி கேட்ட விதத்தில் ஆனந்தி வாய் விட்டு சிரித்தாள்.

"ஆமா, போ... நீ நிப்ப... நான் தான் உன்னை வுட்டுட்டு ஓடப்-போறேன்... சும்மா போ கார்த்தி..." மனசு தெளிந்தவளாகக் கிண்டல-டித்தாள்.

என்னமோ அவன் எல்லாவற்றையும் விளையாட்டாகப் பேசும்போது தைரியமாகத் தான் இருக்கிறது. தனியே உட்கார்ந்து யோசிக்கும்போது தான் 'பகீர்' என்கிறது.

'என்னமோ அது கொடுக்குற தகிரியம் தான்' மனதுக்குள் பேசிய ஆனந்தி லைன் கதவை திறந்து குனிந்து உள்ளே சென்றாள். சுமதி வீட்டில் ஒரே சனநடமாட்டம்.

மாம்பழ நிறத்தில் வெடித்து விடும் பூசணி போல இருந்த சேட்டு கட்டில் அருகே உட்கார்ந்து பேசிக்கொண்டிருப்பது தெரிந்தது.

'பரவால்லயே... பழைய மொதலாளினாலும் வீடு தேடி வந்து பார்க்க தோணுச்சே...' என்று நினைத்தபடி தன் வீட்டுக்குள் நுழைந்த ஆனந்தி அடுப்பை பற்ற வைத்தாள்.

இந்த சேட்டு ஒன்றும் பிறக்கும்போதே காசு வைத்துக் கொண்டு பிறந்த ஆள் இல்லை. நூல் வாங்கி, விற்று மாற்றி விடும் கமிஷன் தொழிலுக்காக இந்த ஊருக்கு வந்த மனிதர் தானாம் இந்த ஆள். இன்று இத்தனை பட்டறைகள் வைத்து ஊரிலேயே பெரிய கையாகத் திரிவதற்குப் பின்னாடி ஒரு கதை உண்டு.

ஒரு காலத்தில் பெரிய அரசியல் உருப்படி ஒன்று ரெய்டு வருகிறது என்று பதுக்கிய பணத்தையெல்லாம் பண்டல் பண்டலாகக் கட்டி காவேரி ஆற்றில் விட, அப்படி ஒரு பேல் மாட்டி பணக்காரர் ஆன மனிதர் தான் இந்த சேட்டு என்று அந்தக் காலப் பெரிசுகள் பேசிக் கொள்ளும்.

இந்த சேட்டு மட்டுமில்லை. ஆற்றில் துணி துவைக்கும் வண்ணார்க-ளிடம் கூட அப்படி ஏகமாய்ப் பணம் சிக்கியதாகவும், இங்கேயே இருந்-தால் வம்பு என்று நிறையக் குடும்பங்கள் அந்த நேரத்தில் ஊரை காலி செய்து விட்டு எங்கெங்கோ சென்று விட்டதாகவும், இப்போது அவர்கள் எல்லோரும் பெரிய கோடிஸ்வரர்களாக இருக்கிறார்கள் என்றும் கேள்வி.

'ம்ம்... அப்படி மட்டும் பணம் கிடைச்சா எவ்ளோ நல்லாருக்கும் ? நாமளும் தான் ஆத்துக்கு துவைக்கப் போறோம். நம்ம கைக்கு ஒரு பேல் மாட்ட வேண்டாம், ஒரே ஒரு கட்டு மாட்டக்கூடாது...."

"அப்படி மட்டும் கிடைச்சுதுனா பாக்கியை அடைச்சு போட்டு நிம்-
மதியா வேலைக்கு போகலாம். புள்ளைங்களுக்கு பிடிச்ச துணிமணி,
பலகாரம் வாங்கி கொடுக்கலாம். கார்த்திக்கு ஒரு சட்டை வாங்கணும்,
எனக்கும் இரண்டு புடவை... போனா போவுது, அம்மாவுக்கும் ஒரு
புடவை எடுத்து கொடுத்துடலாம், இல்லேனா வேணும்னே சண்டைக்கு
இழுக்கும். அது சரி, ஒரு கட்டுல எத்தனை காசு இருக்கும்?'

கற்பனையில் நினைப்பதற்கே அத்தனை சுகமாக இருக்க, ஆனந்தி
அன்று சலிப்பே இல்லாமல் அடுப்பு வேலையை முடித்தாள்.

வழக்கம் போல இவர்கள் எல்லோரும் சாப்பிட்டு, பாத்திரம் தேய்த்து,
அழுக்குத் தண்ணியை வெளியே கொட்ட போனபோது லைனின்
பொதுப் பட்டாசாலை அமைதியாக இருந்தது. சுமதி வீடும் கம்மென்று
இருக்க, காலையில் பேசிக் கொள்ளலாம் என்று நினைத்த ஆனந்தி
பிள்ளைகளை அமர்த்தித் தூங்கிப் போனாள்.

"எம்புட்டு கொடுத்தாரு சொமதி, வண்டி போட்டு வூட்டுக்கு வந்து
ஒதவி பண்ணணும்னா, சும்மா சொல்லக்கூடாது புள்ள... பெரிய மனுசன்
பெரிய மனுசன் தான்..."

அடுத்த நாள் காலை ஆனந்தி புகழ்ந்தபோது சுமதி பெரிதாக சிரித்-
தாள். "ம்ம்... கொடுக்காம பின்ன...? எம்புட்டு கொடுத்தாருன்னு நீயும்
தான் பாரேன், நமக்குள்ள என்ன ஒளிவு மறைவு...?"

சுமதி வீட்டுக்குள் இருந்து எடுத்து வந்த பையில் நாலு சாத்துக்குடி
பழங்களும் தோல் சுருங்கிய இரண்டு ஆப்பிளும் கிடந்தன.

"என்ன புள்ள இது?" ஆனந்திக்கு பொசுக்கென்று போனது.

"அவங்க பட்டறைக்குள்ள நாமெல்லாம் ஆள் கணக்கு தானே தவிர
நமக்கெல்லாம் உசுரோ, அதுக்குள்ள வலியோ இருக்கா, என்ன?" சுமதி
சிரித்துக்கொண்டே உள்ளே போனாள்.

வீட்டில் வைத்துப் பார்ப்பதில் வலி பொறுக்க முடியாமல் போக, ஒரு
வாரத்துக்கு மேல் தாக்கு பிடிக்க முடியவில்லை. அந்த அண்ணனை
ஈரோடு ஆஸ்பத்திரியில் சேர்த்து ஆபரேஷன் செய்யச் சுமதி பணத்துக்கு
அலைந்து கொண்டிருந்தாள்.

கூட அவள் கொழுந்தனாரும், வீட்டில் இருந்து உதவ அவள் அம்-
மாவும் வந்திருக்க, அந்த வார சனிக்கிழமையன்று பாக்கிக்கு கழிக்க
வேண்டாம் என்று முதலாளியிடம் கேட்டு, கந்து போக மீந்த ஆயிரம்

ரூபாயை சுமதி கையில் கொடுத்தாள் ஆனந்தி.

"வேணாம் புள்ள... எப்படியாவது சமாளிச்சுக்குவேன்.."

"இருக்கட்டும் வையு.. வந்த மக்க மனுசங்களுக்கு டி வாங்கிக் கொடுக்கக்கூட காசு இருந்தா தான்..." அவள் வற்புறுத்த, சுமதி அதற்கு மேல் மறுக்காமல் வாங்கிக் கொண்டாள்.

"எப்ப சொமதி ஆஸ்பத்திரிக்கு கூட்டிட்டு போலாம்னு இருக்கே..?"

"கூட்டிட்டு போகணும் ஆனந்தி, சீக்கிரம் கூட்டிட்டு போகணும்.."

'எப்பன்னு என்னை கேட்காதயேன்' என்கிற மாதிரி அவள் பார்க்க, ஆனந்தி அவளைத் தாண்டிக்கொண்டு சுமதியின் வீட்டுக்குள் சென்றாள்.

ரத்தம் கசிந்த கட்டுடன் அந்தண்ணன் நாடாக்கட்டிலில் ஒருக்களித்துப் படுத்திருந்தார். இவள் உள்ளே வரவும் இவளைக் கண்டு சோகையாக உதடுகள் நெளிந்தன.

"என்னண்ணே.... இப்ப தேவலையா?" தரையில் அமர்ந்தபடி அவன் முகம் பார்த்து விசாரித்தாள்.

"ம்ம்ம்..." இவள் பேசிக் கொண்டிருக்க....

"வாங்க மாமா... வா கார்த்தி...." வெளியே சுமதியின் குரல் கேட்டது. காதில் விழுந்த பெயரில் விலுக்கென்று எழுந்த ஆனந்தி அதற்குள் உள்ளே நுழைந்திருந்த நெடுநெடு உயரக்காரரை பார்த்துப் பவ்யமாக ஒதுங்கி நின்றாள்.

பின்னாடியே வந்த கார்த்தி இவளைக் கண்டதும் முறுவலிக்க, "வாங்க..." பொதுவாகச் சொல்லியபடி அவனைத் தாண்டிய ஆனந்தி அவனை முறைத்துக் கொண்டே கடந்தாள்.

சுமதி ஒருவிதத்தில் கார்த்தி வீட்டுக்கு தூரத்து உறவு. ஒரே சாதி.

"என்னடி ஆச்சு...?" அவன் இடையில் வெளியே வந்து கேட்டான்.

"வரோம்னு ஒரு வார்த்தை சொல்லத் தெரியாது. பஞ்சும் பட்டறை அழுக்குமா பன்னாடை மாதிரி நிக்குறேன்... சொல்லியிருந்தா ஒரு சொம்பு தண்ணி ஊத்திட்டு வந்திருப்பேன்..."

வருங்கால மாமனார் முன்னாடி இப்படி அலுங்கி நின்றதில் ஆனந்திக்கு ஒரே விசனமாகப் போனது.

"ஆமா... அப்ப மட்டும் அப்படியே பெங்களூர் தக்காளி மாதிரி ஆயிருப்பாளாக்கும்... போடி கருப்பி..." வந்த கோபத்தில் அவன்

இடையில் நறுக்கென்று கிள்ளி விட்டாள்.

"ஆஆ…." கார்த்தி தொண்டையை விட்டு வெளியேறிய அலறலை சிரமத்துடன் அடக்க, இவள் சிரித்துக் கொண்டே வீட்டுக்குள் வந்தாள்.

உண்மையில் அவளுக்குப் படபடப்பாக இருந்தது. உள்ளங்கைகள் வியர்த்தன. என்ன செய்வது என்று புரியாமல் பத்துக்குப் பத்தடி வீட்டில் முன்னும் பின்னும் நடந்தாள்.

பிறகு அவளுக்கே தோன்றியமாதிரி அவசரமாக அடுப்பைப் பற்ற வைத்தாள். கடுங்காப்பிப் போட்டு, விலக்கி வைத்த டம்ளரை மீண்டும் இன்னொரு தடவை பளபளவென விலக்கி, இடையில் மூஞ்சை கழுவி பளிச்சென்ற முகத்துடன் டி டம்ளர்களை அவள் எடுத்து செல்ல…

கார்த்தி அப்பாவிடம் அழுதபடி 'எப்படி விழுந்தான்' என்று முறைமை சொல்லிக் கொண்டிருந்த சுமதி கூட இவள் பதவிசாய்க் கொண்டு வந்து கொடுக்கும் அழகில் உதட்டோரம் கேலியாகச் சிரித்-தாள்.

சுமதி புருஷனும் அர்த்தமாய்ப் புன்னகைக்க, எல்லார் கண்களிலும் சிரிப்பு இருந்தது, ஒரே ஒருவரைத் தவிர.

கார்த்தியின் அப்பா இவளை கூர்ந்து பார்த்தார். அந்தப் பார்வை கடுமையா, ஆராய்ச்சியா என்று வகைச் சொல்லத் தெரியவில்லை. ஆனால், ஏதோ ஒரு எச்சரிக்கை இருந்த மாதிரி இவள் உடல் மெல்ல நடுங்கியது.

"யாருந்த புள்ள…?"

"நம்ம பக்கத்து வூட்டு புள்ள மாமா… மீசைக்காரரு பட்டறைல தான் வேலை செய்யுது…" சுமதி சொல்ல, அவளை மேலும் கீழும் பார்த்தவர், "ம்ம்… தெரியும்… தெரியும்" என்றார்.

அழுத்தமாக ஒலித்த அந்தக் குரலில் ஒரு மறைமுக உறுமல் இருந்-தது.

"என்ன ஆளுங்க….?" அவர் அடுத்து கேட்ட கேள்வியில் சட்-டென்று அந்த இடத்தில் ஒருவித அசவுகரியமான அமைதி சூழ்ந்தது.

இதற்கு ஆனந்தியே முன்னால் வந்து பதில் சொன்னாள்.

"ஓஓஹோ….." அந்த ஓஓஹோவில் நிறைய அர்த்தங்கள் புதைந்தி-ருந்தன. உள்ளே சிரித்தபடி போனவளின் முகம் வெளியே வரும்போது விழுந்திருந்தது.

அவள் முகம் கருத்து வெளியேறுவதைச் சுமதி பரிதாபமாகப் பார்த்-தாள். அவமானத்தில் அழுகை வர, ஆனந்தி பல்லைக் கடித்தபடி முகத்தைச் சகஜமாக வைத்துக் கொண்டாள்.

அதுவரை தெரு வாசலில் நின்றபடி யாருடனோ பேசிக்கொண்டு நின்ற கார்த்தி மலர் புருஷனுடன் உள்ளே நுழைந்தான்.

"வாங்கண்ணே..." ஆனந்தி செந்திலை வரவேற்றபடி தனக்கு வைத்-திருந்த பங்கையும் சேர்த்து அவர்கள் இருவருக்கும் கடுங்காபியை நீட்-டினாள். பேச்சு மும்முரத்தில் கார்த்தி இவள் முகத்தைக் கவனிக்க-வில்லை.

"இங்க யாருக்கு இன்சூரன்ஸ் எல்லாம் இருக்கு? அதெல்லாம் உங்களை மாதிரி ஐடி கம்பெனிக்காரங்களுக்கு தான்..." என்னவோ அவளுக்குப் புரியாத வார்த்தைகளைப் பேசியபடி மலர் புருஷனை சுமதி வீட்டுக்குள் அழைத்துச் சென்றான்.

"இதென்ன கொடுமையா இருக்கு? கவர்ன்மெண்ட் ரூல்ஸ் இருக்கே...? எந்நேரமும் உழைக்குறவங்களுக்கு இந்த மாதிரி விபத்தோ, இல்ல உடம்பு சரியில்லாம போனா கூட தாங்கி பிடிக்க ஒரு சப்போர்ட் சிஸ்டம் எதுவும் இல்லேன்னு சொன்னா ஆச்சரியமா இருக்கு...."

"எந்த ரூலும் இங்க ஒன்னும் பண்ண முடியாதுங்க, வேணும்னா உங்க மாமனாருகிட்டயே கேட்டுப் பாருங்களேன்... இருநூறு தறியை எப்படி பிரிச்சு பிரிச்சு அவரு கணக்கு காட்டுறாருன்னு, அப்ப தானே வேலை செய்யுறவங்களுக்கு இன்சூரன்ஸ், ஈஎஸ்எஸ்னு ஒன்னும் கொடுக்க வேண்டாம்...."

"ம்ம்..." இரு ஆண்களும் தீவிரமாகப் பேச, நடுநடுவே ஆஸ்பத்திரி, ஆபரேஷன், பணம் என்றெல்லாம் இவளுக்குப் புரிந்த சில வார்த்தைக-ளும் காதில் விழுந்தன.

எல்லோரும் கிளம்பி வெளியே வந்தபோது தன் வீட்டு வாசலில் உட்கார்ந்திருந்த ஆனந்தி மரியாதையாக எழுந்து நின்றாள். சுமதி வழி-யனுப்ப முன்னே செல்ல, கார்த்தி இவளை சங்கேதமாக ஒரு பார்வை பார்த்து விட்டு வெளியேறினான்.

'ஆமா போ...' ஆனந்தி கண்டுகொள்ளாமல் டம்ளர்களை எடுக்க மீண்டும் சுமதி வீட்டுக்குள் சென்றாள். சுமதி புருசன் மட்டும் படுத்தி-ருக்க, எல்லாவற்றையும் எடுத்துவிட்டு கார்த்தி அப்பா உட்கார்ந்திருந்த

நாற்காலியின் அடியில் இருந்ததை எடுக்கக் குனிந்தாள்.

ஆனால், எடுக்காமல், எடுக்கத் தோணாமல் அதையே உற்றுப் பார்த்தபடி இருந்தாள். கொடுத்தது கொடுத்த மாதிரி டம்ளர் முழுக்க கடுங்காப்பி இருந்தது.

சீந்தப்படாமல் ஆறி அவலாய்ப் போயிருந்த திரவத்தையே கண்ணெடுக்காமல் பார்த்தவளுக்கு, "போடி கருப்பி..." கார்த்தி கிண்டலாய்ச் சொன்ன வார்த்தைகள் இப்போது சுளீரென்று தைக்கிற மாதிரி அவள் உடலைத் துளைத்து சென்றன.

8

சுடுதண்ணியைக் காய்ச்ச நேரமில்லாமல் சில்லென்று இருந்த பக்-
கெட் தண்ணீரை அப்படியே மொண்டு தலையோடு கொட்டிக் கொண்-
டாள் ஆனந்தி.

கட்டையாகக் கிடந்த அடி சோப்புத் துண்டை இறுகப் பிடித்தபடி
கைகள் அனிச்சையாக உடலைத் தேய்த்தனவே தவிர, மனசு அடுத்-
தடுத்துச் செய்ய வேண்டிய வேலைகளைப் பற்றிக் கணக்கெடுத்துக்
கொண்டிருந்தது.

இந்த மாசம் முச்சூடும் வேலை என்றால் அப்படி ஒரு வேலை,
பட்டறைக்கும் போய் வந்து டீச்சர் வீட்டுக்கும் முதலாளி வீட்டுக்கும்
அலைந்து, சாதாரண நாட்களில் எப்படியோ...

விரதம் பிடித்துக் கங்கணம் கட்டியிருக்கும் இந்தப் பத்து நாட்களாக
உடம்பு கெஞ்சியது. சாயந்திரம் தலைக்கு ஊற்றியதும் அப்படியே கட்-
டையைச் சாய்த்து விடேன் என்று தள்ளாடியது.

ஆடி பதினெட்டுக்கு இன்னும் நான்கே நாட்கள் தான் இருந்தன.
பதினெட்டுக்கு முதல்நாள் அக்னி சட்டி எடுக்க, மதியமே அக்கரை
கோவிலுக்குப் போய்விட வேண்டும். தீர்த்தக்குடம் எடுப்பவர்கள், அலகு
குத்துபவர்கள் என எல்லோரும் வந்து சாமி புறப்படுவதற்கு எப்படியும்
நான்கு ஐந்து ஆகி விடும்.

பிறகு அங்கிருந்து நடந்து வர, அங்கங்கு நின்று மேளம் கொட்டி
ஆட எனக் கோவில் வந்து சேர்வதற்கு எப்படியும் மணி பத்தாகி விடும்.

"மகமாயி. உடம்பு இப்பயே நூல் நூலா போன மாதிரி இருக்கு.
எப்படித்தான் அக்னிசட்டியை சுமந்து வரப் போறேனோ...?" ஆனந்தி
தனக்குள் அனத்திக்கொண்டே புல்லு கட்டு போல காய்ந்திருந்த முடியை

நன்றாக நனைகிற மாதிரி பிரித்து விட்டு தண்ணீரை ஊற்றினாள்.

போன சனிக்கிழமை சம்பளம் வாங்கிய பின்பு பூசாரியிடம் போய்க் காப்பு கட்டி வந்திருந்தாள். துணைக்கு ஒரு மாதமாக மாலை போட்டு விரதம் பிடிக்கும் மூன்றாம் வீட்டுப் பாக்கியத்தை அழைத்துச் சென்றாள்.

இதற்கெனவே எடுத்திருந்த மஞ்சள் புடவையயச் சுற்றி, காவிரியில் தலைமுழுகி, கோவில் கணக்கரிடம் ரசீது போட்டுக் கொண்டு.... ஆத்தா மடி மேல் வைத்து எடுத்த மாலையைக் கழுத்தில் போட்டு, விரலி கொம்பு சுற்றிய மஞ்சள் துணியைக் கையில் கட்டிவிட்ட பூசாரி கூடச் சும்மா இருந்தார்.

கூட வந்த பாக்கியம் தான் வாய் ஓயாமல் திட்டினாள். "என்னமோ இரண்டாம் ஆட்டம் சினிமாவுக்கு டிக்கட் வாங்குற மாதிரி இப்ப வந்து கங்கணம் கட்டுற. அததுக்குன்னு நாளுகணக்கு இல்லையா புள்ள...?" அவள் குறைந்தது நாற்பது நாட்களாவது விரதம் பிடிக்கவேண்டும் என்று திட்ட...

"நடுல தூரம் வர்ற நாளுக்கா. அதுவுமில்லாம வெரதம் புடிச்சா ஒழுங்கா புடிக்கணுமில்ல... இத்தனை ஓட்டம் ஓடி இரண்டு நேரம் தலைக்கு குளிச்சு வீடு வழிச்சு... சிரமம்கா..."

"இது போதும்டி. கெட்ட கெழவி நானே மூணாம் நாள் தான் கட்- டிக்கப் போறேன்... மொத மாதிரி முடிய மாட்டேங்குது..."

சாமி கும்பிட வந்திருந்த சரசக்கா இவர்கள் பேச்சில் இடையிட்டு சொன்னபிறகு தான் பாக்கியம் வாயை மூடினாள், அதுவும் தனக்குள் முணுமுணுவென்று ஏதோ முனகிக் கொண்டு.

பொன்னம்மா ஊரில் இல்லை. இளைய மகள்களை நோம்பிக்கு அழைக்கச் சென்னிமலை வரை சென்றிருந்தாள். நோம்பிக்கு இரண்டு நாட்கள் முன்னாடி எல்லோரும் வந்து விடுவார்கள்.

'அதுக்குள்ள வீட்டை கொஞ்சம் ஒழுங்கு வைக்கணும், காரை பேர்ந்த இடத்துக்கு சுண்ணாம்பு பூசணும்' ஈர உடலில் புடவையைச் சுற்- றிய ஆனந்தியின் நாசி வேண்டாத மணத்தை உணர்ந்து முகம் சுருக்கி- யது.

'எங்க இருந்து இப்படி சிகரெட்டு நாத்தம்...?'

பாத்ரூம் சுவருக்குப் பின்னால் இருந்து புகை சுருள் சுருளாக மேலே போக, வெளியே வந்த ஆனந்தி சுவரோரமாய் மெல்ல எட்டு வைத்து

எட்டிப் பார்த்தாள். கோணி மறைத்த இடுக்கு சுவருக்குப் பின்னால் தினேஷ் நின்றிருந்தான்.

அவன் கையில் எரியும் கங்கு, வாய் வளைய வளையமாய் வெண் புகையை ஊதிக் கொண்டிருக்க, பார்வையோ...

"டேய்...." இவள் குரலில் அவன் விதிர்த்துப் போனவனாய்த் திரும்-பினான்.

"இங்க என்னடா பண்ணுற?" ஆங்காரமாய் வந்தது ஆனந்திக்கு. "மொளைச்சு மூனு இலை வுடல... அதுக்குள்ள புத்தி போகுது பாரு எதையோ திங்க போன நாய் மாதிரி..."

"யக்கா... இல்லக்கா... ப்ரெண்ட்சு தான் புடிக்க கத்து கொடுத்தா-னுங்க..."

திருடனுக்குத் தேள் கொட்டியமாதிரி தான் நின்ற இடத்தில் இருந்து அவசரமாக நகர்ந்தவன், சிகரெட்டை கீழே போட்டு தன் கையை உதறிக்கொள்ள... "அடச்சீ... வாயை மூடு. அக்காவாம்.. அக்கா.... நீ எக்கேடோ கெட்டு போ... இந்த நேரத்துல உனக்கு இங்க என்னடா வேலை...? இனிமே பொம்பளை ஆளுங்க குளிக்கும்போது, சந்துக்கு போகும்போது உன்னை வெளில பார்த்தேன்.. தலையை திருகி உசுரோட புதைச்சுப்புடுவேன் பார்த்துக்கோ..."

கத்திவிட்டு உள்ளே வந்தவள், சீலையை உதறி ஒழுங்காகக் கட்டி-னாள்.

"ஆத்தாக்காரி பொழுதன்னிக்கும் பட்டறை சூட்டுல சாகுறா... இந்த நாய்க்கு புத்தி போற போக்கை பாரு... பாத்ரூமுக்குள்ள தான் எட்டிப் பார்த்தானோ, இல்ல சந்துக்குள்ள பார்த்து நின்னானோ, யாரு கண்-டது?" அவள் வேகமாகக் கதவைத் திறந்து வெளியே வருவதற்குள் ஜோதியும், வேணியும் லைனுக்குள் நுழைந்திருந்தார்கள்.

"ஏம் புள்ளைங்களா... சந்துக்குள்ள போறதுக்கு முந்தி சுத்தி யாரு இருக்கா என்னன்னு பார்க்குறதில்லையா... ஏன்டி வேணி... நீ இன்னும் சின்ன புள்ளையா... உட்கார்ந்தப்புறம் கவனமா இருக்கோணும் புள்ள..."

இரண்டு மாதங்களுக்கு முன்னால் சமைந்து ஊரழைத்து திரட்டி செய்திருந்தாலும், வேணி படிசோடாக இவள் சொல்ல வருவது புரியாமல் சிறுபிள்ளையாக விழித்து நின்றாள்.

"இத்துஹூரண்டுக்கு என்னத்தை புரியும் போ... எப்பயும் யாரையாவது துணைக்கு கூட்டிட்டு தான் சந்துக்கு போவோணும் புள்ள, புரியுதா...? உனக்கும் தான்டி ஜோதி.... சரி, தங்கச்சி எங்க..?"

"அஜீத் கூட சேர்ந்து செல்லுல பாம்பு வெளையாட்டு வெளையாடிக்கிட்டு இருக்காம்மா..."

"இந்த கருமம் பிடிச்ச செல்லு வந்து தான் எல்லாம் நாசமா போச்சு... அவளை கூப்பிட்டேன்னு சொல்லு.... இரண்டு பேரும் பட்டா-சாலைல உக்காந்து வெளையாடுங்க... அம்மா வழிச்சுட்டு வந்துடுறேன்"

அந்த தினேஷம் எப்போதும் செல்லை வைத்தபடி எந்நேரமும் அதையே பார்த்துக் கொண்டிருப்பான். இவளிடம் இருப்பது போல எண்-கள் அழுத்துகிற விதமில்லை அது. கார்த்தி வைத்திருப்பது போல அதிலேயே படமெல்லாம் தெரிகிற மாதிரி, போட்டோ எடுக்கிற மாதிரி விலைகூடிய வகை.

அவன் அம்மாவிடம் ஒரியாட்டம் செய்து போன தீவாளி நோம்பிக்கு வாங்கி இருந்தான். அது வந்து சேர்ந்த நேரமோ, என்ன கருமமோ, அந்தப் பையனுடைய போக்கோ சரியில்லை.

மண்டி போட்டு கரைத்து வைத்திருந்த சாணியை எடுத்து தரையை வழிக்கத் தொடங்கியவளுக்கு மனசு ஆறவே இல்லை. சந்து இடுக்கில் எதைப் பார்த்து நின்றான்? என்னையா? இல்லை இந்தப் பிள்ளைக-ளையா? ஒருவேளை வெறும் புகையைத்தான் ஊதி நின்றானோ..?

ஆனால், திருதிருத்த அந்த முழிகள் எதையோ தப்பு செய்வதை ஒத்துக்கொள்வதைப் போலத்தானே அதிர்ந்தன.

"மிஞ்சி போனா பதினெட்டு இருக்கும், அதுக்குள்ள..." இந்த லைனுக்கு வந்த புதிதில் குழந்தையாய் இருந்தவனை இடுப்பில் தூக்கி வைத்து கொஞ்சியபடி திரிந்திருக்கிறாள்.

கண்முன்னால் குழந்தையாகவே திரிந்தவன், திடிரென வளர்ந்து காலித்தனம் செய்வது... 'அந்தக்கா கிட்ட சொல்லலாமா..?' என்று நினைத்தவள், 'வேணாம் போ.. அதுவும் நம்மளை மாதிரி தான் நாய் படாத பாடு படுது... இதை சொன்னா வீணாக்க வெசனப்படும்... எல்-லாம் வயசு கோளாறு... கொஞ்ச நாள்ல சரியாப் போகும்' என்றெண்-ணிக் கொண்டாள்.

"யம்மா.... பசிக்குதும்மா..." முந்தியைப் பிடித்து இழுத்தாள் மீனா.

"இந்தா புள்ள.. வந்துட்டேன்..."

மதியானமும் ஒன்றும் பெரிதாகச் செய்து வைத்து விட்டு போக-வில்லை. காலை ஆளுக்கு இரண்டு இட்லி வாங்கி வைத்தவள், மதியம் பழையதை கரைத்து மோர் வாங்கி ஊற்றி குடித்துக் கொள்ளச் சொல்லி பட்டறைக்கு ஓடியிருந்தாள்.

இன்று பள்ளியில்லை. பள்ளி இருந்தால் இந்தச் சாப்பாட்டு கவலை இல்லை. இரண்டும் அங்குப் போய்ச் சத்துணவு சாப்பிட்டுக் கொள்ளும். பருப்பும், காயும், வாரம் இரண்டு நாள் முட்டையுமாகச் சாப்பாடு போடு-வதால் காலை மட்டும் வயிற்றுக்கு கொடுத்து அனுப்புவது சுலபம்.

"ஏன்டி, அங்க சொத்தை காயும், ரேஷன் பருப்பும், புழு வச்ச சோறும் தானே போடுவாங்க... அதைப் போயி திங்க சொல்லுத..." முத-லாளி அம்மா கூட திட்டும்.

"அட ஏன்கா நீ வேற? இல்லேனா மட்டும் பாலும் தயிருமா கொடுக்குறேன்... சுட சுட பொங்கி போடுறாங்க... பசிக்கு தின்னுபோட்டு வருதுங்க... இதுக்கு மேல பொன்னி அரிசியில சோறு போடுன்னு கேட்க முடியுமா?"

'உங்களை மாதிரி சொகுசா நாங்க...? பசிக்கு சோறு, அதுவும் மொட்டெல்லாம் (முட்டை) கொடுக்குறப்ப என்ன நொட்டை வேண்டிக்-கெடக்கு...' என்று மனதுக்குள் நினைத்துக் கொள்வாள்.

நோம்பி வருவதால் லோக்கல் லீவு என்று இந்தப் பதினைந்து நாட்-களாக மாறி மாறி விடுமுறை விட்டுக் கொண்டிருப்பதில் பிள்ளைகளுக்-குச் சோறு ஆக்கி வைத்து விட்டுப் போகும் வேலை வேறு சேர்ந்து கொண்டது.

மாலை போட்ட நாளாகக் காலையில் கோவிலுக்குப் போய் ஊஞ்-சலுக்குத் தண்ணீர் ஊற்றி விட்டு வருவதில் உலை வைக்க முடிய-வில்லை.

தன்னோடு சேர்ந்து அதுகளும் காய்வது பாவமாய் இருந்தது. மற்ற நாட்களில் என்றால் முதலாளி வீட்டில் கொடுக்கிற மீந்த சோற்றையும், குழம்பையும் கூடப் பரிமாறி விடுவாள். இப்போது விரதம் பிடிப்பதால் அதற்கும் வழியில்லை.

"அம்மா நிமிஷத்துல சமைச்சு புடுறேன் கண்ணு.. வர்ற வழில பிள்-ளையார் கோவிலுல பொங்கசோறு கொடுத்தாங்க.. அங்க வச்சிருக்கேன்

பாரு, எடுத்து தின்னுங்க..." என்றபடி வேகமாக அடுப்பை பற்ற வைத்து நீருடன் பானையை ஏற்றிய ஆனந்திக்கு அன்று கார்த்தி அப்பா தன்னைப் பார்த்த பார்வை நியாபகம் வந்தது.

முதலாளி அம்மா சத்துணவு சாப்பாடு பற்றி பேசும்போது எப்படி முகத்தைச் சுளித்துக் கொண்டாள், அதுபோலத் தான் தன்னைக் கண்டு அவருடைய கண்களும் அன்று சுருங்கின.

அடுத்தநாள் அவள் கார்த்தியிடம் நடந்ததைச் சொன்னபோது அவன் முகம் சிவந்து போனான். ஆனாலும் காட்டிக்கொள்ளாமல் அவளைப் பார்த்து லேசாகச் சிரித்தான்.

உண்மையில் அந்தச் சிரிப்பு ஒருமாதிரி அவஸ்தையுடன் இருந்த மாதிரி இவளுக்குத் தோன்றியது.

"அவங்க எல்லாம் அந்த காலத்து மனுசங்க... விடு புள்ள.. அதெல்லாம் பெருசா எடுத்துக்காத...." அவன் அத்தனை சுளுவாகச் சொன்னமாதிரி விஷயம் சுலபமா என்ன...?

'எந்த பாவி இத்தனை கோடு வரைஞ்சுப்புட்டு போனவன்...? அவன் மட்டும் என் கைல கிடைச்சா...?" ஆனந்தி கடுப்புடன் புளியையும், தக்காளியையும் கரகரவெனச் சட்டியில் கரைத்தாள்.

****

அன்று மாலை ட்ராபாக்ஸ் தறியில் பாவு தீர்ந்து விட்டது என்று இவள் கார்த்தியை தேடியபோது, "மேஸ்திரி ஓட்டமெத்தைக்கு போயி-ருக்காரு புள்ள... இந்தா வந்துடுவாரு... செத்த உக்காரு..." வாட்ச்மேன் தாத்தா தான் உட்கார்ந்திருந்த படியை காட்டினார்.

"மாரியண்ணா... என் இரண்டு தறில ஒரு கண்ணு வச்சுக்கோ.. நான் இப்படி கொஞ்சம் உட்காருறேன்... குருத்து வலிக்குது..." அவர-ருகே அமர்ந்த ஆனந்தி அவர் நீட்டிய டீ கிளாசை வாங்கினாள்.

மிக்சர் பொட்டலமும் உடன் இருக்க, "சைவ கடலை தானே வாங்-குன?" ஒரு வாய் அள்ளி போட்டுக் கொண்டாள்.

"ஆமா, நம்ம சுந்தரி கடலை தான் வாங்குனேன் புள்ள..."

"நல்லவேளை, அந்தக்காவும் மாலை போட்டுருக்கு.. இல்லேனா ஒரே எண்ணெல முட்டை போண்டாவையும் பொரிச்சு கொடுத்துடும்..."

"அதைச் சொல்லு..."

"ஏன் தாத்தா, இன்னிக்கு நீ தறி ஓட்டலியா?" அவர் வாட்ச்மேன் வேலையுடன் பட்டறையில் தேவைப்படும் எடுபிடி வேலைகளுக்குக் கை கொடுத்தாலும் கூடவே சமயங்களில் தனக்கென்று தனித்தறியும் ஓட்டு-வதுண்டு.

"எங்க ஓட்டுறது? பத்தாம் நம்பர் துண்டு எல்லாம் முடிஞ்சு எல்லா சாதா தறிலயும் முப்பது நம்பர் வேட்டி ஓடுது. மெல்லிசு நூலு அந்து அந்து போயி இழை வாங்கி கோர்க்குறதெல்லாம் இந்த கிழவனுக்கு சரிப்படுமா? கண்ணுல பொறையுழுந்து போச்சு ஆயா..."

"ஆமா... இது ஒரு சாக்கு உனக்கு... அப்படியே பத்தாம்நம்பர் ஓட்-டுனா மட்டும் சீக்கிரம் தார் தீர்ந்து போகுதுன்னு அதுக்கும் சுணங்கி சுணங்கி உட்காரத்தான் போற..."

"ஏன் புள்ள, நீ எடுந்தாந்து இந்த தாத்தனுக்கு மாட்டி கொடுக்க மாட்ட..?"

"ஏன் மாட்டிக் கொடுக்காம... கொடுத்துட்டா போச்சு..." ஆனந்தி சிரிக்க, "அப்ப சம்பளத்துல பாதி நீ வாங்கி வச்சுக்க ஆனந்தி, பாதி வேலையை நாம பார்த்து கொடுக்க இந்த தாத்தன் நோகாம நோம்பி கும்பிடுட்டு முழு காசையும் ஜோபில போட்டுட்டு போகுமாம்"

நிழலில் அமர்ந்து ஓடி எடுத்துக் கொண்டிருந்த தவமணி கிண்டலா-கக் குரல் கொடுத்தாள்.

ஆயிரம் இழைகள் ஓடி முடிந்த தறி சட்டத்தை ஸ்டாண்ட் வைத்து இனிமேல் போட போகும் சன்ன துண்டு ரகங்களுக்காக ஐநூறு இழை-கள், அறுநூறு இழைகளாக ரீட் பிடித்து ப்ரேம் செட்டில் ஓடி எடுக்கும் வேலை அது.

ஓடி வேலை இல்லாத நாட்களில் தார் போட்டுக் கொடுத்து விட்டு மதியமே வீடு திரும்பி விடும் தறித் தொழிலாளிகளின் பார்வையில் 'சுக-வாசி' அவள்.

"பாவம், போனா போகுது மணி... நம்ம தாத்தனுக்கு நாம செய்யாம யாரு செய்யுறது? அப்படி பார்த்தா ஊடைல தார் ஓட்டுறேன்னு நீ பாதி நேரம் சமைஞ்ச புள்ள கணக்கா உட்கார்ந்திருக்க, தாத்தன் தானே கூட நின்னு போட்டு கொடுக்குது. அது என்ன பங்கா கேக்குது?"

"போடி இவளே.. உனக்கு சப்போர்ட்டு பேச வந்தேன் பாரு, என்னை சொல்லணும்... நம்ம தாத்தன் நமக்கு செய்யாம வேறு

யாருக்கு செய்யும்?"

அவள் சொன்னதையே மாற்றிப் போட்ட தவமணி சிரித்துக் கொண்டே எழுந்து வந்தாள்.

தரையில் தினத்தந்தி பேப்பரில் சுருண்டு கிடந்த பொட்டலத்தைப் பிரித்து அடிமிக்சரை அள்ளி வாயில் போட்டுக்கொண்டு அவள் உள்ளே செல்ல, "பதிலு பேசாம தப்பிச்சு ஓடுறா பாரு..." வாட்ச்மேனின் குரலில் பின்பக்கம் கை காட்டி விட்டு ஓடினாள்.

இவர்கள் இருவரும் சிரித்தபடி சூடு ஆறிய தேநீரை உறுஞ்சிக் கொண்டே அடுத்த ஊர்கதையைத் தேடி பேச ஆரம்பிக்கையில் தெரு-முனையில் சவிதா ஸ்கூட்டரில் வந்து இறங்குவது தெரிந்தது.

வேகமாய் நடந்து வந்தவள் சுடிதார் மேல் துணியை இழுத்து விட்-டபடி யாரையும் பார்க்காமல் தலைகுனிந்து படியேறி உள்ளே செல்ல, "எத்தனை துணிச்சல் பார்த்தியா தாத்தா...? பட்ட பகல்ல..." சிறிது நேரம் கழித்துப் பின்னால் கணேசன் ஸ்கூட்டரை தள்ளிக் கொண்டு வந்-தான்.

வாசலிலேயே உட்கார்ந்திருந்த இவர்களைப் பார்த்ததும் இருவரின் முகமும் விழுந்து போனது நன்றாகத் தெரிந்தது.

"நீ சரசுகிட்ட சொல்லலாம்ல புள்ள..."

"சொல்லலாம்னு தான் நினைக்குறது. அதுவே தெனைக்கும் குடிகார புருசன்கிட்ட அடி தின்னு சீப்படுதேன்னு பேசாம இருக்கேன். காதுல வுழுந்தா அது மனசு வூட்டுப் போயிடும்..."

சவிதா என்று நேருக்கு நேராக 'நீ எப்படினு தெரியாதா?' என்று கேட்டாளோ அன்றே ஆனந்திக்கு மனது விட்டுப் போயிருந்தது. தான் பார்க்க வளர்ந்த பிள்ளை, கிட்டத்தட்ட ஜோதி மாதிரி, நேற்று வாங்கிக் கட்டிக் கொண்டானே அந்த தினேஷ் மாதிரி.

இதுங்களுக்கெல்லாம் இத்தனை சின்ன வயதில் எங்கிருந்து இவ்வ-ளவு கள்ளத்தனம் வருகிறது? ஒற்றை அறை, நான்கு சுவர் மறைத்த குடித்தனங்களில் மொத்த குடும்பமும் நடக்க, அதிலேயே திருமணம், பிள்ளைப்பேறு எனச் சகலமும்.

அதற்குள்ளேயே உழலும் பிள்ளைகள் சீக்கிரமாகவே அத்தனை பெரியதனத்தையும் கற்றுக் கொள்வதில் வியப்பென்ன!!? போதாக்கு-றைக்கு டிவியும், சினிமாவும், இப்போது கைக்குக் கை மின்னுகிற செல்-

லும் எல்லாவற்றையும் விலாவரியாகச் சொல்லிக் கொடுக்க, இந்தப் பிள்ளைகள் கெட்டுப் போகாமல் ஒழுக்கமாய் இருந்தால் தான் ஆச்சரியம்!

"நோம்பி முடியட்டும் தாத்தா. சரசக்கா தீர்த்தக்குடம் எடுத்து வெரதம் வுட்ட பின்னாடி சொல்லுறேன், 'ஒன்னுஞ்சரியில்ல, கண்டிச்சு வையு, இனிமேக்கா நீ போற பட்டறைக்கே கூட்டிட்டு போயிடு' னு சொல்லி வைக்கணும், கழுதை, ரொம்ப தான் கொழுப்பெடுத்து திரியுறா..."

"மேஸ்திரி இல்லேனா வாசல்ல உக்காந்து கதை அடிக்க சொல்லுது..? பீஸ் கணக்கு பார்க்கும்போது இருக்கு உனக்கு"

கார்த்தி தன் வண்டியைப் பயமுறுத்துகிற வேகத்தில் கொண்டு வந்து நிறுத்தி பட்டறை படியில் கால் வைத்தவாறு சிரிக்க, "ஆமா, பாவு மாத்த ஆளில்லாம எங்கன தறி ஓட்டுறதாம்...? பட்டறை மேஸ்திரிக்கு பொறுப்பு இருந்தாதானே?" சிரித்த ஆனந்தி இடக்காய் நொடித்துக்கொண்டே எழுந்தாள்.

"ஏன் கணேசன் இல்ல.? சொல்லிப்போட்டு தானே போனேன்..." அவன் எரிச்சலுடன் இறங்க, "நீ போன கையோட வெளில போய்ட்டு இப்பதான் வாராரு" தாத்தா சொனார்.

"துரைக்கு வர வர பட்டறைக்குள்ள இருப்பு கொள்ள மாட்டேங்குது... இவனையெல்லாம் வச்சிட்டு என்னத்த வேலை பார்க்குறது...?"

அவன் உள்ளே வந்து பாவு மாத்தி தார் நூலெடுத்து இழை கோர்க்க, "நான் பார்த்துக்குறேன், நீ போ..." இவள் ஏற்கனவே முடிந்து விழுந்திருந்த பீஸ் துணியுடன் இழை இணைத்து ஓட்ட ஆரம்பிக்க, கார்த்தி கடுப்புடன் ஆபிஸ் அறைக்குள் போனான்.

அவள் சவிதாவைப் பார்த்தாள். யாராவது ஏதாவது கேட்டு விடுவார்களோ என்கிற மாதிரி அவள் தலைநிமிராமல் கோன் மறித்துக் கொண்டிருந்தாள்.

ஆனந்தி அதற்கு மேல் அவளைக் கவனிக்காமல் இன்னும் இரண்டு நாட்களில் வரப் போகிற தங்கை குடும்பங்களைப் பற்றி நினைத்துக் கொண்டாள். '

சென்னிமலைக்காரி எப்படியும் நாள மறுக்காநா வந்துடுவா... வெப்படைக்காரி பொதன்கிழமை தான் வருவான்னு நினைக்குறேன்... படுக்க வச்சிருந்த பாயெல்லாம் பிஞ்சு கெடக்கு.. எல்லோரும் வந்தா ஆகுற

மாதிரி இரண்டு பாயு வாங்கிப் போடணும்"

"டிச்சர்கிட்ட தான் காசு கேட்கணும்... நாளைக்கு சாயங்காலமாச்சும் காரை பேர்ந்த செவத்துக்கு சுண்ணாம்பு அப்பி அடைச்சுவுட்டா நல்லா இருக்கும். காலையங்காட்டியும் சுண்ணாம்பை காச்சி வச்சிட்டு வரலாம்....' என்று தனக்குள் திட்டம் போட்டவள், சரியாக எட்டு மணிக்கு எல்லோரும் தறி நிறுத்திய பின்னால் தன் தறிகளையும் நிறுத்தி பீஸ் கணக்குக்கு நூல் முடிந்து அடையாளம் வைத்துவிட்டு கிளம்பி-னாள்.

பின் ரூமுக்கு சென்று விட்டு அவள் வெளியே வர, சவிதா பைப் ஓரமாக இருளில் நின்று வயிற்றைப் பிடித்தபடி சுவரில் தலை சாய்த்தி-ருந்தாள்.

இவள் இருக்கும் அரவம் தெரிந்து கூட அவள் நகராமல் வெளிறிப் போய் நின்ற கோலம் ஏதோ விபரீதம் என்றது.

"என்ன புள்ள பண்ணுது?" குனிந்திருந்தவள் தலை நிமிரவில்லை.

வேண்டுமென்றே கேட்டும் கேட்காதது போல இருக்கிறாள் என்று புரிய, ஆனந்தி அதற்கும் மேல் எதுவும் நோண்டாமல் ஒதுக்கமாய் நின்று சேலையை உதறிக் கட்டிக் கொண்டாள்.

பின்புறம் நீடித்த கனத்த அமைதிக்குப் பின்னால் மெலிதாய் ஓங்க-ரிக்கும் சத்தம் கேட்டது. ஆனந்தி எட்டிப் பறக்க, இவள் நிற்கும் திசை-யைப் பயத்துடன் பார்த்து வாயை அடக்கியபடி நின்ற சவிதா, தன் பார்வை அவள் மேல் பட்டதும் படக்கென்று எழுந்து பாத்ரூமுக்குள் நுழைய, இவளுக்கு 'சீ' என்றானது.

தன்னிடம் எதையும் சொல்லப் பிடிக்காமல் சர்ரென உள்ளே புகுந்து கொண்டது முகத்தில் அடித்த மாதிரி இருக்க, ஆனந்தி அதற்கு மேல் அங்கு நிற்கவில்லை.

தன் கூடையைத் தூக்கிக் கொண்டு விடுவிடுவென நடந்தாள். நலிந்த உடலுடன் இங்கும் அங்கும் ஓடியாடும் சரசக்காவின் முகம் கண் முன்னால் வர, அடிவயிறு குமுறியது.

இது இப்படித்தான் முடியும் என்று தெரியும். 'அவசரக்காரி, பதினாறு கூட தாண்டாத வயசுல அப்படி என்ன அவசரம், அதுவும் மட்டமான ஒருத்தனோட... சை....'

மனசில் தோன்றிய வெறுப்பு மொத்தத்தையும் துடைத்து எறிகிற மாதிரி காறி தெருவோரம் உமிழ்ந்து விட்டு லைன் படியேறினாள்.

சுமதி வீட்டு வாசலில் மாணிக்கம் சேர் போட்டு உட்கார்ந்திருந்தான்.

'இவன் எங்க இங்க வந்தான்?' சுமதி இயல்பாகச் சொம்பில் தண்ணீர் கொண்டு வந்து கொடுப்பதும், அவன் ஏதோ சொல்லி சிரித்துக் கொண்டே வாங்குவதையும் பார்க்க அதிசயமாக இருந்தது.

"எதுக்கு சொமதி வந்துட்டு போறான் அவன்?" அவன் எழுந்து போன பின்பு சுமதியிடம் கேட்டாள்.

"சும்மா தான் வந்தாரு ஆனந்தி, உங்கண்ணனை பார்த்துட்டு போக வந்தாரு..."

ஆனந்தி அவளைக் கூர்மையாகப் பார்த்தாள்.

"என்ன மரியாதையெல்லாம் பலமா இருக்கு.. மாணிக்கத்தை இத்தனை மரியாதையா நீ கூப்ட்டு நான் பார்த்ததே இல்லையே...?"

"பின்ன, வயசுல மூத்த ஆளுல்ல... புது சீட்டு ஆரம்பிக்குது, சேர்றியான்னு கேக்க வந்தாரு. சீட்டு போடுற நிலைமையிலா நான் இருக்கேன்னு சொல்லி அனுப்புனேன்.."

"சொமதி, இதை ஏன் என் மூஞ்சைப் பார்க்காம சுவத்தை பார்த்து பேசற?" ஆனந்தி அழுத்தமாகக் கேட்க, சுமதி சங்கடமாக இவள் கண்களைப் பார்த்தாள்.

"அவன் சீட்டு பிடிக்குறது எல்லாம் வேஷம், அவன் வீடு வீடா ஏறி இறங்குறது எதுக்குன்னு இந்த ஊருக்கே தெரியும், யாருக்கும் தெரியாதுன்னு உன்னை நீயே ஏமாதிக்காத... இந்த உடம்பு தெம்பு வச்சு தான் நம்ம பொழப்பு, அதை பாழாக்கிக்காத புள்ள."

ஆனந்தி அவள் தோளைப் பிடித்தபடி கெஞ்சுகிற மாதிரி சொல்ல, சுமதி அவளையே பார்த்தாள்.

இதற்குமேல் எதற்குப் பூசி மெழுக வேண்டும் என்பது போல அவள் உதடுகளில் ஒரு சிரிப்பு தோன்றியது. நைந்த சிரிப்பு. 'என்ன இப்ப?' என்கிற இளக்கார சிரிப்பு.

"போயிட்டு போது ஆனந்தி, மண்ணுக்கு திங்குற உடம்பு தானே, இந்த மாதிரியாவது உதவிட்டு போகுது, விடு..." சுமதி சோகையாகச் சிரிப்பதைக் காண ஆனந்திக்கு கட்டுக்குள் அடங்காத எரிச்சல் தோன்றியது.

பளீரென்று அவள் கன்னத்தில் ஒன்று கொடுக்கத் தோன்றியதை அடக்கியபடி அவளைப் பார்த்தாள்.

"நாளைக்கே உன்னை என் மொதலாளிகிட்ட கூட்டிட்டு போறேன், என் பேருல உனக்கு பாக்கி வாங்கி தரேன் புள்ள, போதுமா? கார்த்தியும் சங்கத்துல சொல்லி உதவிப் பணம் வாங்கி கொடுக்குறேன்னு சொல்லி-யிருக்குல. கொஞ்சம் பொறு சொமதி, அவசரப்படாதே"

சுமதி ஆவேசமாக நிமிர்ந்தாள். "அவசரமா...? தெனைக்கும் வலில துடிச்சிக்கிட்டு இந்த மனுசன் கெடக்குறது பார்த்தும் அவசரமான்னா கேட்குற ஆனந்தி? யாரு புள்ள சும்மா தருவாங்க காசு... உலகம் புரி-யாம பேசுற..."

"இருந்தாலும் இந்த மாணிக்கம் மோசமானவன் சொமதி, வேணாம், நான் சொல்றதை கேளு.. வேற யோசிக்கலாம், கார்த்திகிட்ட கேட்க-லாம்...." சுமதி அவள் கையை உதறியபடி வெடுக்கென்று எழுந்தாள்.

"யாரு எப்ப வந்து பிச்சை போடுவாங்கன்னு காத்திருந்து இந்த ஆளை கொஞ்ச கொஞ்சமா கொல்ல சொல்றியா? தயவு செஞ்சு நீ இதுல தலையிடாத புள்ள... எங்க வீட்டு பொழைப்பை நாங்க பார்த்-துக்குறோம்"

அவள் வீட்டுக்குள் புகுந்து கதவைச் சாத்திக் கொள்ள, ஆனந்தி ஆணி அடித்தது போல அங்கேயே நின்றாள்.

"முடிவு பண்ணிப்புட்ட.. யாரு என்ன சொன்னாலும் கேக்கவா போற? என்னமோ பண்ணு போ, உன் விதி இதுதான்னா யாரு என்ன செய்ய முடியும்?"

சுமதி தன்னிடம் அலட்சியமாகக் கத்தியதை விட, அவளுடைய இயலாமைத் தோற்றமே ஆனந்தியை அதிகம் நோகடித்தது.

"சை... இதெல்லாம் ஒரு ஊரு, இதுங்கல்லாம் மக்க மனுசங்க..." அவள் பட்டா சாலையில் விளையாடிய பிள்ளைகளை இழுத்து வீட்-டுக்குள் தள்ளி தானும் கதவைச் சார்த்திக் கொண்டாள்.

ஏனோ பெருத்த சகதிக்கு நடுவில் தான் நிற்கிற மாதிரி இருந்தது.

சாதாரணச் சகதி அல்ல. வீச்சமடிக்கும் சகதி, புழுக்கள் நெளியும் அழுக்கு. இந்த இடம், இந்தத் தெரு, பட்டறை, பட்டறையின் கச்சலை அழுக்கு....

மைனர் போல உடை உடுத்தி பகட்டாய் வளைய வருகிற அந்த கணேசன், சிரித்துக் கொண்டே அடுத்தக் குடியைக் கெடுக்கிற இந்த மாணிக்கம், புகை ஊதும் சாக்கில் சந்துக்குள் வெறிக்கும் பிஞ்சில் வெம்பிய அந்த தினேஷ் பையன்... சரசக்காவின் குடிகார புருசன்...

எல்லாருமே அழுக்கும் நாற்றமும் வீச்சமடிக்கிற சாக்கடைப் பிண்டங்கள். இந்த அழுக்கில் இருந்து, இந்தச் சகதியில் இருந்து அந்தக் கணமே எப்படியாவது மீண்டு எங்காவது ஓடிவிட்டால் தேவலை போல அவளுக்குள் திடிரென ஒரு வெறி கிளம்பியது.

9

தகதகவென மின்னும் ஒளி விளக்குகள் உயரமான கோபுரத்தை அலங்கரித்திருக்க, காவேரி இறக்கத்தில் இருந்து பார்க்கும்போது கூடக் கோவில் உச்சியில் இருந்த குத்துவிளக்குகளின் சுடர் அணைந்து அணைந்து எரிவது தெரிந்தது.

பிள்ளையாரும், முருகனும், சிவனும், பார்வதியும், அமர்ந்த நிலை-யில் மாரியம்மனும் நூறடி உயர சீரியல் பல்புகளில் அருள்பாலித்தவாறு வழி நெடுக நின்றிருக்க...

தலைக்கு மேல் ஓடும் முக்கோண காகித தோரணங்களும், அங்-கங்கே கம்பங்களில் கட்டப்பட்டு இருந்த வாழை கமுக குலைகளும் என ஊர் மொத்தமும் புது அவதாரம் எடுத்திருந்ததில் ஒரு மாதத்திற்கு முன்னால் குண்டும், குழியும், சேறும், சகதியுமாக இருந்த சாலைகளா இவை என வியக்க வைத்தன.

டெல்லி அப்பளமும், மிளகாய் பஜ்ஜி ஸ்டால்களும், இன்ன பிற திருவிழாவிற்கே நேர்ந்து விட்ட மாதிரி குமுகிற வளையல், கிளிப், பொட்டு கடைகளும், குவியலாய் விளையாட்டு சாமான் போட்டு வைத்-திருக்கும் சிறுவர் வண்டிகளும், வண்ண வண்ண மஞ்சள், குங்குமம், நோன்பு கயிறுகள் விற்கிற கூடை வியாபாரங்களுமெனச் சுற்றுப்புறமெங்-கும் ஜெகஜோதியாக இருக்க...

அடுத்த நாள் கரகம் ஊர்வலமாக வரும் என்று கோவிலுக்கு இரண்டு கிலோமீட்டர் முன்பாகவே போலீஸ் எந்த வண்டிகளையும் அனுமதிக்கவில்லை.

"இங்கயே இறங்கு மாப்ள.. வீடு இங்கதான்னு பிசிட்ட கேட்டு பார்க்-குறேன்..."

கார்த்தியை இறக்கி விட்ட பரமு அங்குத் தூக்கக்கலக்கத்துடன் நின்ற காவலரை நோக்கி சென்றான்.

அவர் என்ன சொன்னாரோ, "வுட மாட்டேங்குறான்யா..." கூட்டாளிகள் முன்பாகக் கெத்து காண்பிக்க முடியாத சோகத்தில் முகத்தைத் தொங்கப்போட்டபடி திரும்பி வந்தான்.

"பரவால்ல... நட மச்சான்... கூட்டத்தோட நடந்து போறதும் நல்லா தான் இருக்கும்."

கார்த்தியும், இன்னொரு வண்டியில் வந்திறங்கிய மணியண்ணனும் முன்னே நடக்க, சிவேசும் பரமுவும் வண்டியை தள்ளியபடி பின்னால் வந்தார்கள்.

"இந்த பொம்பள புள்ளைங்களுக்கு தான் எத்தனை கடை போடுறாணுங்க. நமக்குன்னு ஏதாவது இருக்கா பாரு..."

இரவு கனிந்த வேளையிலும் கோவிலுக்குச் சென்று விட்டு திரும்பும் பெண்கள் கடைகளில் அமிழ்ந்து பேரம் பேசிக் கொண்டிருக்க, "உனக்குன்னு கடை போட்டா நீ வருவியா? இப்ப பத்து மணி ராத்திரிக்கு வர வச்சோம்ல" ஒருவரையொருவர் கலாய்த்துக் கொண்டே ஆளுக்கொரு அப்பளத்தைக் கையில் பிடித்தபடி நடந்தார்கள்.

ஆடி பண்டிகைக்கு எனப் பிரத்யேகமாக வந்து இறங்கி இருந்த கூடை ராட்டினமும், ஜெயன்ட் வீலும், பெர்ரி சக்கரமும் கடந்த ஒரு மாதமாகவே ஓடிக் கொண்டிருப்பதில் அங்கு அவ்வளவாகக் கூட்டம் இல்லை.

கோவில் மைதானத்தை விடப் பொங்கல் வைக்கும் இடம் தான் நெரிசலாக இருந்தது. பதினெட்டு அன்று அடுப்பு வைக்க இடம் கிடைக்காமல் அல்லாடுவதில் இப்போதெல்லாம் முந்தியே வைத்து விடுகிறவர்கள் பெருகி விட்டார்கள்.

இரவோடு இரவாகப் பொங்கல் வைத்து, கருக்கலில் ஆடு கோழி பலி கொடுத்து நேர்த்திக் கடன் செலுத்துவதற்காக வண்டி கட்டிக் கொண்டு வரும் சுற்றுபட்டு கிராமத்து ஜனங்கள் அதிகம் என்பதால் பதினெட்டு அன்று எள் போட்டால் எண்ணெய் வருமளவு கூட்டம் அம்மும்.

"கார்த்தி..."

முதலில் தன்னை அழைக்கும் அந்தக் குரலை அவன் உணரவில்லை.

ஒலிப்பெருக்கியின் சத்தமும், மக்களின் இரைச்சலும் காற்றில் அந்தக் குரலை கரைத்திருக்க, "கார்த்தி…. உங்களைத்தான்" பரமு தான் முதலில் கவனித்தான்.

"டேய்… நில்லு… யாரோ உன்னை கூப்பிடுCறாங்க பாரு…" கார்த்தி திரும்பினான்.

திரையில் வரும் கதாநாயகி போல பளிச்சென்று இருந்த பெண் ஒருத்தி நண்பனை அழைத்துக் கொண்டே ஓடி வருவதைக் கண்ட பரமுவும், சிவேசும் சுவாரஸ்யமாகப் பார்த்தார்கள்.

பொங்கல் வைக்கும் இடத்தை விட்டு அவள் வெளிச்சத்திற்கு வரவும் அவள் நெற்றியில் மெலிதாய் வைத்திருந்த குங்குமம் கண்ணில் பட, இவர்கள் கண்களில் இருந்த சுவாரஸ்யத்தின் அளவும் சற்றே கீழிறங்கியது.

ஏதோ சொந்தக்கார பெண் போல என்று எண்ணியவர்கள், அவனைப் பின்னே விட்டு முன்னே நடக்க, யாரெனக் கணத்தில் புரிந்து கொண்ட மணியண்ணன் மட்டும் கார்த்தி மீது பொருள் பொதிந்த ஒரு பார்வையை வீசி விட்டு அவர்களுடன் சேர்ந்து கொண்டார்.

"கார்த்தி… நல்லா இருக்கீங்களா? அந்த முனைல நடந்து வர்றப்பயே பார்த்தேன், நீங்க தானான்னு பார்த்துட்டு ரோட்டு பக்கம் வர்றதுக்குள்ள இவ்ளோ தூரம் வந்துட்டிங்க" அன்று பார்த்த மாதிரியே வெள்ளையாக சிரித்தாள் அந்தப் பெண்.

எதிர்பாராதவளை எதிர்பாரா நேரத்தில் சந்திக்கும் தருணம்! சற்று அசந்து போய் நின்றுவிட்ட கார்த்தி பதிலுக்கு முறுவலித்தான்.

"நீ இ…இங்க…? எப்படி இருக்க கா…வ்யா?"

ஒரு காலத்தில் உயிராக நினைத்த பெண் தான், இப்போது அந்தப் பெயரை யாரோ ஒரு அன்னியரை அழைப்பது போல எந்தப் பிரத்யேக உணர்வும் இல்லாமல் அழைப்பது அவனுக்கே வியப்பாக இருந்தது.

இருக்கும் நிலைக்கு ஏற்ப, உறவுகளின் அணுக்கத்திற்குத் தகுந்தவாறு நாக்கில் கூட நெகிழ்வும், வறட்டுத் தன்மையும் மாறுமோ?

"நல்லா இருக்கேன், நீங்க எப்படி இருக்கீங்க?" கன்னங்கள் குழிய சிரித்தவள் முன்னைக்குச் சதை போட்டு இன்னும் அழகாக இருந்தாள்.

திருமணத்திற்குப் பிறகு மூக்கு குத்தி இருப்பாள் போல, கார்த்திக்கு ஏதோ தானறியாத ஒரு பெரிய மனுசியைப் பார்ப்பது போலிருந்தது.

"எனக்கென்ன? சூப்பரா இருக்கேன். நீ...?" அவள் சிரித்தபடி தலையாட்டினாள்.

"எத்தனை பசங்க?"

"ம்ம்... இரண்டு. பெரியவன் எல்கேஜி படிக்குறான், சின்னவனுக்கு ஒரு வயசாகுது..."

தாய்மையின் பெருமிதமா, அவள் கண்கள் காட்டிய அனுபவ முதிர்ச்சியா இல்லை அவள் இதழ்களின் குளிர்ந்தப் புன்னகையா, இவனால் இனங்காண முடியவில்லை. ஆனாலும் அந்தச் சிரிப்பு ஏதோ ஒரு வகையில் அவனது தொடைத் தழும்பை நினைவூட்டியது.

"எங்க சின்ன மாமியார் வீடு இங்க தான், பதினெட்டுக்கு கூப்ட்டு இருந்தாங்க, அதுதான் வந்தோம்"

அவனுக்கும் அவளுக்கும் இதற்கு முன் என்னவிதமான உறவு இருந்தது என்பதையே மறந்து போன மாதிரி அவள் சரளமாக உரை-யாட, கார்த்திக்குத் தான் வாய் எழும்பவில்லை.

"அவரு எப்படி இருக்காரு?" வரவழைத்துக் கொண்ட இயல்புடன் கேட்டான்.

"ம்ம்... நல்லா இருக்காரு.. பதினெட்டு அன்னிக்கு வருவாரு..."

பொடி கற்களாய் சின்னக் கழுத்தணி, காதிலும் கழுத்திலும் அதே போல. வைரங்களோ என்னவோ அவள் திரும்பும்போதெல்லாம் அந்த இருளில் டாலடித்தது.

பார்ப்பதற்கு எளிமையாகத் தெரிந்தாலும் அவள் கட்டியிருக்கும் புட-வையே நிச்சயம் சில ஆயிரங்களைத் தாண்டும். அவள் நிற்கிற, நடக்-கிற, பேசுகிற ஒவ்வொரு அசைவிலும் உயர்தரம் பளிச்சிட்டது.

காதல் பித்தில் பின்னாலேயே அலைந்த நாட்களில் மனதிற்குப் புலப்படாத நுணுக்கங்கள்! வயது ஏற ஏறத் தானே பக்குவமும் வளர்கி-றது.

'இவளை எந்த தைரியத்துல காதலிச்சேன்?' அவனுக்கு இப்போது யோசிக்கையில் ஆச்சரியமாக இருந்தது.

ஹார்மோன்கள் ஆட்டம் போட்ட அந்த இருபது வயதில் தன்னுடன் இவள் எப்படி ஒரு ஒண்டுக்குடித்தனத்தில் குடும்பம் நடத்துவாள் என்-றெல்லாம் அவன் யோசித்ததே இல்லை.

படிக்கப் போன பாலிடெக்னிக்கில் படிக்கும் வேலையை மட்டும் செய்யாமல் ஜூனியர் பெண்ணைக் காதல் செய்து... அவள் வீட்டில் தெரிந்து போனது என்று செல்லமும் செல்வாக்குமாய் வளர்ந்திருந்-தவளை கூட்டிக் கொண்டு ஊரை விட்டே ஓடி விடலாம் திட்டம் போட்டு...

அத்தனையும் சினிமா பாதிப்பே தவிர அந்த நேரம் அவன் கையில் பத்து ரூபாய் கூட முழுசாக இல்லை என்பது தான் உண்மை. வயதும், வலுவெடுத்த தோள் தினவும் வேறு எதைப் பற்றியும் யோசிக்கவிட-வில்லை.

காற்றை மட்டுமே சுவாசித்து உயிர் வாழ்ந்து விட முடியும் என்கிற முட்டாள்தனமான நம்பிக்கை, காதல் போயின் சாதல் என்று பிதற்றிக் கொண்டு...

ஒருவேளை இவர்கள் திட்டம் போட்டபடி எல்லாம் நடந்திருந்தாலும் எத்தனை நாட்கள் இவர்கள் குடித்தனம் நடந்திருக்கும்? ஒருவரையொ-ருவர் சாடிக் கொண்டு காலம் முழுக்கக் கடிந்தபடியே வாழ்ந்திருக்கலாம்.

இல்லை, எண்ணி பத்தாம் நாள் பிரிந்து அவரவர் வழியில் சென்-றிருக்கலாம். இவளும் இப்போது 'நல்லவேளை, தப்பித்தோம்' என்று நினைத்துக் கொள்வாளாய் இருக்கும்.

பெண்கள் எப்போதுமே தெளிவானவர்கள். ஆண்களைப் போலக் கனவுலகிலேயே வாழ்வதில்லை, நடந்ததையே நினைத்து மறுகாமல் எதார்த்த வாழ்வில் அடுத்தடுத்த கட்டம் நோக்கி நகர்ந்து கொண்டே இருக்கிறார்கள்.

'நீ தான் இவ அப்பன்கிட்ட அடி வாங்கி அந்த தழும்பை ஆயுள் முழுக்க சுமக்குற...' நிதர்சனம் புரிந்த மனது விளையாட்டாய் கேலி செய்ய, கார்த்தி தனக்குள் சிரித்துக் கொண்டான்.

"உங்களைப் பார்த்தது ரொம்ப சந்தோசமா இருக்கு... சரி, நான் வரட்டுங்களா?" இவனுடைய அமைதி சங்கடப்படுத்தியதோ என்னவோ, விடைபெற்றுக் கொள்கிற விதத்தில் காவ்யா கேட்டாள்.

"ம்ம்..." என்றவன், "இரு, ஒரு நிமிஷம்" கார்த்தி எதிர்த்தாற்போல இருந்த கடைக்குள் சென்று ரிமோட் காரும், ஒரு பார்பி பொம்மையும் வாங்கி வந்தான்.

"பசங்களுக்கு கொடு.." எந்தப் பிகுவும் செய்யாமல் பெற்றுக் கொண்டவள், "கார்த்தி..." கேட்கலாமா, வேண்டாமா என்கிற தயக்கத்துடன் நிமிர்ந்து பார்த்தாள்.

"வீட்டுல கல்யாணத்துக்கு ஏதாவது பொண்ணு பார்க்குறாங்களா..?"

"வீட்டுல பார்க்குறாங்களான்னு தெரியல... ஆனா, நான் பார்த்துட்டேன்..." கார்த்தி பளிச்சென்று சொல்ல, "பாருடா..." அவள் முகத்திலும் புன்னகை..

"ரொம்ப சந்தோசம் கார்த்தி, பொண்ணு என்ன பண்றாங்க?"

"தறிக்காரனுக்கு ஈடா எலிசபெத் மகாராணியா வருவாங்க...? எங்க பட்டறைல தான் தறி ஒட்டுறா... விரலுக்கேத்த வீக்கம் வேணுமில்ல"

காவ்யா தர்மசங்கடத்துடன் பார்த்தாள்.

வாயிலிருந்து வார்த்தைகள் வெளியேறிய பின்பு தான் அதில் உள்ள குத்தல் தொனி அவனுக்கே புரிந்தது.

"சரி, நான் வரேன். காணோம்னு தேடப் போறாங்க..." அவள் முகம் விழுந்து கிளம்புவது கார்த்திக்குச் சங்கடமாக இருந்தது.

"காவ்யா" திரும்பியவளை அழைத்தவன், "தேதி குறிச்சவுடனே பத்திரிக்கை அனுப்புறேன்.." என்றான்.

இதற்கும் அவள் புகுந்த வீட்டு விலாசமோ, அவள் எண்ணோ எதுவும் அவனிடம் இல்லை. அவள் மலர்ந்த முகத்துடன் தலையாட்டினாள்.

"ம்ம்ம்... ஆல் தி பெஸ்ட் கார்த்தி."

தலையசைவால் அவளிடமிருந்து விடைபெற்று விலகி நடந்த கார்த்திக்கு இவளை நழுவ விட்ட வருத்தமோ, தோல்வியோ எதுவும் தோன்றவில்லை. அறியா வயதில் கடவுளாகத் தெரிந்த காதல் இப்போது யோசிக்கும்போது வாழ்க்கை என்றால் என்னவென்று புரியாத இளமை ஆவேசத்தில் செய்த தவறாகவே தோன்றியது.

'உண்மை தான், காதல்ல கூட விரலுக்கேத்த வீக்கம் வேண்டும், அப்பதான் அது கை கூடும், நமக்கு நம்ம லெவல்ல இருக்குற ஆனந்தி தான் சரியான ஈடு' என்று நினைத்தவனுக்குத் தன் அப்பா ஆனந்தியிடம் நடந்து கொண்ட விதம் அசந்தர்ப்பமாக நினைவில் வந்தது.

அவர் அந்தக் காலத்து மனிதர், சாதி, சனம் என்ற விளங்காத விசயங்களை விடாப்பிடியாகப் பிடித்துத் தொங்கிக் கொண்டிருப்பவர்.

உலகத்தில் இப்போது இரண்டே இரண்டு சாதிகள் தான், ஒன்று பணம் இருப்பது, இன்னொன்று பணம் இல்லாதது. இந்த வர்க்கரீதியான பிளவுக்கு முன் மற்ற எதுவுமே தூசுக்குச் சமானம். பணம் பணம் இல்லாததைச் சேர்ந்து வாழ்வதெல்லாம் கற்பனையில் மட்டும் தான் நடக்கும்.

இதைப் புரிந்து கொள்ளத் தனக்குப் பத்து ஆண்டுகளும், சில உடல் மனக் காயங்களும் தேவையாய் இருந்திருக்கின்றன என்று நினைத்துக் கொண்டான்.

தன்னைப் போல உழைக்கும் வர்க்கத்தைச் சேர்ந்த ஆனந்தியை கட்டிக் கொள்வதில் வெறும் சாதி மட்டும் தான் தடையாய் இருக்கும் என்றால் அதை தூசியாக ஊதித் தள்ளவும் அவன் தயாராகவே இருந்தான்.

காவ்யா சென்ற திசையை ஒருமுறை திரும்பிப் பார்த்தவன், மனதின் தெளிவு கூட லேசாக சிரித்தபடி நண்பர்களை நோக்கி நடந்தான்.

கூட்டாளிகளுடன் கோவில் கடைகளைச் சுற்றி விட்டு வீடு திரும்ப நடு ராத்திரிக்கு மேலானது. விடிந்து வெகு நேரமாகியும் எழுந்திருக்க மனமில்லாமல் அவன் புரண்டு கொண்டிருக்க, "ஒன்னு பன்னிரண்டு ரூபான்னா எடுத்துட்டு போ, இல்லேனா நகரு..." வெளியே அம்மாவின் குரல் உரத்துக் கேட்டது.

"என்னம்மா சள்ளை பண்ணிட்டு இருக்க?" தூக்கம் கலைந்த எரிச்சலில் கார்த்தி எழுந்து வந்தான். அம்மா ஒரு சிறுவனிடம் பேரம் பேசிக் கொண்டிருந்தாள்.

"வெளி கடைல பதினைஞ்சு ரூபாக்கு கம்மி கிடையாது, இவன் குறைச்சு கொடுன்னா கொடுக்க நான் என்ன கேனச்சியா? இருபத்தி நாலுன்னா நில்லு, இல்ல அப்படியே ஓடிடு"

"டேய்.. என்னடா வேணும்?" கார்த்தி படிக்கட்டில் இறங்கியபடி கேட்டான்.

"மொட்டு வாங்கணும்ணா..."

"எவ்ளோடா வச்சிருக்க?"

"இருபது ரூபாண்ணா... இரண்டு மொட்டுக்கு..."

கூடையில் சிறுத்து ஒரமாகக் கிடந்த இரண்டு கோழி முட்டைகளைக் கையில் எடுத்துப் பார்த்த கார்த்தி திரும்பி அம்மாவை ஒரு பார்வை

பார்த்தான்.

"காசை வச்சிட்டு எடுத்துட்டு போடா..."

"டேய்... டேய்" அவள் கத்த கத்த, "தேங்க்ஸ்ணா..." அந்தப் பொடியன் கைக்கொன்றாக எடுத்துக் கொண்டு ஓட்டம் பிடித்தான்.

"மானம் போவுதும்மா.. ஊரே நோம்பின்னு கோவில்ல குமிஞ்சு-ருக்கு... நீ மட்டும் இங்க மொட்டு வித்துட்டு இருக்க..?" அவன் தலை-யில் அடித்துக் கொள்ள, "அடேய்.... உன்னால எனக்கு நாலு ரூபா நஷ்டம்... நாட்டுக்கோழி மொட்டுனா சாதாரணமா உனக்கு?" அவள் அடிக்காத குறையாக முறைத்தாள்.

கடுப்பான கார்த்தி, "இந்தா வச்சுக்கோ.. இந்தா புடி..." ஆணியில் மாட்டியிருந்த சட்டையில் கை விட்டு கொத்தாய்ப் பணத்தை, சில்லரை-களை அள்ளி அவள் மடியில் போட்டான்.

"மகராசி... வீட்டுக்குள்ள இத்தனை பேரு இருக்கோம், ஒருநா ஒரு பொழுதாவது மொட்டு அவிச்சு, கோழி கறி பண்ணி போட்டுருக்-கியா? பிசுனாரி.. பச்சபுள்ள உன் மகன் பெத்த பேத்திக்கே மனசு வந்து கொடுக்க மாட்ட... அப்புறம் எங்க எங்களுக்கு...?"

"ம்க்கும்... நான் இப்படி இல்லேனா கட்டாந்தரையா கிடந்த குடிசை இப்படி நிமிர்ந்து நிக்குற மச்சு வீ..." அவள் ஆரம்பிக்கும்போதே கார்த்தி கையெடுத்துக் கும்பிட்டிருந்தான்.

"போதும்மா... ஆளை விடு..."

"போடா இவனே..." அலுத்தபடி எழுந்தவள் நினைவு வந்தது போல, சாமி மாடத்தில் இருந்து ஒரு தாளை எடுத்து நீட்டினாள்.

"டேய் கார்த்தி... உனக்கொரு தாக்கல் வந்திருக்குடா..."

நான்கு முனைகளிலும் மஞ்சள் தடவிய காகிதத்தைப் பார்த்ததுமே அவனுக்கு என்னவென்று புரிந்து போனது.

"யாரு கொண்டாந்தா?"

"உங்க கோலப்பன் பெரியப்பா தான். நோம்பிக்கு பங்காளியெல்லாம் சேர்ந்துகிட்டு அஞ்சுபனை முனியனுக்கு கடா வெட்டுறாங்களாம், வர்ற ஞாயித்து கிழமையன்னிக்கு... அழைக்க வந்தாரு, கூடவே அவரு மச்-சினன் பொண்ணுக்கு மாப்பிள்ளை பார்க்குற தகவலைச் சொல்லிட்டு சூசகமா கேட்டாரு..."

"அவுங்க வீட்டுல பொண்ணு கட்ட நமக்கு கசக்குதா என்ன? நான் கப்புன்னு பிடிச்சுப்போட்டேன் இல்ல.."

கார்த்தி பேர், ஊர், சொத்து, கட்டம் கட்டமாக இருந்த ஜாதகக் குறிப்பு எனச் சகலமும் இருந்த அந்தத் தாளை முன்னும் பின்னுமாகத் திருப்பிப் பார்த்தான்.

"பையன் கிட்ட காட்ட போட்டோ எதுவும் இல்லையா மாமான்னு கேட்டேன். 'அதெல்லாம் எதுக்கு? விருந்துக்கு வர்றப்ப நேர்ல பாரு'ங்குறாரு. நானும் சரின்னுட்டேன்..."

"மொய் எழுதுறது எழுதுறோம், எல்லோரும் போயி கறிசோறு தின்னுப்போட்டு அந்தப் பொண்ணு எப்படி இருக்குனு பார்த்துட்டு வந்துடலாம்... ஆச்சு... இன்னும் பன்னெண்டே நாளு.. ஆடி கழிஞ்சதும் ஜோசியக்காரருக்கிட்ட பேரு பொருத்தம் பார்த்து, எல்லாம் ஒத்து வந்தா இந்த ஆவணியிலேயே முடிச்சுப்புடணும் அப்பு.."

அப்பா போன வாரம் ஐந்துபனை வரை போய் வந்த நினைவு வர, கார்த்தி தனக்குள் முறுவலித்துக் கொண்டான்.

"எந்த ஜோசியமும் பார்க்க வேணாம், உன் மருமகளை நான் ஏற்கனவே பார்த்து வச்சிட்டேன். அப்பாவுக்கு கூட அவளைத் தெரியும்"

அவன் அசால்ட்டாகச் சொல்லிவிட்டு உள்ளே செல்ல, "அடேய்.. என்னடா நோம்பி நாளும் அதுவுமா தலைல கல்லை தூக்கி போடுற?" அதிர்ந்து போய்ப் பார்த்த அம்மா அடுத்த நிமிடம் பெருங்குரலில் கத்த ஆரம்பித்திருந்தாள்.

****

மண் சட்டியை சுற்றி மஞ்சள் குங்குமம் வைத்து, பூ சுற்றிய ஆனந்தி, அதன் அடிபாகத்தில் நெல்தவிடு நிரப்பி, நீர் தெளித்துத் தவிட்டை நன்றாக நனைத்தாள்.

ஈர தவிட்டின் மேல் தன் கூடையில் வாங்கி வந்திருந்த விறகுக்கட்டைகளை ஒன்றன் மேல் ஒன்றாகப் பாங்காக அடுக்கினாள். மேல் கட்டையின் மேல் பெரிய சூடம் ஒன்றை தயாராக வைத்தவள், ஓரமாய்க் குவித்து வைத்திருந்த வேப்பிலை ஈர்க்குகளைக் கொத்தாய் இருகைகளுக்குத் தக்கவாறு எடுத்து வைத்தாள்.

அவளைச் சுற்றிலும் அவளைப் போலவே மாலை போட்டிருந்த ஆண்களும் பெண்களும் அவரவர் சட்டிகளைத் தயாராக வைத்துக்

கொண்டிருந்தார்கள்.

ஒரு சிலர் வெப்பம் தாங்குவதற்காகக் கற்றாழை களிம்பை சட்டியின் அடியில் நிரப்பி மேலே ஈர தவிடும், அதற்கு மேல் இன்னொரு அடுக்கு கற்றாழை பிசினையும் வைத்து மேலே விறகுக்கட்டைகளை அடுக்கிக் கொண்டார்கள்.

"அக்னி சட்டி சாமிங்க எல்லாம் ரெடியா இருங்க. தீர்த்தக்குடம் நடக்க தயாரா இருக்காங்க. அடுத்து நீங்க தான்.... கட்டையை அடுக்கி தயார் பண்ணிக்கோங்க" மைக்கில் கோவில் ஆட்கள் ஒவ்-வொரு குருப்புக்கும் ஏற்றவாறு தொடர்ந்து அறிவுறுத்தல் செய்து கொண்டே இருந்தார்கள்.

கூட்டத்தில் சரசக்காவைப் பார்த்து அவள் அருகே பேச போன ஆனந்தி, இந்த அறிவிப்பு கேட்டதும் வரிசையில் தன் சட்டி அருகே நின்று கொண்டாள்.

"இதென்னடி இது... அக்னி சட்டியே ஐநூறு தாண்டும் போல.. இந்த வருசம் சட்டி சாஸ்தி தான் இல்ல புள்ள..."

"ம்ம்.. அது தான் பாரேன்... வளவு முச்சோடும் தீச்சட்டி தான் இருக்கு" அருகில் இருந்த இரு பெண்கள் பேச, அவர்களுடன் துணைக்கு வந்திருந்த பையன் சிரித்தான்.

"யம்மா... போன வருசமும் இதையே தான் சொன்ன..."

"டேய், நிசமாலும் தான் சொல்லுறேன், போன வருசம் நாலு மணிக்கே நடக்க ஆரம்பிச்சுபுட்டோம்... நீ வேணும்னா இவளைக் கேளு...." அவள் ஆனந்தியைக் காட்ட, ஆனந்தி ஆமாம் என்று தலையாட்டினாள்.

"ஆமாக்கா... ஆறு மணிக்கெல்லாம் ராசவீதி தாண்டிப்புட்டோம்ல... இந்த வருசம் இன்னும் தீர்த்தக்குடமே நடக்க ஆரம்பிக்கல... நாம கோவிலுக்கு போய் சேர எந்நேரம் ஆகுமோ?"

இவர்கள் பேச பேச, அடுத்த அறிவிப்பு வர, அம்மன் பாதத்தில் சாத்தியிருந்த வேலுக்குப் பூசை நடந்து சூடத்தட்டு வலம் வந்தது. தட்-டில் இருந்த சூடத்தைக் கண்ணில் ஒற்றி திருநீரை அள்ளி பூசியவர்கள், அவரவர் சட்டிகளில் இருந்த சூடத்தைக் கொளுத்த, விறகுக்கட்டைகள் கொளுந்து விட்டு எரிந்தன.

இவர்களுக்கு எதிர் திசையில் கோவிலின் வெளியே இரண்டு பூசா-ரிகள் நின்று அலகு குத்தி விட்டுக் கொண்டிருந்தார்கள்.

உடம்பு முழுக்கக் குத்திய எலுமிச்சை கனி அலகு, ஆட்டோவை, பார வண்டியை முதுகில் கொக்கி போட்டு இழுக்கும் பார அலகு, காவடி அலகு, வாயில் இருபுறமும் குத்தியது, நாக்கில் என அவரவர் வேண்-டுதல் படி அலகு குத்தி அவர்கள் தயாராக இருக்க, இன்னொரு புறம் கோவில் நற்பணியாளர்கள் ஆற்றில் மொண்டு கொடுக்கத் தீர்த்தக்குடம் எடுப்பவர்கள் நீர் நிரப்பிக் கொண்டார்கள்.

அதிக நேரம் அனல் தாங்காது எனத் தீர்த்தக் குடம் முன்னால் செல்ல, அவர்கள் பாதித் தூரம் கடந்த தகவல் வந்த பின்னால் அக்னி சட்டி வழியில் எங்கும் நிற்காமல் மடமடவென நடக்கும். இவர்களைத் தொடர்ந்து அலகு வரிசை சற்றுப் பின்னால் வரும் வழக்கம்.

பூசை முடித்து மூத்த பண்டாரத்துக்குச் சாமி வந்ததும் ஐந்து சட்டிகள் வைத்த சுழல் தீச்சட்டியை ஏந்தியபடி அவர் முன்னால் நடக்க, ஒவ்-வொரு குழுவும் வரிசைக் கிரமமாக அவர்களைத் தொடர்ந்தது.

அறிவிப்பு வந்ததில் எல்லோரும் அக்னி சட்டியை தூக்க, ஆனந்தி முணுமுணுவென முனகலாக வேண்டிக்கொண்டே தன் சட்டியை கையில் ஏந்திக் கொண்டாள். காவலர்கள் சாலை போக்குவரத்தை சீர் செய்து தயாராக வைத்திருக்க, அதிகம் தேங்காமல் விறுவிறுவென நடந்தார்கள்.

இவர்கள் நடக்க நடக்க, தீர்த்தக்குட கூட்டத்தில் பின்தங்கி நடந்த சிலர் அக்னி சட்டிகளின் வழியை மறிக்காமல் ஓரமாக நடந்து வந்தார்-கள்.

தீச்சட்டி சுமக்கும் ஒவ்வொருவர் கூடவும் கணவனோ, அம்மாவோ, பிள்ளையோ, உடன் பிறந்தவர்களோ சொந்தம் பந்தம் என்று கூட்டமா-கத் துணைக்கு வந்தார்கள்.

தன்னைப் போலக் கேட்பார் இல்லாத உருப்படிகள் கூடக் குறைந்-தபட்சம் ஒருவர் துணை கொண்டு நடக்க, அந்த ஜனக்கூட்டத்தில் தனியே நடப்பது என்னவோ போல இருந்தது ஆனந்திக்கு. பிள்ளைக-ளைக் கூட்டிக் கொண்டு கூட்டத்தில் அலைய வேண்டாம் என்று இவள் தான் பொன்னம்மாவிடம் சொல்லிவிட்டு வந்திருந்தாள்.

போன நோம்பிக்கு முதல் நோம்பி இவளுக்குத் துணையாக வந்த-வர்கள் பிள்ளையார் கோவிலைத் தாண்டும்போது கூட்டம் தள்ளியதில் இவளிடம் இருந்து விலகி பின்னால் போய்விட்டார்கள்.

அந்தத் தள்ளுமுள்ளுவில் அம்மா மீனாவின் கையை விட்டு விட, ஒரே களேபரமாகிப் போனது. ஆத்தோ புண்ணியத்தில் கூட்டத்தோடு கூட்டமாய்ப் போயிருந்த பிள்ளை ஓரமாய் நின்று அழ, தேடிக்கொண்டு ஓடிய ஜோதி தங்கையைப் பார்த்து இழுத்துக் கொண்டாள்.

அதை விட நல்ல விசயம் இது எதுவும் ஆனந்திக்குத் தெரியாது என்பது. தெரிந்திருந்தால் கையில் தீச்சட்டியுடன் மறிக்கும் கூட்டத்தில் என்ன செய்திருப்பாளோ?

தங்கச்சிகளும் நாளை தான் வருவதாக இருக்க, "அந்த வேலையே வேணாம் சாமி, நீ புள்ளைங்களை வீட்டுல வச்சிட்டு இரு... மோள சத்தம் கேட்குறப்ப முக்குக்கு வந்து நில்லுங்க. அது போதும்..." என்று கண்டித்துச் சொல்லி இருந்தாள்.

ஆனாலும்... மக்கள் மனுசாள் துணையோடு அவரவர் பேச்சும் சிரிப்புமாகக் கையில் உள்ள பாரம் தெரியாமல் களைப்பு நீங்கி நடக்க, தான் மட்டும் பிடுங்கிப் போட்ட வெற்றிலைக் காம்பாக ஒற்றையாக நடப்பது அவளுள் ஏக்கத்தை விளைவித்தது.

தினமும் குடித்துவிட்டு மனைவியிடம் ஓரண்டை இழுத்துத் தெருவில் இழுத்துப் போட்டு அடிக்கும் சரசக்கா புருசன் கூட அவள் தலையில் சுமந்திருந்த தீர்த்தக்குடத்தை ஒரு கையில் தாங்கி ஏந்தியபடி பக்திப் பழமாக முன்னால் நடந்து கொண்டிருந்தான்.

"நான் கூட வரேன் ஆனந்தி.." என்று கார்த்தி சொன்னபோது "விளையாடாத கார்த்தி... ஊரு கை கொட்டி சிரிச்சுப் போகும்." இவள் சிரித்தபடி மறுத்திருந்தாள்.

"நீ பாட்டுக்கு சொல்றதை சொல்லு, நான் வரத்தான் போறேன்..." அவன் வேண்டுமென்றே பயமுறுத்த, "நீ வேற... வந்து கிந்து வச்சுப்பு- டாதே... எனக்கு தனியா நடந்து நடந்து பழக்கம் தான், நானே வந்துப்- பேன்.. ராவடி பண்ணிப்புடாதே கார்த்தி" என்று பலமுறை வேண்டாம் என்று சொல்லி இருந்தாள்.

இருந்தாலும் இப்போது அவன் வந்திருக்கிறானா என கூட்டத்தில் அவள் கண்கள் தேடவே செய்தன.

'அடுத்த வருசம் கூட வந்துப்புடு கார்த்தி. உரிமையோட கூட வா... தனியா நடந்து நடந்து காலு சலிச்சு போயிடுச்சு. இதுக்கு மேலயும் என்- னால தனியாவே நடக்க முடியாது.' மனதுக்குள் முனகியவள்,

'மாரியாத்தா... எப்படியாச்சும் எங்களை சேர்த்து வச்சுப்புடு.... அடுத்த நோம்பிக்கு கரகம் வச்ச சட்டியை தூக்கிட்டு வாரேன்...' அன்று கார்த்தியின் அப்பாவை நேரில் பார்த்ததில் இருந்து தோன்றிய பயம், ஒவ்வொரு நாளும் பொழுதும் பெருகி பெருகி நடுத்தொண்டையை அடைப்பது போலக் குத்திட்டு நின்றது.

மேஸ்திரி தறி ஒட்டுபவளை கல்யாணம் செய்வது பெரிய விசயமில்லை. சாதி மாறி கட்டுவது கூட இங்கு நடக்காத சங்கதியில்லை. உழைக்கும் வர்க்கத்தில் அது வெகு சகஜம் தான்.

"பட்டறைக்குள்ள ஏது சாதி? தறிக்கு முன்னால வேலைக்கு ஏத்த பிரிவினை தானே தவிர, இங்க எல்லோரும் ஒன்னு தான்... முறுக்கிட்டு நின்ன எத்தனையோ அப்பன் பிள்ளை ஒன்னா தறி ஒட்டுறதை பார்க்குறதில்லையா நாம?" கார்த்தி தைரியம் சொல்லும்போது தெம்பாகத் தான் இருக்கிறது.

என்ன பழமை பேசினாலும் சொன்னாலும், இரண்டு பிள்ளை பெற்றவளை, முதல் கல்யாணம் செல்லாமல் பத்து வருடம் தனியே வாழ்கிறவளை ஒரு இளந்தாரி, கல்யாணம் ஆகாதவன் கட்டுவதெல்லாம் அவ்வளவு சுலபமா என்ன?

அப்படியே அவன் தன் வீட்டை மீறிக் கொண்டு வந்தாலும், தன் அம்மா சும்மா விட்டு விடுவாளா? நாளைக்கு வரப் போகும் தங்கைகளும், தங்கை புருசன்களும் என்ன சொல்லுவார்களோ...?

ஆசையும் அன்பும் மனதளவில் இருக்கும்வரை யாருடைய அங்கீகாரமும், சம்மதமும், ஆசிர்வாதமும் தேவையில்லை. அதை வெளிப்படையாக வெளியில் சொல்லி வாழ்க்கையை வாழ்க்கையாக வாழ முனையும்போது தான் சூழலின் நிசமும், உண்மையின் நிதர்சன சூடும் தாக்குகின்றன.

அவளது எண்ணங்களின் வேகத்திற்கு மாறாகக் கூட்டம் சற்று நின்று நின்று நகர்ந்தது. கையில் வைத்திருந்த வேப்பிலை கொப்புகளை மீறி சட்டி சூடு ஏற ஆரம்பித்து இருந்தது.

அங்கங்கு பூசை செய்து திருநீறு வாங்க நின்ற மக்கள் தண்ணீரை குடம் குடமாகக் காலில் ஊற்ற, 'யம்மா' கீழுதட்டை மென்றபடி அனத்தியவள், சட்டியைக் கை மாற்றிக் கொண்டாள்.

கூட்டத்தில் நிறையப் பேருக்கு சாமி வந்திருக்க, சாமியாடுபவரைப் பிடித்தால் பிடித்தவருக்கும் சாமி வந்து விடும் என்ற நம்பிக்கையில் ஆனந்தி யார் மேலும் பட்டுக் கொள்ளாமல் கவனமாக நடந்தாள்.

ஊர்வலம் ஆற்று சாலையைக் கடந்து பிரதான சாலையைக் கடக்க, போலீஸ் பஸ் ஸ்டாண்ட் போக்குவரத்தை ஒழுங்கு செய்து விரைவாகக் கடக்க உதவினார்கள்.

காற்றில் கலந்து வந்த பேப்பர் மில்லின் வாடை மணி ஒன்பது தாண்டி விட்டதைச் சொல்ல, 'எப்படியும் இன்னும் ஒன்னு ஒன்றை மணி நேரம் ஆயிடும் கோவிலுக்குப் போய் சேர' என்று நினைத்துக் கொண்-டாள்.

அவளுக்கு முன்னால் சரசக்கா தன் புருஷனின் பலத்துக்கு மீறி தலையில் சுமந்த தீர்த்தத்துடன் கன ஜோராக ஆடிக் கொண்டிருந்தாள். அவன் இருகை கொண்டும் பிடிக்க முடியாமல் தள்ளாடுவதை, வேட்டி அவிழ்ந்து தடுமாறுவதைப் பார்க்க சிரிப்பாக இருந்தது.

'நீ வருசம் முழுக்க ஆடுற ஆட்டத்துக்கு பதில் கொடுக்குற மாதிரி உன் பொண்டாட்டி என்ன ஆட்டம் ஆடுது? இதையே சாக்கா வச்சு அப்படியே கன்னத்திலே சப்பு சப்புன்னு இரண்டு கொடுக்கா..."

உள்ளுக்குள் சிரித்தபடி அவ்வப்போது ஒரு கை கொடுத்து சரசுவை கூட்டத்தின் ஒழுங்குக்கு இழுத்து விட்டாள். முருகர் கோவிலைத் தாண்டி டிவிஎஸ் மேடு தாண்டும் வரை அவளுக்குப் பிரக்கினை இருந்-தது.

அதற்கு மேல் எங்கோ மிதப்பது போலத் தன் உணர்வு மீறி ஆடிக்-கொண்டே நடந்தாள். பிரக்ஞை இருந்தால் தான் சூடும் எரிச்சலும் அதன் கடுமையும் தெரியும்.

அறிவியல் விளக்க முடியாத ஏதோ ஒரு சூட்சம சக்தி அவளைத் தள்ளி தள்ளி முன்னே அழைத்துச் செல்வது போலிருக்க, சட்டியை கை தவற விட்டுவிடக்கூடாது என்ற கவனமும் உணர்வும் கூட அவளை விட்டு நீங்கியிருந்தது. உன்மத்தம் வந்தது போல நடந்தாள்.

அதுவரை மற்ற சாமிகள் வந்து இடித்து விடாமலிருக்க ஓரமாக நடந்து வந்தவள், தன்னிச்சையாக கூட்டத்தின் மத்தியில் கலந்தாள்.

அவளுக்குச் சற்றே சுய நினைவு வந்தபோது பெரிய வீதியைத் தாண்டி சின்ன வீதி முக்குக் கடந்திருந்தார்கள். சட்டியை விட்டுவிடாமல் ஏதோ ஒரு காப்பு இருப்பது போலிருக்க, அவள் வலது கையோடு

கார்த்தியின் கையும் சேர்ந்து சட்டியைப் பிடித்துக் கொண்டிருந்தது.

அவள் கனவில் இருந்து விழிப்பது போல அவன் இருப்பை உற்று உற்று பார்த்துவிட்டு மீண்டும் தன் போக்கில் நடந்தாள். ஆடினாள், ஓடி-னாள். அவள் வீடு இருக்கும் தெருமுனை திரும்பும்போது அவள் ஆட்-டம் மெல்ல மெல்ல நின்றது. வியர்வை வழிய, நெடு மூச்சுகளுடன் தன் ஆவேசம் அடங்கியவள் கொஞ்சம் நிதானப்பட்டாள்.

தெருமுனையில் சிலம்பாட்டக்குழு ஆட, ஊர்வலமும் சற்று நின்று நகர்ந்தது. தொலைவில் ஜல் ஜல் என்ற சலங்கை ஒலி கேட்டதே தவிர, இவர்கள் கண்ணுக்கு ஒன்றும் தெரியவில்லை.

"தண்ணியை குடி" கார்த்தி வாயில் ஊற்றும் தண்ணீரை அண்-ணாந்து மடமடவெனக் குடித்தவள், தவித்த வாய் தணிய அவனைப் பார்த்து புன்னகைத்தாள்.

"ஏன் கார்த்தி...?" என்றாளே தவிர, உள்ளுக்குள் பூ ஒன்று மலர்ந்-ததைப் போல அத்தனை சந்தோசம்.

"சாமி வர்றதை புடிக்கிறது புருசனா தான் இருக்கணும்னு அவசியம் இல்ல. மாலை போட்டு தீச்சட்டியோட ஆடுற சாமியை யாரு வேணும்-னாலும் புடிக்கலாம், கூட நடக்கலாம். எவனாவது இதை தப்பா பார்த்-தானா அவன் பார்வைல தான் கோளாறுனு அர்த்தம்... நீ கெடந்து மிரளாம சும்மா நட"

அவன் தன் தோள் மேல் கிடந்த துண்டால் ஈரம் கசிந்த அவள் முகவாயை துடைத்து விட்டான். இருவரும் அர்த்தமேயில்லாமல் ஒரு-வரையொருவர் பார்த்துச் சிரித்துக் கொண்டார்கள். அவள் கையில் இருந்த தீக்கங்குகளின் சிவந்த ஒளி இருவர் முகங்களிலும் பிரதிபலித்து ஜொலித்தது.

10

⚬⚬⚬

வீட்டில் ரொம்ப நாட்களுக்குப் பிறகு வந்த விருந்தினர்களால் ஜோதியையும் மீனாவையும் கையில் பிடிக்க முடியவில்லை.

சித்தி பிள்ளைகளைத் தூக்கிக் கொண்டு, "எங்க ஊட்டுக்கு ஒறம்-பரை வந்திருக்காங்க..." லைனுக்குள் தம்பட்டம் அடித்தது போதாது எனத் தெருவுக்கே சொல்லி மேலும் கீழும் நடந்து கொண்டிருந்தார்கள்.

"செக்கு கிட்ட தண்ணி வையு ஜோதி, வேற யாராவது வந்து உட்-கார்ந்துட்டா இப்போதைக்கு அரிசி ஆட்ட முடியாது..."

கத்தி கத்திப் பார்த்த ஆனந்தி, அவர்கள் கோவில் பக்கம் ஓடுவ-தைப் பார்த்து "பார்த்துப் போங்கடி... புள்ளைங்க சாக்கிரதை" அவளே எழுந்து சென்று ஆட்டுக்கல் மேல் ஒரு சொம்பு தண்ணீரை வைத்து விட்டு வந்தாள்.

இன்று காலை கோவிலுக்குச் சென்று தேங்காய்ப் பழம் மாற்றிய கையோடு சாமி வேலை முடிந்தது. சந்து பொங்கலுக்குப் பணம் கட்டி இருந்தாள். மதியம் போலப் பூசை செய்து, பொங்கச் சோறு கொடுத்து, கடா அடித்து விடுவார்கள்.

அதற்குரிய பங்கு கறி வீடு தேடி வந்து விடும். வீட்டில் இருக்கும் ஆள் கணக்குக்கு அது பத்தாது என்று நாலுரோடு இறக்கக் கடையில் ஒரு கிலோ கோழிக்கறி வாங்கி வரும்படி பொன்னம்மாவிடம் பணம் கொடுத்து இருந்தாள்.

மசாலா சாமான்களுக்காகச் செவ்வந்தி சின்ன வெங்காயத்தையும், வெள்ளை பூண்டையும் உரிக்க, கொத்தமல்லியை வறுத்தெடுத்த ஆனந்தி, "இது ஆறட்டும், மாவு ஆட்டி வழிச்சுட்டு இதை அரைச்சுக்-கலாம்..." தங்கையிடம் சொல்லிவிட்டு வெளியே வந்தாள்.

• 115 •

வீட்டுக்கு வீடு விருந்தாளி என்பதால் பட்டாசாலையில், தெருப் படிக்கட்டில், தண்ணீர் குழாய் அருகே என ஜனங்கள் அங்கங்கே அமர்ந்து பேசிக் கொண்டிருந்தார்கள்.

தெருவே, ஏன் ஊர் முழுக்கவே பண்டிகையில் களைத்து நெட்டி முறிக்கும் சோம்பலில் திளைத்துக் கிடந்தது. ஒரு வாரம் பட்டறை கிடையாது.

கையில் உள்ள காசையெல்லாம் செலவழித்து இன்னும் கொஞ்சம் கடன் வாங்கி ஊர் சுற்றிவிட்டு கடன்காரன் கழுதை நெரிக்கும்போது நினைவு வந்தது போல வேலைக்குத் திரும்புவார்கள் பெரும்பாலான மக்கள்.

உதிரி உதிரியாய் ஒரு தறி, இரண்டு தறி என ஓட்ட முடியாது எனக் காத்திருந்து முழுதாய்ப் பட்டறை ஓடுவதற்கு எப்படியும் எட்டு பத்து நாட்கள் பிடிக்கும்.

வேகு வேகென்று வேலைக்கு ஓட தேவையில்லாததால் செக்கு முன் மனைக்கட்டையை எடுத்துப்போட்டு ஆசுவாசமாக அமர்ந்தாள் ஆனந்தி.

கல்லை கழுவி ஒரு கையால் உளுந்தை அள்ளிப் போட்டு மறுகையால் குழவிக் கல்லை திருப்ப, உள்ளே பாத்திரங்களைக் கழுவி கவிழ்த்தபடி இருந்த செவ்வந்தி கையை முந்தியில் துடைத்தபடி வந்தாள்.

"தள்ளுக்கா... நான் ஆட்டுறேன்.."

"வேணாம், உக்காருடி.... ஆட்ட ஆட்ட தள்ளி வுடு..." பக்கத்தில் கிடந்த இன்னொரு மரக்கட்டையை அவள் அமர எடுத்துக் கொடுத்தாள்.

"கையே பொத்துக் கெடக்கு, எங்கிட்ட கொடு..." குழவியைச் செவ்வந்தி வாங்கிக் கொள்ள, "எனக்கு பழக்கம் தான்டி... வருசா வருசம் அக்னிசட்டி எடுக்குறவ தானே" ஆனந்தி அவளிடம் கொடுத்துவிட்டு மாவு தள்ளினாள்.

"இங்க மிக்சி, கிரைண்டரு எல்லாம் கொடுக்கல...?" குழவியைத் தூக்கி கருப்பு உளுந்தை நைத்தபடியே செவ்வந்தி கேட்டாள்.

"கொடுத்தாங்க... ஏன் கொடுக்காம? ஆனா, அது ஓட கரெண்டு வேணுமே... ஒத்தை லைட்டும் டிவியும் தவிர வேற எதுக்காவது கரெண்டை எரிச்சா முன்னூறு ரூபா எக்சுட்ரா கொடுக்கணும்னு லைன்

ஒனரோட கண்டிசனு... அத்தனை என்னத்துக்கு நமக்கு? வேணாம் போங்கயான்னு உபயோகிக்கிறதே இல்ல... "

"அப்ப என்ன வித்துப்போட்டியா...?"

"இடத்தை அடைக்குறதுக்கு வித்துப்புடலாம்னு தான் நினைச்சேன். சரி, எதுக்கும் இருக்கட்டும், வீட்டுக்காரருக்கு மனசு வந்து தனி தனி மீட்டரு போட்டு விட்டா ஆகுமேன்னு வச்சிருக்கேன்."

"அடுப்பு பக்கத்துல எண்ணெய் பாட்டிலு, டித் தூளு எல்லாம் வச்-சிருக்குல... அது என்னன்னு நினைச்ச...? அந்த இரண்டு பொட்டியும் தான்." சிரித்துக் கொண்டே கதை சொல்பவளைப் பார்த்த செவ்வந்திக்-குப் பாவமாக இருந்தது.

எல்லோரும் இதே வறுமையில் தான் பிறந்தார்கள், வளர்ந்தார்கள், கல்யாணம் ஆன பிறகு தாங்கள் இருவரும் எப்படியோ தப்பித்துக் கொண்டோம். ஓகோவெனக் கொட்டுகிற பணம் இல்லையென்றாலும் சோற்றுக்கும் கட்டும் துணிக்கும் குறைவில்லாத ஓரளவு கவுரவமான வாழ்க்கை.

இவள் மட்டும் தான் விடுபடவே முடியாத சுழலில் சிக்கியபடி இந்தப் பிடியில்லா குழவிக் கல்லைப் போல நிற்காமல் உழன்று கொண்டிருக்கி-றாள். இதில் தங்கள் பங்கும் இருப்பதில் செவ்வந்தியின் உள்ளம் முள்-ளாக உறுத்தியது.

கல்யாணம், வளைகாப்பு, இரண்டு பிரசவங்கள், காது குத்து என அம்மா வீட்டுக்கு வரும் ஒவ்வொரு முறையும் இவள் தான் தாய்க்குத் தாயாக, தமக்கைக்குத் தமக்கையாக கவனித்துக் கொண்டாள், பிள்-ளைப்பேறு பார்த்தாள், மூன்றாம் மாதம் சீர் செய்து மாமியார் வீட்டில் கொண்டு வந்து விட்டாள்.

இந்தக் காலத்தில் கூடப் பிறந்த அண்ணன், தம்பிகள் கூட இத்-தனை அனுசரணையாகச் செய்வதில்லை.

'இது மட்டும் என்ன வரம் வாங்கி வந்துச்சோ...?'

செவ்வந்தி அக்காவைப் பற்றி நினைக்க, ஆனந்தி வேறு சிந்தனை-யுடன் செவ்வந்தியைப் பார்த்தாள்.

'நேத்து கார்த்தியைப் பார்த்தும் கூட இவ யாரு, என்னன்னு ஒன்-னுமே கேக்கலையே...' நேற்றிரவு தீர்த்தம் இந்த வீதி முனையைத் தாண்டும்போது ஆளுக்கு ஒரு குடம் சுமந்து வந்த ஜோதியும் மீனாவும்

இவள் காலில் தண்ணீர் ஊற்ற, பின்னாலே பொன்னம்மாவும், செவ்வந்-
தியும் வந்தார்கள்.

"நீ எப்ப புள்ள வந்த..?" முகம் மலர தங்கையைப் பார்த்தாள்
ஆனந்தி.

"இப்ப தான் இறங்கி வாரேன். தீர்த்தம் புறப்படுறதுகுள்ள வந்துப்பு-
டனும்னு நினைச்சேன். நேரமாகி போயிடுச்சு..." அவள் மட்டும் கூடவே
நடந்து வர, பொன்னம்மாவும், பிள்ளைகளும் அங்கேயே நின்று விட்-
டார்கள்.

கார்த்தி அக்கா தங்கை பேச்சில் குறுக்கிடாமல், தான் யாரெனவும்
காட்டிக் கொள்ளாமல் கூட்டத்தோடு கூட்டமாக உடன் வந்தான்.

கோவில் வளவு வரவும் கூட்டத்தின் வேகம் அதிகரித்தது. அதுவரை
ஒழுங்காக வருபவர்கள் கூடக் கூட்டத்தின் ஆவேசத்தில் தள்ளு முள்ளு
ஆகி சட்டியை தவறவிட்டு விடுவது வாடிக்கை என்பதால் செவ்வந்தி
ஒருபுறமும், கார்த்தி மறுபுறமுமாக அரணாக அழைத்துச் சென்றார்கள்.

ஒவ்வொருவராக அக்னி சட்டியை இறக்க, சாமிக்குச் சூடம் காட்டி
திருநீறு பூசி பூ வாங்கி, "ஆத்தா, என் மனக்குறை எல்லாம் உனக்கே
தெரியும். நீயே பார்த்துக்கடியம்மா" நீண்ட கண்களும், செவ்விய இதழ்-
களும், பூவாடையுமாக நின்றிருந்தவள் மேல் அத்தனை பாரத்தையும்
போட்டு வெளியே வந்த நேரம் 'அக்கடா' என்று இருந்தது.

ஒவ்வொரு வருடமும் விரதம் இருந்து உடலை வருத்திக் கொள்வ-
தெல்லாம் இந்த நிமிட பரவசத்திற்காகத் தான் என்று தோன்றியது.

"காபி குடிக்குறியா...?"

தன் கையில் இருந்த திருநீரை அவள் கையில் கொட்டியபடி
கார்த்தி கேட்க, தங்கள் கூடவே தொடர்ந்து வரும் மூன்றாம் மனிதனை
அப்போது தான் உணர்ந்தது போலச் செவ்வந்தி ஆனந்தியைப் பார்த்-
தாள்.

அவள் பார்வையை நேருக்கு நேராகச் சந்திக்க முடியாமல் அவனி-
டம் "ம்ம்... " என்ற ஆனந்தி, "இது கார்த்தி..." என்றாள் வெறுமனே.
செவ்வந்தி அதற்குமேல் ஒன்றும் கேட்கவில்லை.

திருவிழாக்கென்று புதிதாக முளைத்திருந்த பலகார கடைகளில்
பளபள செம்பு பாய்லரில் பட்டை போட்டு இருந்த டிக்கடையை நோக்கி
நடந்தார்கள். ஆவி பறக்க வந்த காபியை ஊதி ஊதி குடித்தபோது

அத்தனை சலுப்பும் களைப்பும் விடைபெற்ற மாதிரி இருந்தது ஆனந்-திக்கு.

காலையில் இருந்து கடும் விரதம், ஆனாலும் சுத்தமாகப் பசி-யில்லை. அப்படியே படுக்கையில் சென்று முடங்கினால் போதும் என்-றிருந்தது.

"நாங்க இப்படியே கிளம்புறோம் கார்த்தி... நீயும் கிளம்பு, நேரமாச்சு"

"சாப்புட ஏதாச்சும் வாங்கிட்டு போறியா?"

"இல்ல... வேணாம், அம்மா சோறாக்கி வச்சிருக்கு.."

இடையிட்டு செவ்வந்தி சொல்ல, கார்த்தி தலையசைத்தபடி கிளம்பி-னான். இவர்களும் பொடிநடையாக வீடு வந்தார்கள். அவள் என்ன ஏது என்று கேட்டால் கொட்டுவதற்குச் சுலபமாக இருக்கும் என்று ஆனந்தி நினைக்க, செவ்வந்தி பஸ் கிடைக்காமல் தான் தாமதமாக வந்து சேர்ந்த கதையைச் சொல்லிக் கொண்டிருந்தாள்.

இன்றாவது இவளிடம் சொல்லிவிட வேண்டும் என்று ஆனந்திக்குத் தவித்தது. இப்போதைய பொழுதை விட்டால் இந்தத் தனிமையும் சந்-தர்ப்பமும் திரும்பவும் கிடைக்காது. வீட்டு மாப்பிள்ளைகளை வைத்துக் கொண்டு பேசவும் முடியாது.

'சின்னவ கிட்ட சொல்றதுக்கு முன்னாடி இவகிட்ட சொல்லலாம்...'

பாரமாய் அழுத்தும் குடும்பச் சுமைகளுக்குள் வளர்ந்த தனக்கும், எதைப் பற்றியும் கவலைப்படாமல் பட்டெனத் துடுக்காக நடந்து கொள்-ளும் இளையவளுக்கும் நடுவில் பிறந்தாலோ என்னவோ, செவ்வந்தி எப்போதும் கொஞ்சம் நிதானமாகப் பேசுவாள். அமைதியாக காது கொடுப்பாள்.

மாவை வழித்து ஈய குண்டானில் போட்டபடியே தொண்டையை லேசாக செருமிய ஆனந்தி மெல்லமாகத் துவங்கினாள்.

"நேத்து பார்த்தீல்ல, அது பேரு கார்த்தி, எங்க பட்டறைல தான் மேஸ்திரியா வேலை செய்யுது. இந்த பட்டறை மட்டும் இல்ல... எங்க முதலாளியோட எல்லா பட்டறையும் இது தான் பார்த்துக்குது..."

மெல்லிய குரலில் ஆரம்பித்தவள், "அது என்னை கல்யாணம் பண்-ணிக்குதுன்னு கேக்குது... நா.. நானும் சரின்னு சொ..ல்லிட்டேன்" தயங்கித் தடுமாறி எப்படியோ சொல்லி முடித்துப் படபடக்கும் நெஞ்சத்-துடன் எதிரில் இருப்பவளைப் பார்க்க...

அவளோ "ம்ம்... ஊருக்கு வந்தப்ப அம்மா சொன்னுச்சு..." என்-
றாள் எந்த உணர்வையும் வெளிக்காட்டாமல்.

'எல்லாம் தெரிஞ்சுமா நேத்து உம்முன்னு வந்த?' மனதுக்குள் பள்ளம்
விழுந்தது போல ஏமாற்றமாக உணர்ந்தாள் ஆனந்தி.

"நீ என்ன புள்ள சொல்ற?" துணிவைத் திரட்டிக் கொண்டு அவள்
மெல்லமாகக் கேட்க, அதே நேரம் பொன்னம்மாவும் சுகந்தியும் லைனுக்-
குள் நுழைந்தார்கள். பின்னாலேயே செவ்வந்தியின் புருஷனும், சுகந்தி-
யின் புருஷனும்.

அதற்கு மேல் பேச்சைத் தொடர முடியாமல் எழுந்த ஆனந்தி
தூக்கிச் செருகிய சேலையைத் தாழ்த்தி விட்டபடி சொம்பில் தண்ணீர்
மொண்டு வந்து கொடுத்தாள்.

"பஸ்ஸு நேரத்துக்கு கிடைச்சுதா..? வாங்க வேண்டியது எல்லாம்
வாங்கிட்டிங்களா...?" எல்லோருமாக ஈரோடு டவுனுக்குத் துணி எடுக்கப்
போயிருந்தார்கள்.

"ஆச்சுங்க அண்ணி..." சின்னவன் சொல்ல, பெரியவன் ஆமோ-
திப்பாகத் தலையாட்டினான்.

பொன்னம்மா வாங்கி வந்திருந்த கறிப்பையைப் பிரித்து ஆனந்தி
கழுவி எடுத்து வர, உள்ளே சுகந்தி தரையில் பைகளைப் பரத்தி செவ்-
வந்தியிடம் காட்டிக் கொண்டிருந்தாள். பொன்னம்மா கால்களை நீட்டி-
யபடி சோர்ந்து போய் அமர்ந்திருந்தாள்.

"இது அம்மா மூனு பேருக்கும் எடுத்துச்சு, ஒரே டிசைனுல வேற
வேற கலரு... இது புள்ளைங்களுக்கு... இந்த பேண்டும் சட்டையும்
அவுங்க இரண்டு பேருக்கும்.... வேண்டாம்னு சொன்னாலும் அம்மா
கேக்கல..."

"நோம்பிக்கு நீங்கல்லாம் வருவீங்க, இப்படி வாங்கித் தரனும்னு
வருச முச்சோடும் அது காசு சேர்க்குது, அப்புறம் எப்படி வேண்டாம்னா
கேக்கும்?" ஆனந்தி சிரிக்க, செவ்வந்தி அம்மாவைப் பார்த்து முறைத்-
தாள்.

"இவ ஒண்டியா கஷ்டப்படுறாளே, வாராவாரம் உன் சம்பளத்துல
இருந்து கொஞ்சம் காசு கொடுத்தா தான் என்ன? அப்படியே அழுக்கி
வச்சு ஒரே நாள்ல எல்லாத்தையும் அவுத்து வுடனுமா?'

"அடிப் போடி போக்கதவளே.... இவ எவனுக்கோ செலவு பண்ணிப்-
புடுவா.... இவ என்ன உங்க பழைய அக்காக்காரின்னு நினைச்சியா? நீ
வேற... இப்ப ஆளு, பழமை எல்லாம் மாறிப் போயாச்சு..."

"ம்ம்க்கும்.. யாரை நம்புறது, யாரை நம்பக்கூடாதுன்னே புரியல
போ" அம்மாவின் பேச்சுக்கு ஆதரவு போல சுகந்தி ஜாடை பேச,
ஆனந்தி முகம் செத்துப் போனாள்.

"செத்த வாயை மூடும்மா... மேலுக்கு சரியில்லனா அப்படியே
சாஞ்சு தூங்கு, ஆம்பிளைங்க முன்னாடி வேணுமின்னு ஒரியாட்டம்
பண்ணாதே.." செவ்வந்தி அதட்ட, பொன்னம்மா வாய்க்குள்ளே முனகி-
யபடி அமைதியானாள்.

கைக்கு கை வேலை நடந்து கொண்டிருந்தாலும் அவர்களுடைய
குறுகுறுக்கும் பார்வையில் ஆனந்தி தன்னை ஒரு கொலை குற்றவாளி
போல உணர்ந்தாள். பதுமை போல அமர்ந்து குழம்பு காய்ச்சத் தொடங்-
கியவளின் மனசு அந்த உலைகலன் நெருப்பு போல கனிந்து கனிந்து
பொங்கிக் கொண்டிருந்தது.

வெளியே மாப்பிள்ளைகள் ஏதோ பேசியபடி எழுந்து செல்ல, அதற்-
குமேல் அவர்களின் அலட்சியத்தைத் தாங்கமுடியாத ஆனந்தி ஒரு
முடிவுடன் மூவரையும் பார்த்தாள். அடுப்பின் சூடு அவள் முகத்திலும்
படிந்து கனிந்து கிடந்தது.

"இந்தாங்கடி... நானும் கார்த்தியும் கல்யாணம் பண்ணிக்குறதா
இருக்கோம். உங்க இரண்டு பேருக்கும் ஒன்னும் தெரியாதுன்னு
நினைச்சு எதுக்கு நான் முதல்ல இருந்து கதை படிக்கணும்? அதுதான்
உங்கம்மா எல்லாம் சொல்லித்தானே கூட்டிட்டு வந்திருக்கு? இதுதான்
எங்க முடிவு, விருப்பம், உங்ககிட்ட சொல்ல வேண்டியது என் கடமை,
சொல்லுறேன்"

அவளது திட்டவட்டமான பேச்சில் மூவரும் ஒருவரையொருவர்
பார்த்துக் கொண்டார்கள்.

"நான் சொல்லல?" பொன்னம்மா ஆங்காரத்துடன் கேட்க, "என்ன
கன்றாவி இது..? இதுக்கு மேல உனக்கென்ன கல்யாணம் கேக்குது?
ஒன்னுக்கு இரண்டா பொம்பளை பிள்ளைங்களை பெத்து வச்சிட்டு இப்-
படி பேச உனக்கு அசிங்கமா இல்ல"

சுகந்தி நேருக்கு நேராக ஏச கொஞ்சமும் தயங்கவில்லை. செவ்வந்தி அவளை அதட்டவும் இல்லை, ஆனந்திக்கு ஆதரவாகவும் ஒரு சொல் சொல்லவும் இல்லை.

அவள் கொத்துக்கறியை நைத்தபடி அமைதியாக அமர்ந்திருக்க, பொன்னம்மாவும் சுகந்தியும் வார்த்தைகளால் இவளை கொத்தி எடுத்துக் கொண்டிருந்தார்கள்.

****

'நான் என்ன கொலையா பண்ணிட்டேன், இல்ல அடுத்தவ புருஷனை என் பக்கம் இழுத்தேனா ? இப்படி ஆளாளுக்கு மூஞ்சு காட்டுறீங்களே... நான் தூக்கி வளர்த்தது எல்லாம் என் முன்னாடி நின்னு கேள்வி கேட்குற அளவு என் நிலைமை நாதியத்து கெடக்கு.. இதுல யாரை குறை சொல்றது?'

அன்று மாலை வீட்டுக்குள் நடந்த பிரச்சனைக்குப் பின் ஆனந்திக்கு எல்லாமே வெறுத்துப் போனது. ஆக்கி வைத்த கறியை அடுத்தவருக்கு அள்ளி அள்ளி வைத்தாளே தவிர, இவள் தொண்டையில் ஒன்றும் இறங்கவில்லை.

இப்போது கூட உள்ளே மூவரும் குசுகுசுவெனப் பேசிக் கொண்டிருக்கிறார்கள். தங்களுக்குள் பேசுவதும், இவள் தலை தென்பட்டால் நிறுத்திக் கொள்வதும். இப்படிச் சொந்த வீட்டிலேயே யாருமற்ற அனாதையாக உணரும் நிலை யாருக்கும் வரக்கூடாது.

இதில் சுகந்தியின் குரல் தான் ஆங்காரமாக ஒலித்தது. "அவ எப்படி கட்டுறான்னு நானும் பார்க்குறேன்" அவள் சுளுரைப்பது காதில் விழ, ஆனந்தி மொத்தமாகக் கலங்கிப் போனாள்.

'சை... என்ன மனுசங்க? நீங்கல்லாம் புருசன், குழந்தைனு கட்டுசெட்டா இருக்கீங்க, இவ மட்டும் இப்படி ஒத்தையில கிடக்குறாளேன்னு உங்களுக்கு கொஞ்சமும் மனசு உறுத்தல?'

'நல்ல புருசன் கட்டியிருந்தா அவன் செத்துப் போயிருந்தா கூட தெய்வமா கும்பிட்டு அவன் நினைப்பாவே கெடந்திருப்பேன். உங்க தாய்மாமன் எப்படிப்பட்ட அயோக்கியன், அவன் கூட எந்த லட்சணத்துல வாழ்ந்தேன், எத்தனை சித்திரவதைப்பட்டேன்னு கண்ணு முன்னால பார்த்தும் கூட... என்னோட நிம்மதியை விட உங்க கவுரவம் தான் பெருசுன்னு பேசுறீங்கன்னா நீங்கல்லாம் உடம்பொறந்தவங்களே இல்ல'

இப்படியெல்லாம் நேருக்கு நேராகக் கேட்கவேண்டும் என்று தவித்-தாலும், வீடு தேடி வந்திருப்பவர்களை வாய் விட்டு எதுவும் சொல்லமு-டியாமல் தனக்குள் மறுக மட்டுமே அவளால் இயன்றது.

அம்மாவின் குணமும், சுகந்தியின் துடுக்கும் அறிந்த சங்கதி தான். எந்தக் கஷ்டம் என்றாலும் மனதோடு பகிர்ந்து கொள்ளும் செவ்வந்தி கூடவா இப்படி மௌனம் காக்க வேண்டும்?

இந்த இரண்டுக்கும் எத்தனை செய்திருக்கிறேன்? வயிற்றில் சுமந்து பெற்ற பிள்ளைகள் போலப் பார்த்து பார்த்து செய்ததற்குக் கை மேல் பலன்?!

இரவோடிரவாகப் பிள்ளைகளை இழுத்துக் கொண்டு கார்த்தி வீட்டு படியேறி, 'நான் மொத்தமா வந்துட்டேன் கார்த்தி, இதுக்கு மேல என்-னால முடியாது' என்று கதற வேண்டும் போலிருந்தது.

மூச்சடைக்கும் அந்தக் காற்றுக்குள் அதற்கு மேல் இருக்க முடியா-மல் மாரியண்ணன் பட்டறை வாசலில் வந்தமர்ந்தாள்.

"ஏன் ஆயா, சுள்ளான் மொய்க்குது, இங்க வந்து உட்காருற?" மாரியின் மாமியார் எதிர் வீட்டு மாடியிலிருந்து கேட்க, "சும்மா கொஞ்ச நேரம் உட்காருறேன் ஆயா, உள்ள புழுக்கமா இருக்கு..."

விரக்தி மிக அவள் அந்தக் கொசுக்கடியிலேயே அமர்ந்திருந்தது எவ்வளவு நேரமோ?

"என்ன ஆனந்தி இந்நேரத்துக்கு இங்க உட்கார்ந்திருக்க?"

சாலையின் எதிர்புறமாகச் செந்தில் வண்டியை நிறுத்தியிருப்பது கண்ணில் விழ, குரல் வந்த திசையில் ஆனந்தி திரும்பிப் பார்த்தாள். கூம்பி கனிந்திருந்த வயிற்றுடன் மலர் பின்னால் அமர்ந்திருக்க, பெட்-ரோல் டேங்க்கில் அருண் கலர் கண்ணாடி போட்டு துப்பாக்கியை கையில் பிடித்தபடி ஸ்டைலாக உட்கார்ந்திருந்தான்.

அவர்களைக் கண்டதும் எழுந்து நின்ற ஆனந்தி, "சும்மா தான் மலரு, செத்த காத்தாட உட்காருலாம்னு..." உதடுகளில் அவசரப் புன்-னகை ஒன்றைப் பரவ விட்டாள்.

"நாங்க இப்பதான் பண்டிகை கடையை சுத்திட்டு திரும்ப வர்றோம். நீ போனீயா?"

"இன்னும் இல்ல மலரு... போகணும்" ஆனந்தி வரவழைத்துக் கொண்ட ஆர்வத்துடன் முன்னால் வந்தாள். தூரத்து தெருவிளக்கின்

மஞ்சள் ஒளி சோகையாய் அவள் மேல் படிந்து விலகியது.

"கடையெல்லாம் எடுத்து வைக்குறதுக்கு முந்தி ஒருவாட்டி போய்ட்டு வா ஆனந்தி. தூரி ராட்டினம்னு எல்லாம் சூப்பரா இருக்கு. நாம ஊர் திருவிழாவுல இத்தனையான்னு எனக்கே ஆச்சரியமா போச்சு..."

"இப்ப கோவில் கமிட்டி முழுக்க இளவட்ட பசங்க தான் மலரு. வருசத்துக்கு வருசம் போட்டி போட்டு நல்லா செய்யுறாங்க..."

"அது தான், இவருக்கே ஒரே ஆச்சரியம்" திருவிழா குறித்து கொஞ்ச நேரம் பேசிய மலர், "சரி, வர்றோம்.. காலு வலிக்குது" என்றபடி விடைபெற, ஆனந்தி தலையசைத்தாள்.

அதுவரை இவர்கள் பேச்சை அமைதியாகக் கவனித்துக் கொண்-டிருந்த செந்தில், "பிடிச்சுக்கோ" என்றபடி ஆக்சிலேட்டரை முறுக்கி ஆனந்தியிடம் சிறு புன்னகையுடன் கிளம்பினான்.

"ஏன் இந்த பொண்ணு என்னமோ மாதிரி இருக்கு?" கொஞ்ச தூரம் சென்றபிறகு மலரிடம் அவன் திரும்பிக் கேட்டான்.

"டல்லா இருக்குற மாதிரி இருந்துச்சுல்ல. வேலை சுணக்கமா இருக்-கும். நேத்து வேற அக்னி சட்டி தூக்குனாள்ல, அதுதான் முகமெல்லாம் ஜிவுஜிவுன்னு இருக்கு போல"

"ஏ லூசு, அழுத மாதிரி தெரியல. நம்மளை பார்த்ததும் டக்குன்னு கண்ணை துடைச்சது ஹெட்லைட் வெளிச்சத்துல எனக்கு நல்லா தெரிஞ்சுது"

"அப்படியா சொல்றீங்க? அவளுக்கென்ன பிரச்சனையோ... உறம்-பரை வந்ததுல கைல இருந்த காசெல்லாம் செலவாகிப் போயிருக்குமா இருக்கும். யாருகிட்ட தேத்துறதுன்னு குழம்பி உட்கார்ந்திருப்பா..."

"ஏம்மா, தெரியாமத்தான் கேட்குறேன், இவங்களுக்கு எல்லாம் சம்-பளம் ரொம்ப கம்மியோ? உங்கப்பா உருப்படியா காசு கொடுக்குறாரா இல்ல எல்லாத்தையும் அழுக்கி வச்சு ஆட்டையை போடுறாரா?"

அவன் நக்கலடிக்க, "கொழுப்பு தானே. மாமனாரை குறை சொல்ல-லைனா உங்களுக்கு தின்ன சோறு செரிக்காது." மலர் கடுப்புடன் அவன் இடுப்பை கிள்ளினாள்.

"சம்பளமெல்லாம் நிறக்க தான் கொடுக்குறாங்க. உழைப்புக்கு ஏத்த ஊதியம் தான். ஓட்டுற தறிக்கு ஏத்தமாதிரி மீட்டருக்கு நாலு ரூபா, அஞ்சு ரூபா வாங்குறாங்க. ஓராளு கம்மி கம்மியா நாலு தறி ஓட்டுனா

கூட குறைஞ்சது வாரம் இரண்டாயிரம் வரும். எட்டு தறி பத்து தறினு ஓட்டுற சின்ன வயசு பசங்க மினிமம் ஐயாயிரம் எடுத்துருவாங்க.”

“ஒரு குடும்பத்துல அத்தினி பேரும் உழைக்குறாங்க. அப்புறம் காசுக்கென்ன குறைச்சல்? எத்தனை வந்தாலும் அன்னிக்கு வந்ததை அன்னிக்கே செலவழிச்சுப் போட்டு.... நாளைக்குன்னு சேர்த்து வைக்-கிறதோ, அவசர ஆபத்துக்குன்னு ஒதுக்கி திட்டம் போடுறதோ கிடை-யாது.”

“நீங்களே பாருங்க. நோம்பி முடிஞ்சு எத்தனை பேரு தானா கிளம்பி பட்டறைக்கு வர்றாங்கன்னு. நாம தான் ஒவ்வொரு வீட்டு வாசலுக்கும் போய் ‘வேலைக்கு வா ,வா’ன்னு வெத்திலை பாக்கு வைக்காத குறையா அழைக்கணும். வாங்குன பண்டிகை போனஸ் மொத்தத்தையும் பைசா இல்லாம செலவழிச்ச பின்னாடி தான் நிறைய பேருக்கு பட்டறை நியா-பகமே வரும்”

“பரவால்லையே, போனஸ் எல்லாம் உண்டா? எவ்ளோ கொடுப்-பீங்க?” செந்தில் நக்கலாகக் கேட்டாலும் அவனுக்கும் இந்தத் தகவல் புதிது.

“அவங்கவங்க வருஷம் முழுக்க ஓட்டுறதுக்கு தகுந்த மாதிரி... ம்ம்.. குறைஞ்சது எட்டுல இருந்து பத்து பெர்சென்னு வைங்களேன். எப்-படியும் ஒரு மாச சம்பளம் வந்துடும்.. அது குறைச்சலா சொல்லுங்க, சிலர் ஆடி நோம்பிக்கு வாங்குவாங்க, இல்லேனா கணக்கு வச்சு பொங்-கலுக்கோ, தீபாவளிக்கோ...“

“இத்தனை சம்பாதிச்சுமா பத்தாக்குறை...?”

உண்மையிலேயே அவனுக்குப் புரியவில்லை.

இன்ஜினியரிங்கும் மருத்துவமும் படித்து விட்டு வெறும் எட்டாயிரம் சம்பளத்துக்காக நகரங்களில் தனியார் கல்லூரிகளிலும், மருத்துவமனை-களிலும் நாய் படாத பாடுபடும் இளைஞர்களை அவனுக்குத் தெரியும்.

“முக்காவாசி பேரு வீணா போறது இந்த கடன் தொல்லைல தான்... பட்டறை முதலாளி கிட்ட பாக்கி வாங்குறது பத்தாம கந்துக்கு வாங்கி எக்குத்தப்பா மாட்டிக்குறாங்க......”

“அதுக்குதான் பாக்கியை எக்கச்சக்கமா கொடுத்து இந்த ஆனந்தி மாதிரி அடிமைகளை பிடிச்சு வச்சிருக்காரு போல உங்கப்பா”

அவளை வெட்டிய செந்தில் சீண்டலாய்ச் சிரிக்க, வீடு வந்திருந்த-
தில் பைக்கிலிருந்து இறங்கிய மலர் முன்னால் வந்து பையனை தூக்கிக்
கொண்டே கணவனை முறைத்துப் பார்த்தாள்.

"லொள்ளு தான உங்களுக்கு...? பெரிய ஏழை பங்காளர்னு
நினைப்பு? தேவைப்படுதுன்னு வந்து நிக்குறப்ப கொடுக்காம இருந்தா
ராவோட ராவா பட்டறை மாறிக்குவாங்க.. அப்புறம் கொடுக்காம என்ன
பண்றது?"

"இருக்குற நூலு பிரச்சனை, தொழில் போட்டிக்கு நடுவுல லேபர்
பிரச்சனையை சமாளிச்சு தொழில் நடத்துறது எத்தனை சிரமம்னு பட்ட-
றைக்காரங்க கிட்ட கேளுங்க. பேசுனா இரண்டு பக்கம் இருக்குற நியா-
யத்தையும் பேசணும். எப்பயும் முதலாளி வர்க்கத்தை மட்டும் குறை
சொல்லுறது உங்களுக்கெல்லாம் ஒரு டாபு, இல்ல...? சும்மா..."

"பாருடா, பொறந்த வீட்டை குறை சொன்னா பூ கூட புயலாட்டம்
வீசுது. விடு, விடு... தேவையில்லாம நமக்குள்ள எதுக்கு வாக்குவா-
தம்...? அருணை சோபால படுக்க வை... நான் மேல தூக்கிட்டு
போறேன்"

செந்தில் உடனடியாகச் சரணடைய, "ஆமா... ரொம்பத்தான் அக்-
கறை..." மலர் அவனை முறைத்துக் கொண்டே உள்ளே சென்றாள்.
****

மலரும் மலர் புருஷனும் பேசிவிட்டுச் சென்ற பின் எதிர் வீட்டு
வெளிச்சம் கூட அடங்கிச் சாலை கரிய இருள் போர்த்திக் கொண்டி-
ருந்தது. சுவர்கோழிகளின் ரீங்காரம் காதுகளைக் குடைந்தாலும் உள்ளே
செல்லும் எண்ணமே இல்லாமல் இருந்த இடத்திலேயே அமர்ந்திருந்தாள்
ஆனந்தி.

பைக் ஒன்று கடந்து செல்ல, அந்தச் சத்தத்தில் படுத்துக் கிடந்த
இரண்டு தெருநாய்கள் ஒன்றையொன்று துரத்திக் கொண்டு சென்றன.
அவற்றின் சண்டையை இலக்கற்று வேடிக்கை பார்த்தவள், தன்னருகே
சத்தமில்லாமல் வந்தமர்ந்த உருவத்தைக் கண்டு ஒரு நொடி திடுக்கிட்-
டுத்தான் போனாள்.

தூரத்து தெரு விளக்கின் வெளிச்சத்தில் யாரென உற்று உற்றுப்
பார்த்து விளங்கிக் கொண்டவள், "என்ன புள்ள?" என்றாள் கேள்வியு-
டன்.

பக்கத்தில் அதைத்த முகமும், வீங்கிய கண்களுமாக இருந்தவள், எதுவும் பேசாமல் இவள் மடியில் முகம் பதிக்க, "என்னாச்சுடி... ஏன் அழற?" ஒன்றும் புரியாமல் விழித்த ஆனந்தி பரிதவிப்பும் குழப்பமுமாக வந்தவளின் முன்னுச்சி முடியை கோதி விட்டாள்.

11

❦

"ஏம்மா, உனக்கெல்லாம் என்ன அவசரம் இப்படி? பார்த்தா படிக்குற புள்ள மாதிரி இருக்க, வயசு என்ன சொன்ன?"

"......"

"என்னது.... பதினாறா.... மைனரா? சரியா போச்சு, போ... ஏன் தான் வம்புக்குன்னு போயி வயித்துல வாங்கிட்டு வர்றீங்களோ? சரி, சரி, எந்திரி.. உன்னை சொல்லிக் குத்தமில்லை, கண்டபடி அலையவுடற உங்கப்பன் ஆத்தாளை சொல்லணும்"

டாக்டரம்மா கடுகடுவென்று பேச, மௌனமாய்க் கண்ணீர் சிந்திய சரசு மேசை ஓரமாக நின்றிருந்தாள். அவளது மெல்லிய உடல் அந்த இறுக்கமான சூழ்நிலையில் காற்றில் ஆடும் கொடி போல நடுங்கிக் கொண்டிருந்தது.

பாவாடையைத் தளர்த்திப் படுத்திருந்த சவிதா பெஞ்சிலிருந்து இறங்க முயல, அருகில் நின்ற ஆனந்தி கை கொடுத்து உதவினாள்.

"பொண்ணு என்ன பண்றா... எங்க போறா எங்க வரான்னு ஒன்னும் பார்க்க மாட்டீங்களா... இதுல யாரு அம்மா... நீ தானே?" தன்னை நோக்கி வந்த கேள்விக்குப் பரிதாபமாய் விழித்த சரசு, திடீரென வெறிப் பிடித்தவள் போலப் படுக்கை அருகே ஓடினாள்.

"யக்கா, யக்கா... வுடுக்கா... யக்கா..." அவள் பட்பட்டென்று மகளின் முதுகில் அறைய, சவிதா கதறினாள். ஏற்கனவே வீட்டில் விற-குக் கட்டையில் விளாசி இருந்ததில் உடம்பெங்கும் பட்டை பட்டையா-கச் சிவந்து வீங்கியிருந்தன.

வாயோரம் கசிந்திருந்த ரத்தத்துளிகள் பழுப்பு நிறமாகக் காய்ந்து உதடுகள் தடித்திருக்க, "இந்தாம்மா... இதையெல்லாம் உன் வீட்டுல

• 128 •

போய் வச்சுக்கோ... இப்ப இங்க டாக்டரம்மா முன்னாடி வந்து நில்லு...." ஊசியில் மருந்து நிறைத்துக் கொண்டிருந்த நர்சம்மா அதட்டினாள்.

மகளிடமிருந்து விலகிய சரசு மடார் மடாரென்று தன் தலையில் அடித்துக் கொண்டாள்.

"பாவி மகளே.... நான் என்னடி செய்வேன்? இப்படி முச்சந்தில நிறுத்திப்புட்டியே...? அரைவயிறு கஞ்சி குடிச்சாலும் கவுரவமா வாழ்ந்த பொழப்பை கெடுத்துட்டாளே... "

"யக்கா, அழாதக்கா... இப்படி வா... ஆக வேண்டியதைப் பாரு"

ஆனந்தி அவளை இழுத்து டாக்டருக்கு முன்னால் நிறுத்த, சரசு மருந்து சீட்டு எழுதிக் கொண்டிருந்த மருத்துவரை பலகீனமாகப் பார்த்தாள். கையைக் குவித்து வைத்துக் கொண்டு இறைஞ்சுவது போல அவள் கேட்டது அங்கு யாருக்குமே அதிர்ச்சியாக இல்லை.

"டாக்டரம்மா... எப்படியாவது பார்த்து முடிச்சுவுட்டுப் போடுங்க. எம்புருஷனுக்கு தெரிஞ்சா உசுரோட சீமெண்ணெ ஊத்தி எரிச்சுப்புடுவான்"

இதை எதிர்பார்த்தது போல நிதானமாக நிமிர்ந்து பார்த்த மருத்துவச்சி எதிரில் நிற்பவளைக் கடுமையாக முறைத்தாள்.

"நல்ல கதையை கெடுத்த போ. மூனு மாசம் முழுசா முடிஞ்சு உருவமா மாற ஆரம்பிச்சாச்சு. உன் பொண்ணுக்கு என்ன திரண்ட வயசுன்னு நினைச்சியா, அந்த ரோதனையெல்லாம் தாங்க? பதினாறு வயசுன்ற..."

"அப்படிக்கிப்படி கையை வச்சா உன் புள்ள உனக்கில்ல பார்த்துக்கோ. கண்ட இடத்துக்கு கூட்டிட்டு போயி வில்லங்கம் பண்ணனும் நினைக்காத, என்ன புரியுதா?" என்று மிரட்ட, சரசு வாயடைத்து நின்றாள்.

"மாசாமாசம் வந்து என்கிட்ட காண்பிச்சு, சத்து மாத்திரை வாங்கிட்டு போகணும். வீடு எங்கன்னு இவகிட்ட சொல்லிட்டு போ. சத்து உருண்டை கொண்டு வந்து கொடுப்பா. தினம் பாலை வாங்கி அதுல கரைச்சு காய்ச்சி கொடு."

"இப்பயே உடம்பெல்லாம் பட்டை பட்டையா அடிச்சு வச்சிருக்க. இனிமேல கொண்டு மேல கை வைக்காம முட்டை, கீரைனு பண்ணிப் போடு. அப்பதான் பத்தாம் மாசம் பிரசவம் தாங்க தெம்பு வரும், என்ன

அவளை முறைக்குற? என்னைப் பாரு..”

சவிதாவை மீண்டும் படுக்க வைத்துப் புட்டத்தில் ஊசி ஏற்றிய டாக்-டர் படபடவென வரிசையாகச் சொல்ல, சரசு தீனமாகத் தலையாட்டி-னாள்.

காதும் காதும் வைத்தது போலக் கலைத்து விடலாம் என்ற நினைப்-பில் தான் அவள் இங்கு வந்ததே. இப்போது முடியாது என்று டாக்-ரம்மா அடித்துப் பேசுவதில் அடுத்து என்ன செய்வது என்று திகைப்பாக இருந்தது.

“நீ யாரும்மா, பக்கத்து வீட்டுக்காரியா...? இந்தம்மா புள்ளையை அடிக்குதுனு தெரிஞ்சா என்கிட்ட வந்து சொல்ற, என்ன?”

தன்னை மிரட்டும் டாக்டரம்மாவிடம் ஆனந்தி மெல்ல தலையாட்ட, நர்ஸிடம் ட்ரிப்ஸ் போட சொல்லி இவர்களை வெளியே அனுப்பினாள். பலமாய் இருமிக் கொண்டே ஒரு பருத்த ஆள் உள்ளே செல்ல, மூவ-ரும் நர்ஸின் பின்னாடி நடந்தார்கள்.

“இந்தா புள்ள, அப்படி போய் ஓரமா படு... ஊசி மட்டும் இப்ப ஸ்டாக் இல்ல, சத்தம் போடாம இதுல எழுதியிருக்குறதை வெளில இருக்குற கடைல வாங்கிட்டு வா...”

சரசுவின் விசும்பல் இன்னும் நிற்காததால் ஆனந்தி அந்தக் காகி-தத்தை வாங்கிக் கொண்டாள். புயல் மழையால் அலண்ட புறாக்குஞ்சு போல நர்ஸின் அதட்டலுக்கு ஏற்ப அவள் காட்டும் இடத்தில் மடிந்து உட்காரும் சவிதாவைப் பார்க்கவே வயிறு எரிந்தது.

“அக்கா இரண்டு மாசமா தூரம் வரல, பயமாயிருக்குக்கா..” அன்-றிரவு இவள் கையைப் பிடித்து அழுதபோது தோன்றிய அதிர்ச்சியும், திகைப்பும் இன்னும் ஆறவில்லை.

“என்ன புள்ள சொல்ற? அவன் கூட எங்கயாவது வெளில போனியா? என்னடி பண்ணி தொலைச்சுருக்க?”

தன் பிரச்சனை அனைத்தும் பின்னால் போக, கேட்க வேண்டியதைக் கேட்டு தெளிவாக்கிக் கொண்டவள், வேகவேகமாய் அவளை இழுத்துக்-கொண்டு பஸ் ஸ்டாண்ட் பக்கம் நடந்தாள்.

“இப்புடி குண்டை தூக்கி போடுறியேடி... உங்காத்தா காதுல விழுந்தா நாண்டுகிட்டு செத்துடும்..” புலம்பியபடி இருபத்தி நாலு மணி-யும் இயங்கும் மருந்துக் கடைக்குள் நுழைந்தவள், தயங்கி தயங்கி தன்

தேவையைச் சொன்னாள்.

சுகந்தி இரண்டாவது பிள்ளை உண்டானபோது அவள் புருஷன் மருந்துக்கடையில் தான் என்னமோ வாங்கிக் கொடுத்தானாம், அவள் வீட்டிலே பார்த்துவிட்டு பிறகு தான் டாக்டரம்மாவிடம் சென்றதாகச் சொன்னது இப்போது பட்டென்று நியாபகம் வந்திருந்தது.

மற்றபடி அது கருப்பா, சிவப்பா என்று கூட இவளுக்குத் தெரியாது. நல்லவேளை, கடையில் நின்ற இளைஞன் அதிகம் கேள்வி கேட்காமல் எடுத்துக் கொடுத்தான். அவன் சாதரணமாகத் தான் பார்த்தானோ என்னவோ, ஆனந்திக்கு அந்தப் பார்வை துளைக்குற மாதிரி இருந்தது.

அவன் முகத்தைப் பாராதது போல உற்றுப் பார்த்தவள், தலையில் அடித்துக் கொண்டாள்.

'இந்தப் பய டுயுசனுக்கு புள்ளையை கொண்டாந்து சாரு வீட்டுல விடுவானே. நாலாவது க்ராஸ்ல தானே ஊடு' ஒருமாதிரி அவமானமாக உணர்ந்தாலும், 'என்ன வேணும்னாலும் நினைச்சுக்க போ...' என்று எண்ணியவள், "இதை எப்படி பார்க்கணும்?" வெட்கம் துறந்து அவனிடம் கேட்டுத் தெளிவாக மனதில் பதிய வைத்துக் கொண்டாள்.

அதே வேகத்தில் சவிதாவை தன் வீட்டுக்கு இழுத்து சென்று அவள் காதில் ஓதி பாத்ரூமுக்குள் தள்ளினாள்.

"அக்கா, உள்ள வாயேன்" சில நிமிடங்களில் அவள் குரல் கொடுக்க, ஆனந்தி தகரக்கதவை தள்ளிக் கொண்டு உள்ளே நுழைந்தாள். அந்தச் செவ்வகப் பட்டையைக் கையில் பிடித்து நின்ற சவிதாவின் முகம் வெளிறி மிரண்டு இருந்தது.

வாங்கிப் பார்த்த ஆனந்தி அடுத்து என்ன செய்ய என்று புரிபடாத அதிர்ச்சியுடன் அதையே திரும்பத் திரும்பப் பார்த்தாள்.

அழுது வடிந்த மஞ்சள் விளக்கின் ஒளியிலும் அந்தக் கடைக்காரன் சொன்ன மாதிரி பளிச்சென்ற இரட்டைக் கோடுகள் தெரிய, "பாவி.. பாவி.." அவளை அடிக்க முடியாத கொடுமைக்குத் தன் தலையில் அடித்துக் கொண்டாள்.

"யக்கா... இப்ப என்னக்கா செய்யுறது?" கண்கள் மாலை மாலையாகப் பொழிந்தபடி தேம்புபவளை ஓங்கி அறைந்து அப்படியே தூக்கி போட்டு மிதிக்க வேண்டும் என்கிற அளவுக்கு ஆத்திரம் கிளம்பியது.

"சும்மா அழுது வேசம் போடாத... ஊரான் வீட்டுப் பிள்ளையா போயிட்ட, இல்லேனா அறைஞ்சே கொன்னுப்புடுவேன்..." அடிக்குரலில் இவள் அதட்ட, சவியின் விம்மல் ஓலி அதிகரித்ததே தவிரக் குறைந்தபாடில்லை.

"என்னா... செவ்வந்தி. நல்லா இருக்கியா? எப்ப வந்த ? இந்த சவிப்புள்ள இங்க வந்துச்சா?" வெளியே சரசுவின் குரல் கேட்டது.

சாக்கு படலை சடாரென்று தள்ளிக் கொண்டு ஆனந்தி பின்பக்கமாக வெளியேறினாள்.

"இங்க தான்கா வந்துச்சு. பேசிட்டு இருந்துச்சு, உள்ள இருக்கு.." நிமிர்ந்து சரசுவின் முகம் பார்க்காமல் தொட்டியில் இருந்து நீர் மொண்டு தன் கால்களில் ஊற்றிக் கொண்டே சொன்னாள்.

"அப்படியா சரி, சரி... எங்க காணோமேன்னு வந்தேன்" எதார்த்தமாக நினைத்த சரசு செவ்வந்தியிடம் பேசியபடி உள்ளே செல்ல...

"இப்ப எதுவும் சொல்லாத. காலைல வீட்டுக்கிட்ட வரேன், அழாம கண்ணைத் துடைச்சுப் போட்டு உங்கம்மாவோட கெளம்பு" இருளின் மறைவில் சவிதாவின் காதுக்குள் முணுமுணுத்து வீட்டுக்கு அனுப்பி வைத்தாள்.

அடுத்த நாள் மதியம் உறம்பரை எல்லாம் ஊருக்கு போய்விட்ட ஆசுவாசத்தில் வெளியே சாவகசமாக அமர்ந்திருந்த சரசுவைப் பார்த்து இது தான் விசயம் என்று சொல்வதற்குள் ஆனந்திக்கு உயிர் போய் உயிர் வந்தது.

"என்னடி சொல்லுற? இப்புடி ஒரேமுட்டா எதையோ தூக்கி போடுறியே? இதுக்குத்தான் கூடி கூடி பேசுனீங்களாடி பாவிப்புள்ளைகளா?" உள்ளே ஓடியவள் மூலையில் சுருண்டிருந்த மகளின் முடியை கொத்தாக பற்றித் தூக்கி கன்னம் கன்னமாக அறைய....

அந்த வலுவற்ற உடலில் அத்தனை பலமும் ஆங்காரமும் இருக்கும் என்று யாரும் எதிர்பார்க்கமுடியாது.

"யக்கா, வுடுக்கா, வுடுக்கா" தடுக்கப் பார்த்த ஆனந்தி நடுவில் புகுந்து சில பல அடிகளைத் தன்மேல் தாங்கிக் கொண்டாள்.

"நெதமும் தான் ஓடி ஓடி வேலைக்குப் போயி புள்ள கஷ்டப்படுதே, செத்த நேரம் தூங்கட்டும்னு நினைச்சுப்போட்டு நான் உட்கார்ந்திருக்கேன், இப்படி ஓடுற தண்ணில என்னை எட்டி மிதிச்சிட்டுத்தான்

சுணங்கி சுணங்கி திரியுறேன்னு தெரியாம போச்சே..."

சரமாரியாக அடி தாங்கிய சவிதா, "யம்மா... சாரிமா... என்னை மன்னிச்சுப் போடு..." விசும்பி விசும்பி அழுதவண்ணம் நெருப்புக் கோழியாய் தலையை மடியில் புதைத்துக் கொண்டாள்.

"யாருடி அவன்? எந்த வூட்டு நாயி அது? எந்த படுபாவி குடும்பத்தை இப்புடி தெருவுல ஏத்துனது?"

சவிதா தயங்கி தயங்கி பெயரைச் சொன்னதும் "அடி நாயே..." நெஞ்சைப் பிடித்துக் கொண்ட சரசு, கண்ட கண்ட வார்த்தைகளில் வைதபடி சன்னல் ஓரம் குவித்து வைத்திருந்த விறகுக் கட்டில் இருந்து ஒன்றை உருவி சும்மா வகுந்து விட்டாள் வகுந்து.

"அவன் கல்யாணம் மூச்சவன்னு இந்த ஊருக்கே தெரியுமே? தெரிஞ்சு இருந்தும் உன் புத்தி ஏன்டி இப்படிப் போச்சு? பார்த்தியா ஆனந்தி? கொழந்தை கொழந்தைன்னு நான் நினைச்சுட்டு இருக்கேன், இந்த சிறுக்கி என்ன பண்ணிட்டு வந்திருக்கான்னு பாரு."

அவள் ஆரம்ப ஆத்திரம் தீர எடுத்த இரண்டு நாட்களுக்குப் பின்னால் "இதுக்கு மேலயும் தள்ளாதக்கா, டாக்டரம்மா பார்த்து இரண்டுல ஒண்ணு சொல்லட்டும்" கரையாகக் கரைத்து ஆஸ்பத்திரிக்கு இழுத்து வந்திருந்தாள் ஆனந்தி.

"நான் எங்கயும் வரல. அவளை என் கண்ணுல படாம எங்கயாவது ஒழிஞ்சு போக சொல்லு புள்ள... அதுதான் ஆறு நிறைய தண்ணி ஓடுதே, மான மரியாதை உள்ளவளா இருந்தா இந்நேரம் இறங்கி இருப்பா... இவளுக்குத் தான் எதுவுமே இல்லையே"

ஆதங்கம் தீராமல் மகளைத் தேளாகக் கொட்டிக் கொண்டே இருந்தாலும் அவள் இருக்கும் கோலம் கண்டு பெற்ற வயிறு வெந்து தணியாமல் இல்லை.

"ஒரே பட்டறைக்குள்ள இருந்துட்டு நீ கூட சொல்லாம போனியே ஆனந்தி, உன் கூட பொறந்த பொறப்பா இருந்தா இப்படி எனக்கென்னு வுட்டுப்போட்டு இருந்திருப்பியா?"

சவிதாவுக்குச் சொட்டு சொட்டாக குளுக்கோஸ் ஏறிக்கொண்டிருக்க, சரசு இதே வார்த்தைகளை எத்தனம் முறை சொல்கிறாள் என்றெண்ணிய ஆனந்தி தனக்குள் நொந்து போனாள்.

சரசுவின் நலிந்த கைகளைப் பிடித்தவள், "மன்னிச்சுக்கக்கா... மன்-னிச்சுக்கோ... இது இத்தனை தூரம் போகும்னு நினைக்கல, ஏதோ பேசுறா, சிரிக்குறா, வயசுக்கோளாறு கண்டிச்சு வைக்கணும்னு நினைச்-சேனே தவிர.... இப்படி..." சம்பிரதாயமாக இல்லாமல் மனதார உள்-ளுக்குள் குமுறிக் கொண்டிருப்பதைப் கொட்டினாள்.

இவளும் செவ்வந்தியைப் போல, சுகந்தியைப் போல, ஏன் ஜோதி-யைப் போலத்தானே... வெடுக்கென்று பேசுகிறாள், முகம் முறித்துச் செல்கிறாள் என்ற மொன்னை கோபத்தில் தானும் விட்டேற்றியாக நடந்து கொண்டோமே என்ற குற்ற உணர்வு அவளை அரித்தது.

இதே பதினாறு வயதில் தான் இவளும் பிள்ளையாண்டாள். தானே கண்ணை மூடிக்கொண்டு தனக்கென வெட்டி வைத்த குழியில் விரும்-பியே விழுந்த சவிதாவைப் போல இல்லாமல் ஊரும் உறவும் மேளம் கொட்டி தாலி கட்டி அந்தக் குழிக்குள் தள்ளி விட்டு இருந்தது மட்டுமே வித்தியாசம்.

கணவன் என்றாலே அடியும், உதையும், பீடி நாற்றமும், குடிகார கிறுக்கும் என்று மட்டுமே புரிந்து வைத்திருந்த விவரம் அறியாத வயது. நாள் தள்ளியதும் நான்கு நாட்கள் வேலைக்கு அனுப்பாமல் ஆள் மாற்றி ஆள் தாங்க, இப்போது சவிதா ஒடிந்து உட்கார்ந்திருப்பது போல இல்லாமல் தான் எத்தனை சந்தோசமாக இருந்தோம்?

'புள்ள முகம் பார்த்ததும் புருசன் திருந்தி நல்லவன் ஆகிடுவான்' என்று குருட்டுத்தனமாக எவ்வளவு நம்பிக்கை, எத்தனை அல்ப சந்தோ-சம்! பிறந்த பிள்ளை பெண் என்று தெரிந்ததும் அவன் ஆடித் தீர்த்து விட்டு மீண்டும் சாராயக்கடையை நோக்கி சென்ற போது தான் அத்-தனையும் கானல் நீர் என்று புரிந்தது.

"ஆம்பிளைனா அப்படி இப்படித்தான் இருப்பான்... நீ தான் பொறுத்துப் போகணும்" என்று எல்லோரும் சமாதானம் செய்ய, அதை-யும் உண்மை என்று நம்பி அத்தனை அடியையும் உதையையும் பொறுத்தபடி அவனுடன் தொடர்ந்து வாழ்ந்து, இரண்டாவது பிள்ளைப் பெற்று...

ப்ச்... வாயில்லா மிருகம் கூட வாழ விரும்பாத சீப்பட்ட பிழைப்பு. தான் ஒருவகையில் வாழ்வில் ஏமாந்து நின்றோம் என்றால் அது விதி செய்த சதி. அதுவே இவள்?

'எத்தனை சினிமால காட்டுறான் இந்த மாதிரி ஏமாத்திட்டு போறதை, அப்படி இருந்தும் இந்தப் புள்ளைக்கு புத்தி எங்க போச்சு? அப்படியொன்னும் கூறில்லா புள்ள இல்லையே, அது சரி, ஆம்பிளையை நம்பி ஏமாறாதவ எவ இருக்கா இந்த ஊருக்குள்ள?' இவள் தனக்குள் நினைத்து நினைத்து மாய்ந்து கொண்டிருக்க....

"இந்தாம்மா, இப்படியா வா.. உன்கிட்ட கொஞ்சம் பேசணும்"

நர்சம்மா சுற்றி முற்றி பார்த்துக் கொண்டு இருவரையும் இழுத்து சென்று ஓரமாய் இருந்த பெஞ்சில் அமர வைக்க, சரசுவும் ஆனந்தியும் புரியாமல் பார்த்தார்கள்.

"இத்தூணூண்டு புள்ளையை புள்ள பெக்க வச்சு என்ன பண்ணப் போற? வளர்த்து ஆளாக்க போறியா? உன் புள்ள வாழ்க்கை என்ன ஆவுறதுன்னு ரோசனை பண்ணுனியா?"

சரசு நீர் முட்டும் விழிகளுடன் பார்க்க, ஆனந்தி குழப்பத்துடன் கேட்டாள். "அதுதான் எதுவும் பண்ணமுடியாது, உசுருக்கே ஆபத்துன்னு டாக்டரு சொல்லுறாங்களே நர்சம்மா"

எதிரில் இருந்தவள் சிரித்தாள்.

"அட இவ யாருடி இவ, ஒன்னும் புரியாதவளா இருக்க? கலைக்க சொல்லல, பெத்து என்கிட்டே கொடுக்க சொல்றேன், தத்து எடுக்க புள்ள தேடுறவங்க கிட்ட கொடுத்தா உனக்கு காசும் கிடைக்கும், நீயும் உன் புள்ளைய காப்பாத்தி நாளைக்கு வேற ஒருத்தன்கிட்ட பத்தி விடுலாம்..."

"இப்படியேவா போகும்? இதுக்கு ஒரு வாழ்க்கை வேணாம்...? ஒரு கல்யாணம் காட்சி பண்ண வேணாம்? கேள்விப்பட்டேன், அவன் ஏற்கனவே கல்யாணமூச்சவனாமே..."

ஆனந்தி வெகுண்டு போனாள்.

"நர்சம்மா, நீ என்ன பொறக்குற புள்ளைய விக்க சொல்றியா? இதுவே ஊரு மூஞ்சில எப்புடி முழிக்குறதுன்னு நொந்து போய் உட்கார்ந்திருக்கு, அது கிட்ட போய் வியாபாரம் பேசுற? எரியுற வீட்டுல பிடுங்குன வரைக்கும் லாபம்ங்கிற கதையால்ல இருக்கு"

தீயில் விழுந்த சோளமாக அவள் படபடக்க, "நான் சொல்லுறதை சொல்லிட்டேன், அப்புறம் இவ பாடு, இவ புள்ள பாடு, எனக்கென்ன வந்துச்சு?" நர்சம்மா அங்கலாய்த்தபடி எழுந்து சென்றாள்.

"எல்லாத்துக்கும் காரணமான பாவி எங்கயோ போய் ஒளிஞ்சுக்கிட்டு இருக்க, கண்டவளும் வந்து குளிரு காய பார்க்குறாளுக... நீ வாக்கா..." ஆனந்தி பொருமியபடி சரசுவை எழுப்பிச் சவிதாவிடம் சென்றாள்.

இந்த இரு நாட்களாக அந்தக் கணேசனை தேடாத இடமில்லை. ஆனந்தி அன்றிரவு அழைத்துத் தகவல் சொன்னதில் இருந்து கார்த்தியும், அவன் கூட்டாளிகளும் சல்லடை போட்டு தேடியும் ஆள் எங்கே என்று அகப்படக் காணோம்.

"எங்கேன்னு பார்த்து புடிச்சாங்க அப்பு, இரண்டாம்தாரமா வேணாலும் கட்டி வச்சுப்புடலாம்... இந்த நாயி இதுக்கு மேல இருந்தா என்ன, இல்லாட்டி என்ன? கழுத்துல ஒரு கயிறு வாங்கிட்டு எப்படியோ ஒழியட்டும்" என்று சரசு புலம்புவது அபத்தமாக இருந்தாலும் அவளுக்கு அதற்கு மேல் யோசிக்கத் தெரியாது என்று நினைத்துக் கொண்டாள்.

"என்னக்கா உளறுற? அதுக்கு இப்பவே உள்ள போய் அவ கழுத்தை நெருச்சுப் போட்டுடு, சுத்தமா சோலி முடிஞ்சு போகும்"

"நீ சும்மா இரு புள்ள, உனக்கென்ன தெரியும்? இவங்கப்பங்காரனுக்கு மட்டும் சேதி தெரிஞ்சுது, என்னை உசுரோட வச்சு கொளுத்திப்புடுவான். நல்ல நாள்லயே ஆடுவான், இப்ப என்ன பண்ணப் போறானோ?"

அழுது தீர்த்த சரசு, இனி இவளை அடித்தும் திட்டியும் ஒரு புண்ணியமுமில்லை என்று சோர்ந்து போனவளாக மகளை அழைத்துக் கொண்டு வீடு திரும்பினாள்.

"ஏன் உன் மவக்காரி வேலைக்கு போகாம வீட்டுக்குள்ளயே குத்த வைச்சுட்டு உட்கார்ந்திருக்கா?"

அடுத்தவாரம் இடக்காகப் பேசிய கணவனிடம் தயங்கி தயங்கி விசயத்தைச் சொல்லி, ஆத்திரம் தீர தன்னைப் புரட்டி எடுத்தவனின் அடிகளையும், வசை சொற்களையும் மௌனமாகத் தாங்கிக் கொண்டாள்.

ஒரு வார்த்தை பதில் சொல்லாமல் அத்தனை மிதிகளையும் பொறுத்தவள், மகள் மேல் மட்டும் அவன் கை வைக்க விடவில்லை. நான்கு பேர் மட்டுமே அறிந்த சேதி, அவன் தெருவில் நின்று கத்தியதில் ஊர் முழுக்கப் பரவியது.

"அவன் மட்டும் எங்க இருக்கான்னு தெரியட்டும், அவன் கையை காலை உடைக்கிறேன், பொறுக்கி ராஸ்கோலு, என் பட்டறைக்குள்ளயே

வேலையை காட்டியிருக்கான்" என்று முதலாளி பொருமு...

"நம்ம அருண் கூட வந்து விளையாடுமே, அந்த பொண்ணா? அந்-தச் சின்ன பொண்ணா மாசமா இருக்கு?" அந்த வாரம் ஊருக்கு வந்த மலர் புருஷன் வியந்து போனான்.

"முதலாளி தான் இந்த பக்கம் எட்டிப் பார்க்க கூடாதுன்னு ஆளு வுட்டு சொல்லியிருக்காராம், சாதிக்காரன், சொந்தக்காரன் வேற" பட்-டறை முழுக்க இதுவே செய்தியாகக் கிசுகிசுவெனப் பேசித் தீர்த்தார்கள்.

விசயம் அறிந்து கணேசனின் பொண்டாட்டி வீட்டு ஆட்களே அடித்து இழுத்துப் போய் அவனை அடைத்து வைத்திருப்பதாகவும் ஒரு கதை ஓடியது.

"நீ சொல்லிக் காட்டிட்டே இருந்தா அவ ரோசத்துல ஒன்னு கெடக்க ஒன்னு பண்ணிக்கப் போறா... தப்புனது தப்பி போச்சு, இதுக்கு மேல அவனை பிடிச்சாந்து என்ன பண்ண போறோம்?"

சம்பள நாள் அன்று அதிசயமாகப் பட்டறைக்கு வந்த முதலாளி-யம்மா சரசுவுக்குப் புத்தி சொல்ல, சரசு எந்தச் சலனமும் இல்லாமல் கேட்டுக் கொண்டாள்.

"உன் ஊட்டு புள்ளையை அவன் ஏமாத்திட்டு போயிருந்தாலும் இதே மாதிரி தான் புத்தி சொல்லுவியாக்கா? காசு பணம் இல்லாத அன்னா-டங்காய்ச்சிகன்னு தானே இப்புடி தெகிரியமா பேசுற?" கேட்கத் துடித்த வார்த்தைகளை அடக்கியபடி ஆனந்தி எல்லாவற்றுக்கும் மௌன சாட்சி ஆனாள்.

"உங்கப்பாவே உன் மாமன் கூட பேசி அவனை ஒளிச்சு வச்சுருப்-பாரு, பொண்ணு கொடுத்துருக்குறது இவரோட பங்காளி வீடுல்ல...."

இவள் முன்னாடியே செந்தில் தன் மனைவியிடம் வாது செய்ய, "இங்க பாருங்க, எங்கப்பா ஒன்னும் அப்படிப்பட்ட ஆளு இல்ல... பாரு ஆனந்தி, இவரு எப்படி பேசுறாருன்னு" மலர் இவளிடம் முறையிட்ட-தில் வீடு கூட்டிக் கொண்டிருந்தவள் வேறு வழியில்லாமல் அவஸ்தை-யாகச் சிரித்து வைத்தாள்.

எது உண்மையோ, யார் அறிவார்? ஊரும் தெருவும் மெல்ல மெல்ல இந்த விசயத்தை மறந்து கைக்குழந்தையை விட்டு விட்டு இரவோடு இரவாக பாவோட்டியுடன் ஓடிப் போன சண்முகம் பொண்டாட்டியைப் பற்றிப் பேசுவதில் மும்முரமானது.

அந்த வாரம் ஞாயிறு காய்ச்சி இருந்த கறிக்குழம்பை கொடுக்க, சரசு வீட்டுக்கு சென்றாள் ஆனந்தி.

"வாயு ரொம்ப புளிக்குதுக்கா, அடுத்த தடவை வரும்போது ஆரஞ்சு முட்டாய் வாங்கிட்டு வரியா? அம்மாட்ட கேக்க அசிங்கமா இருக்கு" பட்டாசாலையில் துணி காயப்போடும் அம்மாவுக்குக் கேட்டு விடாமல் கண்களில் அவமானத்துடன் கெஞ்சுபவளைப் பார்க்க பரிதாபமாக இருந்தது.

"வாங்கி தந்தா போச்சு, சாயங்காலம் ஜோதிகிட்ட கொடுத்தனுப்பு-றேன்... இப்போதைக்கு அந்த பைல எலந்தவடை இருக்கு பாரு, எடுத்-துத் தின்னு" தான் கொண்டு வந்த மஞ்சள் பையை அவள் பக்கம் தள்ளினாள்.

வெளியே யாரோ வந்தார்கள் போல, சத்தமாகப் பேச்சுக்குரல்கள் கேட்டன.

"நீ சாப்பிடு, அம்மா தான் வெளில நிக்குதுல்ல, அது பார்த்துக்-கும்.." ஆனந்தி எழுந்து ஜன்னல் வழியே பார்த்தாள்.

சத்து உருண்டைகள் கொடுக்க நர்சம்மாவும், இன்னும் இரு பெண்க-ளும் வந்திருந்தார்கள். வெள்ளைப்புடவை அணிந்து நதியா கொண்டை போட்டிருந்த இளம்பெண் மாதத்திற்கு இத்தனை உருண்டைகள் என எண்ணிக் கொடுத்தாள்.

அவற்றை வாங்கி வைத்த சரசு, அவள் அகன்றதும் தன்னருகே நிற்கும் நர்சம்மாவிடம் ரகசியமாய்க் கேட்டாள்.

"கொளந்தையை கொடுத்தா எத்தனை பணம் கொடுப்பாங்க, நர்-சம்மா? அதை சொல்லு முதல்ல, மீதியை அப்புறம் பேசலாம்"

ஏற்கனவே இதை எதிர்பார்த்தமாதிரி கீழ்ப்பார்வை பார்த்த நர்சம்மா கள்ளச்சிரிப்புடன் சிரித்தாள். பிரசன்னமான முகத்துடன் சுற்றிமுற்றி பார்த்தவள் சரசக்காவிடம் குனிந்து எதையோ முணுமுணுக்க, ஆனந்தி எதையும் பார்க்காத, எதையும் கேட்காத பாவனையில் சவிதா அருகே வந்தமர்ந்தாள்.

"கொழம்பு வாய்க்கு உனக்கையா காரசாரமா இருக்கு... தேங்க்-சுக்கா..." கடைசிக் கவளத்தை வாயில் போட்ட சவிதா மனதார சொல்ல, "அதுக்கென்னடி, செய்யுறப்ப கொண்டாந்து கொடுத்தா போச்சு..." ஆனந்தி மெலிதாகச் சிரித்தாலும் அந்த நிமிடம் அவள்

அடிமனசு வெகுவாகக் கனத்துப் போயிருந்தது உண்மை.

12

‘கடைசில எல்லாம் வியாபாரம் தான், இல்ல? இந்த பாழாப்போன உலகத்துல எல்லாத்துக்கும் ஒரு வெலை இருக்கு...’

மனசு ஆந்து போனாலும், ‘அதுவும் தான் என்ன செய்யும் பாவம்... அந்த நிலைமைல நாம இருந்தா நாம கூட இப்படி தான் யோசிப்பமோ என்னமோ?’ நிதர்சனம் சரசக்காவின் முடிவை ஆதரிக்கவே செய்தது.

இதே நினைவுடன் அன்றைய ஷிப்ட்டை முடித்த ஆனந்தி வரும் வழியில் கொஞ்சம் மளிகை சாமான்களை வாங்கிக் கொண்டு வீடு திரும்பினாள். கூடவே அரை பக்கா பொரியும்.

வறுக்காத வெறும் பொரியை காபியில் ஊற வைத்து சாப்பிடுவது என்றால் பிள்ளைகளுக்கு உயிர். பாதியை பூண்டு தட்டிப்போட்டு பொட்-டுக்கடலை, நிலக்கடலை சேர்த்து வறுத்து வைத்தால் இரண்டும் ஆசை-யாக திங்கும் என்ற நினைப்புடன் ஆனந்தி லைனுக்குள் நுழைந்தபோது அதிசயமாகச் சுமதியின் வீடு திறந்து இருந்தது.

இந்த ஒரு மாதமாக ஆஸ்பத்திரி, அலைச்சல் என்று நாய் படாத பாடுபடுபவளுடன் இதே பட்டாசாலையில் அமர்ந்து இரவு முழுவதும் கதை அடித்துக் கிடந்தது ஏதோ போன ஜென்மத்து நினைவு போலப் பிரமை தட்டியது.

குரல் கொடுக்கலாம் என்று நினைத்தவள், உலை வைத்துவிட்டு வரலாம் என்ற எண்ணத்துடன் தாளை நீக்கி தன் வீட்டுக் கதவைத் திறக்கவும், கழனித் தண்ணீர் ஊற்ற சுமதி வெளியே வரவும் சரியாக இருந்தது.

“எப்படி புள்ள இருக்க...? பார்த்தே எத்தனையோ நாளான மாதிரி இருக்கு...”

பதில் சொல்ல வேண்டிய அவசியம் இல்லாமல் சுமதி வத்தலும், தொத்தலுமாக எலும்பு துருத்திய கன்னங்களுடன் மெலிந்து தெரிந்தாள்.

"இப்படி உடம்ப வீணாக்கிப்போட்டியே சொமதி....?" அவளைப் பார்க்க, பார்க்க ஆற்றாமையாக இருந்தது. வெடிப்பு விழுந்த உதடுக-ளும், ஒரு படி அரிசியைக் கொட்டலாம் போலக் குழிந்திருந்த கண்க-ளுமாக...

"இருக்கேன் புள்ள... அதுதான் பாக்குற, இல்ல...?" சுமதி சோகை-யாகச் சிரித்தாள்.

"அண்ணன் எப்படி இருக்காரு...? ஆஸ்பத்திரிக்கு வரணும் வரணும்ணு தெனமும் நினைக்குறேன்... ஒன்னு மாத்தி ஒன்னு கெடக்க, நகர முடியாம போவுது, தப்பா நினைக்காத சொமதி"

"அது கிடக்கட்டும் ஆனந்தி, நீயே ஒத்தைல அல்லாடுறவ... கொஞ்ச தூரமா இருக்கு...? இரண்டு பஸ்ஸு மாறி வரணும்... அதுதான் போன்ல பேசுறியே... அது போதும்" என்ற சுமதி,

"உங்கண்ணன் நல்லா இருக்காரு... ஆபரேஷன் முடிஞ்சு நேத்துல இருந்து கம்பியை புடிச்சு புடிச்சு நடக்க சொல்லியிருக்காங்க... எலும்-பெல்லாம் கூடிடுச்சுன்னா இன்னும் ஒரு வாரத்துல கெளம்பிடலாம்னு பெரிய டாக்டரு சொன்னாரு, பார்க்கலாம்" சட்டியை தரையில் வைத்-துவிட்டுப் படிக்கட்டில் அமர்ந்தாள்.

"எப்படி புள்ள ஆஸ்பத்திரில அத்தனையையும் சமாளிச்ச? எனக்கு நினைக்குறப்பல்லாம் மனசு கெதக்குனு போகும்" உலை வைக்கும் நினைவு மறந்து ஆனந்தியும் அவளருகே அமர்ந்தாள்.

"அம்மா கூடவே இருக்கு ஆனந்தி... கொழுந்தனும், எங்கப்பாவும் மாத்தி மாத்தி துணைக்கு தங்குறாங்க... எனக்கே தெரியல எப்படி நாளு ஓடிச்சுன்னு... எப்படியோ சமாளிச்சாச்சு போ...." உதடு நெளிய சிரித்த சுமதி, "நான் வீடு காலி பண்ணுறேன் புள்ள" என்றாள்.

"என்னடி சொல்லுற?"

"ம்ம்ம்.. லைனு ஒனருக்கிட்ட சொல்லிட்டு இப்ப தான் வரேன். நாங்க எங்கம்மா வீட்டோடயே போயிடலாம்னு இருக்கோம் புள்ள... இன்னும் இரண்டு மூனு மாசம் ஆகும் அவர் முழுசா நடமாட.... அதுக்கப்புறம் எப்ப வேலைக்கு கீலைக்கு போக முடியுமோ...? அதுவ-ரைக்கும் தனியா அல்லாட என் உடம்புல தெம்பில்ல ஆனந்தி... அங்க

போனாலாவது எனக்கும் கொஞ்சமாச்சும் ரெஸ்ட்டு கிடைக்கும்..."

ஆனந்திக்கு ஒரு கை ஒடிந்து விழுந்தது போல இருந்தது. "ஆஸ்பத்திரியில இருந்து இங்க வந்துட்டுதானே போவீங்க?" விசனத்துடன் மெலிதாகக் கேட்டாள்.

"ம்ஹூம்... அப்படியே கிளம்பிடுவோம், எதுக்கு வெட்டியா இரண்டு தரம் வண்டி செலவு...? கடை மெசினை கூட வெலை பேசியாச்சு..."

நாலைந்து வருடங்களாக ஒரே கூரைக்குள் ஒன்றாகவே இருப்பவள். சோறு மட்டும் ஆக்கி விட்டு "கொஞ்சம் குழம்பு கொடு புள்ள..." என்று உரிமையாகக் கேட்டபடி தலை வாசலில் அமரும் சினேகம்.

"ஜோதியை மீனாவையும் ஒரு கண்ணு பார்த்துக்கோ சொமதி... எங்கம்மா கண்ணை மூடுச்சுனா, திருடன் வந்தா கூட அதுக்கு தெரியாது... கொறட்டை விட்டு நீயும் தூங்கிப்புடாதே சொமதி" இவள் ராத்திரி ஷிப்ட்டுக்கு போகும்போது அதட்டலாகச் சொல்லிவிட்டுச் செல்லும் நெருக்கம்.

"அதுவும் சரிதான் போ... அங்க போயாவது உன் உடம்பை பாரு... எப்படி இளைச்சு கெடக்குற நீ? எனக்கே பார்க்க பார்க்க வயிறு எரியுது..." தன் வருத்தத்தை மறைத்தபடி ஆனந்தி சொன்னாள்.

"கார்த்தி ஆஸ்பத்திரிக்கு வந்தப்ப சொன்னுச்சு... அவங்க ஆட்டுல தெரிஞ்சு போச்சாமே... அதுவும் நல்லதுக்கு தான். சீக்கிரமா கல்யாணம் மூச்சுக்க புள்ள... போதும் நீ படுற பாடு. அவன் நல்ல பையன், உன்னை நல்லா வச்சுக்குவான். தேதி குறிச்சவுடனே சொல்லுடி... என்னை மறந்துப்புடாத.."

உடன் பிறந்தவர்களிடமிருந்து வராத வார்த்தைகளை, பெற்றவள் காட்டாத கரிசனத்தை வெறும் பக்கத்து வீட்டுப் பழக்கத்தில் இவள் காண்பிக்க, ஆனந்தியின் கண்கள் கலங்கின.

"உன்னை மறப்பனா சொமதி... நீயாவது நல்ல வார்த்தை சொல்-றியே, அதுவே போதும் புள்ள எனக்கு.." வெகு நாட்கள் கழித்து இரு-வரும் நீண்ட நேரம் பேசிக் கொண்டிருந்தார்கள்.

ஜோதியும், மீனாவும் "அம்மா பசிக்குது..." என்று இரண்டு மூன்று முறை சொல்லவும் தான், "இந்தா அடுப்பை பத்த வச்சிட்டு வரேன் சொமதி... நீ ஒன்னும் தனியா வீட்டை ஒதுங்க வைக்க வேணாம், எது எதை கட்டி வைக்கணும்னு சொல்லு, நானும் வரேன்..." வீட்டுக்குள்

நுழைந்து சோறு பொங்கினாள்.

பக்கத்து கடைக்குப் போய் ஊறுகாயும், தயிர் பொட்டலமும் வாங்கி வந்து, வட்டிலில் போட்டுச் சோற்றைப் பிணையும் நேரம் வாசலில் ஒரே கூச்சல்.

"வாடி... வெளில வாடினா... ரெண்டு பெத்தவளுக்கு இளந்தாரி என் பையன் கேட்குதா?" ஆனந்தி சோற்றுக்கையுடன் எட்டிப் பார்க்க, வெளியே ஆங்காரமாய்க் கத்தியபடி கார்த்தியின் அம்மா நின்றிருந்தாள்.

ஆனந்திக்குச் சர்வாங்கமும் நடுங்கியது. இந்த மாதிரி வீதியில் நின்று கத்துவாள் என்று கொஞ்சமும் எதிர்பார்த்திராத பதட்டமும், பயமும் வியர்க்க வைக்க, துணிவைத் திரட்டிக் கொண்டு நிலைப்படியருகே வந்-தாள்.

"வாங்க... உள்ளக்க வாங்க" மெல்ல அழைத்தவளின் குரல் தடுமா-றியது.

"வாடி, என் கத்தாளை சிறுக்கி. என் குடியை கெடுத்துப் போட்டு வான்னா கூப்பிடுற...? நானே பொண்ணு பாத்துட்டேன்னு சொன்னானே, ஏதோ கல்யாணமூய்க்காத இளவட்ட பொண்ணா இருக்கும்னு பார்த்தா, இங்க... சை... உனக்கெல்லாம் வெக்கமா இல்லை..."

லைனில் உள்ள கதவு ஒவ்வொன்றும் திறந்து வெளியே எட்டிப் பார்க்க, ஆனந்திக்கு உயிரே போவது போல் இருந்தது.

சத்தம் கேட்டு ஓடி வந்த சுமதி, "என்ன பெரிம்மா இது இப்படி வாசல்ல நின்னுகிட்டு? உள்ள வந்து உக்காந்து பேசுங்க..." என்றபடி அவளை நெருங்க...

"எவடி உனக்கு பெரியம்மா...? தொடப்பக்கட்ட பிஞ்சிடும்... நீ தானே தொடுப்பு பண்ணி வச்ச மகராசி.. முதல்ல உன் சோலிய முடிக்-கோணும் நானு..." ஆக்ரோஷமாகக் கத்தியதில் வெளிறிப் போன சுமதி பின்னடைந்தாள்.

அடக்க முடியாத காற்றாறாய் அதற்கு மேல் அவள் வீசிய வார்த்-தைகள் அனைத்தும் சொல்லும் ரகமில்லை. காதுகள் கூசிப் போக, ஆனந்தியின் எண்சாண் உடம்பும் அவமானத்தில் குற்றுயிரானது.

"யாருமா இந்த ஆயா... எதுக்கு வாசல்ல நின்னு இப்படி கத்துது..?" பயந்து போய்த் தன் மடியை கட்டிக் கொண்ட பிள்ளைகளை இறுக அணைத்த ஆனந்தி, நாடி நேரம்பெங்கும் குறுகி கூனிக் குறுகிப் போக

அப்படியே சுவரோரம் மடிந்தமர்ந்து விட்டாள்.
****

சிலருக்கு மனதுக்குள் எத்தனை கவலைகள் அரித்துத் தள்ளினா-லும், அசிங்கம் அவமானங்கள் நண்டாய்க் குடைந்தாலும் முடங்கி மறு-கிக்கிடக்க எல்லாம் வாழ்க்கை அனுமதிப்பதில்லை.

காசும், பணமும், ஒண்ட வீடும், அடுத்த வேளை உணவும் பற்றிய கவலை இல்லாமல் இருந்தால் தான் மான அவமானங்களை நினைத்து மூலையில் சுருண்டபடி துக்கப்படலாம், ரோஷப்படலாம்.

அன்றாடங்காய்ச்சி பிழைப்பில் அத்தனை சவுகரியத்தை எல்லாம் எண்ணிக் கூடப் பார்க்க முடியாத ஆனந்தி அனைத்தையும் துடைத்துப் போட்டுவிட்டு நித்தமும் ஓடிக் கொண்டுதான் இருந்தாள்.

அன்று கார்த்தி அம்மா வாசலில் நின்று கத்திய தினமும், சதைக்-குள் கத்தியை நுழைத்து திருகுகிற மாதிரியான அந்த வார்த்தைகளும் இன்னும் பச்சை புண்ணாகவே வலித்துக் கிடந்தன.

யார் சொன்னார்களோ, பேயாட்டம் ஆடியவளை கார்த்தியின் தம்பி வந்து, "வா... வாம்மா... அண்ணன் வந்ததும் அவன்கிட்ட பேசு.. இங்க வந்து சும்மா ராவடி பண்ணாதே" வலுக்கட்டாயமாக பிடித்து இழுத்துச் சென்றான்.

அவன் தன்னைப் பார்த்த பார்வையில் தெரிந்த பரிதாபம் கூட ஏதோ ஒரு வகையில் தன்னைக் காயம் செய்வது போல ஆனந்தி உணர்ந்-தாள்.

உடன்பிறந்தவர்களின் உதாசீனத்தை, பெற்றவளின் கோபத்தைத் தாங்க முடிந்தவளால் மூன்றாம் மனிதனின் பச்சாதாபப் பார்வையை உள்வாங்க முடியவில்லை. காலை சுகந்தி வீட்டிலிருந்து வந்த பொன்-னம்மா விசயம் அறிந்து ஆடித் தீர்த்து விட்டாள்.

"இப்படி கண்டவ படியேறி வந்து பேசறளவுக்கு வச்சுப்புட்டியே... நீ தான் எல்லாத்தையும் துடைச்சுப் போட்டுட்ட... எனக்கு நாண்டுகிட்டு சாகலாம் போல இருக்கு... போற காலத்துல இதையெல்லாம் பார்க்க-ணும்கிற கோராமைய நான் எங்க போய் சொல்லுவேன்..?"

அவளது வசவுகளையும், புலம்பல்களையும் அமைதியாக உள்வாங்-கிக்கொண்ட ஆனந்தி ஒரு வார்த்தை கூடப் பதில் பேசவில்லை.

பேச என்ன இருக்கிறது? எல்லாமே விட்டுப்போன மாதிரி மனசு துண்டு துண்டாய் நைந்து போயிருந்தது.

"பங்காளி வீட்டு கல்யாணம்னு நைசா எங்க அப்பாவோட என்னை ஓமலூருக்கு தாட்டிவிட்டுட்டு உன்கிட்ட வந்து சண்டை போட்டுருக்கு எங்கம்மா... நீ எதுவும் மனசுல வச்சுக்காத ஆனந்தி..."

அடுத்த இரண்டாம் நாள் கார்த்தி வந்து நின்றபோது அவன் தாய் பேசிய கேவலமான வார்த்தைகளுக்கு அவன் சட்டையைப் பிடித்து உலுக்க வேண்டும் என்று காத்திருந்த ஆத்திரம் அனைத்தும் எங்கே போனது என்று தெரியவில்லை.

"ரொம்ப அசிங்கமா போச்சு கார்த்தி... தெருவே கூடி... என் புள்-ளைங்க மட்டும் இல்லன்னா அன்னிக்கு ராத்திரியே இந்த தண்ணில இறங்கி இருப்பேன்." ஒருவாரமாக அடுக்கி வைத்திருந்த துக்கத்தைக் கொட்டுகிற மாதிரி கதறி அழுது விட்டாள் ஆனந்தி.

"எனக்கு என்ன சொல்றதுனே தெரியல புள்ள... மன்னிச்சுக்கோ... எங்க ஆத்தா பேசுனதுக்கு நான் மன்னிப்பு கேட்குறேன், எதையும் மனசுல வச்சுக்காத ஆனந்தி ... ரெண்டு பேரையும் நல்லா வாங்கி-வுட்டுட்டுத் தான் வாரேன்..." கதறியவளை தோளோடு அணைத்துக் கொண்டான்.

"நான் அசிங்கமானவ இல்ல கார்த்தி... அறியாத வயசுல கல்யாணம் பண்ணி ரெண்டு புள்ளயை பெத்துட்டேனே தவிர நான் வாழ்ந்த வாழ்க்கை எல்லாம் ஒரு வாழ்க்கையா சொல்லு... பதினெட்டுக்குள்ள அத்தனையும் வாழ்ந்து களைச்சு முடிச்சு.... இப்பயும் ஆம்பள வாசம் வேணும்னு உன்னை விரும்பல..."

"தனியாவே நடந்து நடந்து எனக்கு மூச்சு முட்டிப் போச்சு கார்த்தி... எங்காவது ஒதுங்கி நிழல்ல நிக்கணும், மனசுக்கு புடிச்ச புருஷன் கூட பேசணும், சிரிக்கணும், எல்லா பொண்ணுங்களை மாதிரி நானும் புரு-ஷன் குழந்தை குட்டின்னு சந்தோசமா வாழணும்கிற சாதாரண ஆசை-தானே எனக்கும்....? அது என்ன அத்தனை பெரிய தப்பா, சொல்லு..."

"இருபத்தெட்டு வயசுல அத்தனையும் முடிச்சிக்கிட்டு இந்த தறி மெசினு மாதிரி ஜடமா, நிக்காம ஓடிட்டே இருக்கணும்னு ஏன் எல்-லாரும் நினைக்கிறாங்க...? எனக்குள்ளயும் ஆசை, பிரியம் இதெல்லாம் இருக்காதா...?"

"பட்டறைக்குள்ள பறக்குற பஞ்சோட பஞ்சா, பன்னாடையா தான் கெடக்கணுமா...? அசிங்கம் புடிச்சவளேன்னு ஆளாளுக்கு திட்டுற அளவுக்கு நான் என்ன தப்பு பண்ணுனேன், சொல்லு..." சொல்லி சொல்லி அழுதவள், ஒருகட்டத்தில் தன் தலையில் மடார் மடார் என அடித்துக் கொள்ள...

"அப்படில்லாம் இல்ல ஆனந்தி... யாரோ என்னவோ சொல்லட்டும்.. உனக்கு நான் இருக்கேன்.." ஆவேசம் மிக கதறியவளைத் தன் நெஞ்-சோடு அணைத்துக் கொண்ட கார்த்தி, அவளைச் சமாதானப்படுத்தி ஒரு வழிக்குக் கொண்டு வருவதற்குள் வெகுவாகத் தவித்துப் போனான்.

****

"கவர்ன்மெண்ட்டு ஆஸ்பத்திரில கட்டிலு போட்டு, ஃபேன் எல்லாம் போட்டு குளுகுளுனு படுக்க வைப்பாங்களா உன்னை? போ.... அப்படி அந்த ஓரமா போய் படு...."

சரிந்த வயிற்றுடன் வலியில் துடித்துக்கொண்டு இருந்த சவிதா, 'வள்' என்று வந்து விழுந்த அதட்டலில் மிரள மிரள விழித்தாள்.

"ஒழுங்கா புள்ள பெக்குறவளுங்களுக்கே இங்க இடமில்லயாம். இதுல இந்த கழிசடைங்களுக்கு வேற..."

சத்தமாக முனகிய ஆயாம்மா, "சும்மா அழுவ கூடாது. நர்சம்மா வந்து பார்க்கும், அதுவரைக்கும் கம்முனு இரு..." மிரட்டி விட்டு செல்ல, "எல்லாம் நம்ம தலை எழுத்து..." சரசக்கா ஆனந்தியிடம் தன் நெற்றியைக் கோடிட்டுக் காட்டினாள்.

"இங்கெல்லாம் இப்படித்தான் சவி, நீ எதையும் கண்டுக்காதக்கா... புள்ள பொறந்தவுடனே நாம பாட்டுக்கும் கிளம்ப போறோம்... இதுங்க என்ன சொன்னா நமக்கென்ன?"

சவிதா மேல் மெல்லிய துண்டை போர்த்தியபடி ஆனந்தி இருவரிட-மும் சொல்ல, சவிதா தீனமாகத் தலையாட்டினாள்.

"வேற வழி..?" இடக்காகக் கைவிரித்துக் காட்டிய சரசு சுவரில் முதுகைச் சாய்த்து கால் நீட்டி அமர்ந்தாள்.

முதல் நான்கு மாதங்கள் வரை ஆத்திரம் அதிகமாகும் போதெல்-லாம் மகளை அடித்துக் கொண்டும், கடித்துக்கொண்டும் இருந்த சரசு கூடப் பிள்ளை திரள ஆரம்பித்து வயிறு கனியத் தொடங்கியதிலிருந்து தன் கோபத்தைக் குறைத்துக் கொண்ட மாதிரி அமைதியாக மாறி

போனாள்.

பாலும், பழமும், கீரையும், முட்டையும் வாங்கிப்போட்டு கவனிக்-கவில்லை என்றாலும் மூன்று வேளையும் கஞ்சியோ கூழோ பொங்கி சவிதாவின் வயிறு வாடாமல் பார்த்துக் கொண்டாள்.

ஆனாலும், மனதிற்குள் இருந்த தூக்கத்தின் அளவோ, இல்லை வயதின் போதாமையோ பிள்ளை சதை கொஞ்சமும் வைக்காமல் சவலைப்பிள்ளை போல வற்றிப் போய்ப் பாயில் கிடந்தாள் சவிதா. பாவச்சுமையின் அடையாளம் போல வயிறு மட்டும் பானை போல் உப்-பிக் கிடந்தது.

கண்கள் உயிரில்லாமல் சிறுத்திருக்க, வலிகளுக்கு இடையே தன்-னைப் பார்த்துச் சோகையாகச் சிரிப்பவளின் கரத்தை ஆனந்தி இறுக பிடித்துக் கொண்டாள்.

"கொஞ்சம் பொறுத்துக்கோ புள்ள... கொஞ்சம் டீத்தண்ணி குடிக்கி-றியா? வலி செத்த மட்டுப்படும்...."

"வேணாங்கா... வலி உசுரு போவுது, தாங்க முடியல..." நேரம் செல்ல செல்ல புழுவாகத் துடித்தபடி புரள்பவளைப் பார்த்தால் ஜோதி காய்ச்சல் வந்தால் எப்படிப் புரண்டு புரண்டு அழுது, உதடு பிதுக்கு-வாளோ, அதே மாதிரி இருந்தது.

"அப்படித்தான் இருக்கும் புள்ள... மூச்சை இழுத்து விடு... இப்படி ஒருகழிச்சு படுக்குறியா..." அழுக்கேறி கல்லாய் இறுகியிருந்த தலைய-ணையை இடுப்பில் அண்டை கொடுத்து அவள் வயிற்றை மெதுவாக நீவி விட்டாள்.

உட்கார்ந்திருந்த சரசக்கா வெளியே தன் புருசனின் தலையைக் கண்டதும் எழுந்து சென்று, அவனிடம் ஏதோ கெஞ்சிக் கொண்டிருந்தது.

ஆரம்பத்தில் பொண்டாட்டியை வகைதொகையில்லாமல் அடித்து, உதைத்து, துக்கம் காத்தவன் கூடப் பிள்ளைக்குப் பணம் என்ற பேச்சுக்-குப் பிறகு அடங்கிப் போனவன் போல இருந்தான்.

அவன் பக்கத்திலேயே பெஞ்சில் அமர்ந்தபடி அந்த நர்சம்மாவின் புருஷன். இரை தேடும் வல்லூறுகளாக எல்லோரும் இந்தத் தருணத்-திற்காகவே காத்திருந்த மாதிரி இருந்தது.

வேட்டைக்கு என வேட்டி வைத்திருந்த குழிக்குள் விழுந்து தப்பிக்க வழியின்றி மிரளும் யானைக்கன்றை சுற்றி நின்று ரத்த ஆசையுடன்

வெறிக்கும் செந்நாய்களுக்கும் இவர்களுக்கும் பெரிய வித்தியாசமில்லை.

"அடச்சை... வாய மூடு.. எதுக்கு இப்படி கத்துற...? கண்டவனோட போய் இருந்துட்டு வந்தப்ப மட்டும் நல்லா இருந்துச்சா...?" கிளவுசை மாட்டியபடியே உள்ளே வந்த நர்சம்மா, "நீ என்ன முறைக்குற? குழந்தை தலை திரும்பிடுச்சான்னு பார்க்கணும், அந்த ஸ்க்ரீனை இழுத்து வுட்டுட்டு வெளில போ... இந்தா நீயும் கெளம்பு..."

பக்கத்துப் பாயில் படுத்து சற்றுமுன் பிறந்திருந்த குழந்தைக்கும் பால் கொடுத்துக் கொண்டிருந்த இன்னொரு பெண்ணையும் அவள் விரட்ட, ஆனந்தி அந்தப் புள்ளைக்காரிக்குக் கை கொடுத்து அரவணைப்பாய் எழுப்பி வெளியே கூட்டி வந்தாள்.

உள்ளே கம்மி கம்மி வெளிவந்த சவீதாவின் அலறல் மனதை பிசைந்தது.

"இந்தா செங்கமலம், ஆயாம்மாவை சுடு தண்ணி வைக்க சொல்லு... எங்க இவ அம்மாக்காரி...? தலை திரும்பல.... காலு தான் வந்துருக்கு... தீட்டு வேற லேசா படுது, காலு வழியா தான் பொறக்கும் போல" அவள் போட்ட சத்தத்தில் சரசு அலறியடித்து ஓடி வந்தாள்.

"அக்கா... இந்த டி தண்ணிய மட்டும் குடிச்சுபுடட்டுமே, இன்னும் எவ்வளவு நேரம் ஆகுமோ? பாவம் சின்ன புள்ள... கொஞ்சம் தெம்பா இருக்குமுல்ல..."

அவளிடம் உத்தரவு வாங்கிக் கொண்டு சொம்பை தூக்கியபடி ஆனந்தி வெளியே ஓட, "டாக்டரம்மா இல்லீங்களா...?" சரசு மெதுவா-கக் கேட்டாள்.

"ஏன் நீங்க எல்லாம் டாக்டர் அம்மாகிட்டதான் பார்ப்பீங்களோ....? அவங்க நாளைக்கு காலைல பதினோரு மணிக்கு மேல தான் வரு-வாங்க... வரட்டும், அவங்களே வந்து பார்க்கட்டும், அதுவரைக்கும் உன் புள்ளை கத்திகிட்டே கெடக்கட்டும்..." நர்சம்மா எரிச்சலுடன் கிளவுசை கழற்றி எறிந்தபடி விருட்டென்று வெளியேறினாள்.

கேரியர் கட்டியிருந்த பையனிடம் டி பிடித்துக் கொண்டே ஆனந்தி ஜன்னல் வழியாக எட்டி எட்டிப் பார்த்தாள். அவளுக்கு என்ன நடக்கப் போகிறதோ என்று பயமாக இருந்தது.

"இல்லம்மா... இல்லம்மா... நீங்களே பாருங்க... தெரியாம சொல்-லிட்டேன்.... நீங்களே பாருங்க ஆயா..." சரசு அவளிடம் கெஞ்சியபடி

பின்னால் ஓட...

"வேண்டாம்... வேண்டாம்... பண்ணாட்டு பண்ணுறவங்கல்லாம் டாக்டரம்மாகிட்டேயே பார்த்துக்கட்டும்..." நர்ஸ் முறுக்கிக் கொண்டு போனாள்.

'எந்த நேரத்துல வீம்பு பண்ணணும்னு உங்களுக்கெல்லாம் மனசாட்சியே இல்லையா... நீயும் ஒரு பொம்பளை தானே...' பொருமிக்கொண்டே ஸ்க்ரீனைத் தள்ளி உள்ளே சென்ற ஆனந்தி, வெளியே கேட்கும் இரைச்சலில் தேம்பியவண்ணம் படுத்திருந்த சவிதாவின் தோளை ஆறுதலாகத் தட்டினாள்.

"எதுக்கு புள்ள அழற? அது சும்மா லொள்ளு பண்ணுது... இப்ப வந்துடும்."

"பயமா இருக்குக்கா..."

"பயப்படக் கூடாது சவி.... புள்ள நல்லபடியாக பொறந்ததும் பெரிய மாரியம்மனுக்கு நடந்து வந்து கம்பத்துல தண்ணி ஊத்துறேன்னு வேண்டி இருக்கேன்... அவ புண்ணியத்துல சீக்கிரம் ஆகிடும். நீ மட்டும் அந்தம்மா சொல்றமாதிரி கேட்கணும், மூச்சு விட சொல்லுறப்ப விடணும், இறுக்க சொல்லுறப்ப இறுக்கணும், என்ன..?"

மடக்கு மடக்காக அவள் ஊற்றும் தேநீரை விழுங்கிய சவிதா 'சரி' என்கிற மாதிரி கண்ணிமைத்தாள். ஆனந்தி அவள் வாயை துடைத்து எழுந்த நேரம் என்ன நினைத்தாளோ, அவள் கையை விடாமல் கெட்டியாகப் பிடித்துக் கொண்டாள்.

"அக்கா, வயசு மரியாதை இல்லாம உன்கிட்ட நான் வெடுக்கு வெடுக்குனு பேசி இருக்கேன். மன்னிச்சிடுக்கா... நீ சொன்னதை அன்னிக்கு காது கொடுத்து கேட்டு இருந்தா, இன்னிக்கு இந்த நிலைமை வந்திருக்காது இல்ல.... உன்னையும் கார்த்தி அண்ணனையும் வயசுக்கு மிஞ்சி ஜாடை பேசனதுக்கு இப்ப நான் என்ன கதில இருக்கேன்னு பார்த்தியா?"

"அதெல்லாம் இப்ப எதுக்கு சவி..." சொல்லும்போதே ஆனந்தியின் தொண்டை கமறியது.

"ஒருவழில நீயும் எனக்கு ஜோதி மாதிரிதான் புள்ள... நான் எதுவும் நினைக்கல... கண்டதையும் யோசிக்காம நீ தைரியமா புள்ள பெத்துட்டு வெளில வரணும் சொல்லிட்டேன்"

"ம்ம்...." பதிலுக்குத் தலையசைத்த சவிதா, "அக்கா நான் ஒன்னு சொன்னா சிரிக்கக்கூடாது..." என்றாள் கண்களில் சிரிப்புடன்.

"அப்படி என்னடி சொல்லப் போற...?" ஆனந்தியின் உதடுகளிலும் சின்னச் சிரிப்பு வந்தேறியது.

"பொறக்கப்போற புள்ளைக்கு என்ன பேரு வைக்குறதுன்னு ரகசியமா யோசிச்சு வச்சிருக்கேன்... பொண்ணுனா ஆனந்தி, பையன்னா கார்த்தி... எப்படி பேரு நல்லா இருக்கா?"

வெகு நாட்கள் கழித்துக் குறும்பாகப் பேசுபவளின் புன்னகையை ஆனந்தி ஆழ்ந்த வேதனையுடன் பார்த்தாள்.

'இன்னும் பிள்ளையை விக்கப்போற விசயம் இவளுக்குத் தெரி-யாதா?'

"நல்லா இருக்கு புள்ள..." துயரம் விழுங்கிய சிரித்த முகத்துடன் தைரியம் சொல்லி வெளியே வந்தாள் ஆனந்தி.

சரசுவுடைய கெஞ்சலில் இதயம் இளகினாளோ, இல்லை அவள் கையில் வைத்து அழுத்திய தாளின் மணத்தில் மனம் கனிந்தாளோ.... வேண்டாவெறுப்பாக என்றாலும் மீண்டும் கிளவுசை அணிந்தபடி நர்-சம்மா உள்ளே சென்றாள்.

கையில் இருந்த சில்லரையைச் சரசுவின் கையில் கொடுத்த ஆனந்தி, "மடில முடிஞ்சு வேண்டிக்கோ... எல்லாம் நல்லபடியா நடக்-கும்..." மயக்கத்தில் நிற்பது மாதிரி மயங்கி தவித்தவளை இழுத்து தன்-னருகில் அமர வைத்தாள்.

உள்ளே அலறல் ஓலம் அதிகமாக உதவிக்கு ஆயாம்மாவும், கூட்டி பெருக்கும் இன்னொரு பெண்ணும் உள்ளே ஓடுவதும், வெளியே ஓடி வருவதுமாக இருந்தார்கள். சவிதாவின் பலத்த அலறலுக்குப் பின் குழந்-தையின் அழுகை சத்தம் கேட்டது.

ஆனந்தி பெருமூச்சுடன் நிமிர, "ஆத்தா... மாரியாயி..." சரசு உத்-திரத்தைப் பார்த்து கைகளை விரித்துக் கசிந்தாள்.

"நான் தான் சொன்னேன்ல... நல்லபடியா ஆகும்னு... எந்திருச்சு வாக்கா... அங்க போய் நிக்கலாம்..."

சரசுவை எழுப்பி ஒருவருக்கொருவர் சிரித்தபடி அவர்கள் ஸ்க்ரீ-னுக்கு அருகே வந்து நிற்க...

"அடியே செங்கமலம், டாக்டரம்மாவுக்கு போனை பண்ணி உடனே வர சொல்லு... நிலைமை எக்கச்சக்கமாயிடுச்சு..." உள்ளிருந்து வந்த நர்சம்மாவின் அலறல் சத்தத்தில் இருவரும் நடுநடுங்கிப் போனார்கள்.

13

நடப்பது எல்லாம் கனவு மாதிரியிருந்தது. இந்த நவீன யுகத்தில் இப்-படி எல்லாம் கூட நடக்குமா என்று நம்ப முடியாத கனவு, உயிரை கதறடிக்கும் கொடுங்கனவு.

மஞ்சளும் குங்குமமும் பூசி புதுச் சேலை சுற்றி சரசக்கா வீட்டு லைன் முற்றத்தில் கிடத்தப்பட்டிருந்த சவிதாவின் முகத்தைப் பார்க்க பார்க்க ஆனந்தியின் அடிவயிறு சுண்டி இழுத்தது.

அமைதியாக நிச்சலனமாக உறங்கிக் கொண்டிருக்கும் பிள்ளை முகம். இந்தக் குழந்தை முகத்தையா ஒருவன் ஆசை காட்டி ஏமாற்றி-னான், இந்தப் பிஞ்சு உடல் தானா இன்று காலை ஒரு குழந்தையைப் பெற்றுப் போட்டது...?

உலகிற்குத் தான் வந்த கடமை முடிந்தது போலப் பிள்ளை பெற்ற அடுத்த நிமிடம் இந்தச் சிறுமி பறந்து போன கோராமையை என்ன சொல்ல? சிலநேரம் நிஜத்தில் நடப்பது கடும் கற்பனைகளையும் விஞ்சு-கின்றன.

"பாவிகளா... பாவிகளா... அநியாயமா ஒரு உசுரை அறுத்துப் போட்டுட்டிங்களே..."

நர்சம்மாவின் அலறலில் ஏதோ விபரீதமாக நடக்கும் உணர்வுடன் பதறி நின்றது போன நிமிடம் போல் இருந்தது. அடுத்த மூன்று மணி நேரத்தில் அசுர வேகத்தில் எல்லாம் முடிந்து, இதோ.. ஊதுபத்தி புகை மணக்க சவிதா மாலை தாங்கிக் கிடக்கிறாள்.

"என்னை கேட்காம உன்னை யாரு ஆயுதம் போட சொன்னது... அரையும் குறையுமாக இழுத்துவுட்டு..." இரவு உடையுடன் ஓடி வந்த டாக்டர் உள்ளே கத்துவது இவர்கள் காதிலும் தெளிவாக விழ, சரசக்கா

நிலை மயங்கி தடாலெனச் சரிந்தாள்.

ஏதேதோ குரல்களுக்கு இடையே, ஆஸ்பத்திரியில் மடமடவென ஆட்கள் குவிந்தார்கள்.

கொஞ்ச நேரம் கழித்து வெளியே வந்த டாக்டர், "எங்களால ஒன்-னும் பண்ண முடியல... ரத்தப்போக்கு கட்டுப்படாம மூச்சு நின்னுப் போச்சு. இப்ப யாரும் உள்ளே வரக்கூடாது. இன்னும் ஒரு மணி நேரத்-துல வந்து உடம்பை வாங்கிட்டு போங்க..."

என்னவோ ஜாக்கெட்டுக்கு துணி தைக்கக் கொடுத்து, அதைத் திரும்ப வாங்கிக் கொள்ளச் சொல்கிற லாவகத்துடன் அவள் பேசினாள்.

அவள் கூடவே அரண் மாதிரி வெளியிலிருந்து வந்திருந்த இரண்டு மூன்று பெரிய ஆட்கள் நிற்க, எல்லோர் முகத்திலும் யாரும் பிரச்சனை பண்ண விடக் கூடாது என்கிற மாதிரியான எச்சரிக்கையும் கவனமும் இருந்தன. அந்த அதிகார தொனியை எதிர்க்க அங்கிருந்த ஒரு ஜீவனுக்கும் வாயில்லை.

"அவசர அவசரமாய் புள்ளைய எடுக்கணும், காசு பார்க்கணும்னு உங்க நர்சம்மா தான் கொன்னுடுச்சு... இந்தக்கா டாக்டரம்மா வரா-தான்னு கேட்டப்ப சத்தம் போட்டு அடக்கி...."

"இந்தாம்மா, வாயை மூடு. தேவையில்லாம எதையாச்சும் உளறுன தூக்கி உள்ள உட்கார வச்சிருவேன், பார்த்துக்கோ"

ஆங்காரமாய் வெளி வந்த ஆனந்தியின் கேவலை அடக்க, நெடிய மனிதன் ஒருவனின் அதிகார தோரணையும், அவனுடைய ஓங்கிய அதட்டலும் போதுமானதாக இருந்தன.

வெளியே நின்று தலையில் அடித்துக் கொண்ட சரசுவின் புருசன் மடியில் வைத்திருந்த சாராயத்தை வாயோடு கவிழ்த்துக் கொண்டான்.

"போடி போ... எங்க மானத்தை சந்தி சிரிக்க வைச்ச இல்ல...போ... போய் சேரு" உயிர் போய் விட்ட மகளை அவன் திட்டி அழுதது அந்-தச் சூழ்நிலையில் அத்தனை அபத்தமாக இருந்தது.

"நம்ம சவியை கொன்னுட்டாங்க கார்த்தி... டாக்டரம்மா இல்லாம பிரசவம் பார்த்து, எக்கு தப்பா போயி... மிரட்டுற மாதிரி பேசுறாங்க... நீ உடனே வாயேன்..."

இவள் செல்லில் அழைக்க கார்த்தியும், நடேசனும், பட்டறையில் இருந்த வாட்ச்மேன் தாத்தாவும், சாவித்திரி அக்காவும், இன்னும் சிலரும்

ஓடி வந்தார்கள். மீசைக்காரர் கூடக் கொஞ்ச நேரத்தில் தன் காரில் வந்து இறங்கினோர்.

"நியாயம் கிடைக்காம உடம்பை வாங்கக்கூடாது, இங்கிருந்து கிளம்ப கூடாது..." இவர்கள் மூன்று நான்கு பேரின் ஆதங்கம் யார் காதிலும் விழுந்த மாதிரியே தெரியவில்லை.

"வெடுக்குன்னு இழுத்ததுல கருப்பப்பையே வெளில வந்து விழுந்து- டுச்சு ஆத்தா... நான் என் கண்ணால பார்த்தேன், நான் சொன்னேன்னு யாருகிட்டயும் சொல்லிடாத சாமி... என் கஞ்சிக்கான பொழப்பு இங்க- தான் இருக்கு..."

ஆயாம்மா கூப்பிட்டுத் தனியாகச் சொன்னபோது, "என்ன ஆனா- லும் சரி ஒரு கை பார்த்துடணும், உடம்பை வாங்கக்கூடாது" இவர்க- ளுக்குள் பெரும் ஆத்திரம் மூண்டது.

இருந்தும்...?

கார்த்தியும், நடேசன் அண்ணனும் சரசக்கா புருசனிடம் போலீஸில் புகார் கொடுக்கலாம் என்று எவ்வளவோ வற்புறுத்திப் பார்த்தார்கள்.

"பிரச்சனை பண்ணி சண்டை அடிச்சா மட்டும் போனவ திரும்பி வந்துட போறாளா... போகட்டும்யா விடுங்க... விடுங்க..." குடிபோதை- யில் அலட்சியமாகப் பேசும் தகப்பனை வைத்துக் கொண்டு என்ன- வென்று போராட...?

இப்படிப்பட்ட பொறுப்பற்ற அப்பனுக்குப் பிறந்தவள், எந்நேரமும் அவன் தாயை அடிப்பதும், மிதிப்பதுமே பார்த்து வளர்ந்தவள் இப்படி அறியா வயதில் திசை மாறிப்போனதில் என்ன தவறு இருக்கிறது?

வீட்டில் கிடைக்காத அன்பையும், கனிவையும் கடை விரித்தபடி ஒரு காமுகன் காத்திருந்ததை உணராமல் அவன் வலையில் விழுந்தது அவள் தவறு மட்டும்தானா...?

"பேப்பருக்கும், இதுக்குன்னே காத்திருக்க டிவிகாரனுக்கும் சொன்னா மட்டும் எல்லாம் சரியா போயிடுமா? அவனுங்க எட்டாம் பக்கத்துல ஒரு பத்தி போடுவானுங்க... இன்னும் இன்னும் நாறிப் போகும், இப்பயே அது அம்மா சக்கையாட்டம் கெடக்கு... இதுக்கு மேலயும் சீர்கெடாம சீக்கிரம் முடிச்சுவுட்டு போங்கய்யா..." முதலாளி இவர்கள் இருவரையும் தனியாக அழைத்துப் பேசினார்.

"மீசைக்காரரே... போன வாரம் தானே புள்ள பெத்த உங்க மவளை ஆட்டுக்கு கூட்டிட்டு வந்தீங்க... ஏசி ரூம்ல வச்சு குளுகுளுன்னு பிரசவம் பார்த்தப்ப ஏதாவது எக்குத்தப்பா போயிருந்தா கூட இதே வார்த்தைய தான் சொல்லி இருப்பீங்களா?"

"எப்பயும் உங்களுக்கு ஒரு நியாயம், எங்களுக்கு ஒரு நியாய-முல்ல... ஒரு வழில நீங்களும்... நீங்களும் தான் இந்த புள்ள சாவுக்கு காரணம்... உங்க சொந்தக்காரன்னு தானே அந்தப் படுபாவியை தப்பிக்க வுட்டிங்க...?" ஆனந்திக்குள் அவரது வெள்ளை சட்டையைக் கழுத்-தோடு பிடித்து உலுக்கும் வெறி கிளம்பியது.

"அப்படி பார்த்தா நானும் தான் காரணம்... என்னை ஒரு சொல்லு சொல்லிப்போட்டாளேன்னு நானும் தானே வீம்பு புடிச்சு கிடந்தேன், அவனோட பழக்கத்தை ஆரம்பத்துலேயே வெட்டி எறுஞ்சுருந்தா இன்-னிக்கு அந்த சின்ன புள்ள உயிரோட இருந்திருக்கும். நானும் தான் பாவி, பெரும்பாவி"

ஆக்ரோசமாக ஆஸ்பத்திரி சுவரில் முட்டிக் கொள்பவளை என்ன முயன்றும் கார்த்தியால் கட்டுப்படுத்த முடியவில்லை. அவன் குரல் கொடுத்ததில் சாவித்திரியக்கா ஓடி வந்தாள்.

"லூசா புள்ள நீ... அந்தப் புள்ள விதிக்கு நீ என்ன பண்ண முடி-யும்?" அதட்டி அவளை அமர வைத்தாள்.

"எல்லாம் விதி ஆனந்தி, பாழாப்போன விதி.. வேறென்ன சொல்ல... நாம மட்டும் தனியாரு டாக்டருகிட்டயா செலவு பண்ணி புள்ள பெத்-தோம்?"

"இந்த ஆஸ்பத்திரில இதே கட்டாந்தரைல தான் பெத்தெடுத்தோம். வந்த சுளுவுல புள்ள பெத்துட்டு கிளம்பல, இன்னிக்கு கூட காலைல இருந்து இரண்டு பிரசவம் ஆகி இருக்கு. என்னமோ அது நேரம் அது போயிடுச்சு... நூத்துக்கு ஒன்னு தப்பிப் போனா யாரு தான் என்ன செய்ய முடியும்?"

ஆனந்தி ஆவேசத்துடன் திரும்பினாள்.

"அப்ப நூத்துல ஒன்னு தப்பிப் போனா பரவாயில்லயாக்கா? அதுவும் ஒரு உசுரு இல்லையா? பணம் காசு இல்லன்னா இப்படி அனாமத்தா உசுரு போறதை கூட நாம பொறுத்துக்கணும், ஏன்னா நாமெல்லாம் அன்னாடங்காச்சிங்க... கேட்க யாருமில்லாத அனாதைங்க... நாதியத்-

வங்க, அப்படித்தான்?"

சாவித்திரி எந்தப் பதிலும் சொல்லாமல் கதறி அழுதவளை தன் தோள் மேல் சாய்த்து கொண்டாள். விஷயம் வெளியில் கசியும்முன் மருத்துவமனை ஊழியர்கள் புயல்வேகத்தில் பறந்து அடுத்த ஒரு மணி நேரத்தில் உடலை கொடுத்தார்கள்.

தொப்புள் கொடியில் உதித்த சிசு அங்கேயே கைமாறியது. கூடவே பணமும்.

'புள்ள இல்லாத யாருக்கோ பிள்ளை வரம் கொடுக்கத்தான் இத்-தனை அவசர அவசரமா பெத்து போட்டுட்டு போனியா.... போ சவி, நிம்மதியா போ... இந்த சீப்பட்ட பொழப்புக்குள்ள மறுகிட்டு கெடக்காம சட்டையை கழட்டி போட்ட மாதிரி கிளம்பிட்ட இல்ல?'

'நாம எல்லாம் எதுக்கு பொறக்குறோம், எதுக்கு வாழறோம்னே தெரி-யாத ஈனப்பட்ட சென்மங்க தானே... அடுத்த பிறப்புலயாச்சும் சீராட்டுற பாராட்டுற குடும்பத்துல பொறந்து வந்து நல்லா இரு சவி'

நிரந்தரமாகக் கிளம்பியவளுடன் மனசுக்குள் பேசி விடைகொடுத்த ஆனந்தி, எல்லாம் முடிந்ததும் தன் வீட்டு புடக்காலிக்குள் நுழைந்து அண்டாவில் இருந்த பச்சை தண்ணீரை மொண்டு மொண்டு தன் மேல் கொட்டிக் கொண்டாள்.

தலையில் இருந்து கொட்டும் நீருடன், அடங்காத அவள் ஆத்திர-மும் கண்ணீராக வெளியேறியது.

****

யார் இருந்தாலும் போனாலும் துக்கப்படுவதற்கும் சுணங்கி அமர்வ-தற்கும் கூட பையில் பணம் இருந்தால் தான் உண்டு. அடுத்த வேளை பாட்டைத் தேடி ஓடும் உழைக்கும் ஜனங்கள் தங்களுக்கு நேர்ந்த இழப்-பையும் உமிழ்நீரோடு சேர்த்து விழுங்கியபடி தங்கள் ஓட்டத்தைத் தொடர வேண்டியது தான்.

சவிதா போய் நாள் செல்ல, அவள் தாயும் தகப்பனும் மெல்ல மெல்ல இயல்பாக மாறிப் போனார்கள். சரசுவின் புருஷன் வந்த காசில் ஜம்பம் எடுத்துக் கொண்டு திரிய, பணம் புழங்கும் தெம்போ இல்லை, இனி என்ன என்று யோசித்துக் கவலைப்படும் தேவை இல்லாமல் மகளே போய்விட்ட நிலையோ, சரசக்காவின் முகத்தில் கூட ஒரு ஆழ்ந்த அமைதி வந்திருந்தது.

ஆனந்திக்கு தான் இன்னும் அந்த இழப்பிலிருந்து முழுசாக வெளியே வர முடியவில்லை. பட்டறையில் சவிதா நிற்கும் இடத்தைப் பார்த்தாலே நெஞ்சம் பகீரென்றது.

"அவ போயி ரெண்டு அமாவாசை கழிஞ்சுருச்சு ஜோதி... எப்படி நாளு ஓடுதுனு பாரேன்" வீட்டு வேலைகளைப் பார்த்தபடியே பிள்ளை-களிடம் புலம்பிக் கொண்டிருந்தாள். இரண்டும் உட்கார்ந்து வீட்டுப்பாடம் செய்யும் சாக்கில் இவளது வாய் பார்க்க, வெளியே பொன்னம்மா வெற்-றிலைக் காம்பைக் கிள்ளிக் கொண்டிருந்தாள்.

அன்று கார்த்தி அம்மா வந்து பிரச்சனை செய்த பிற்பாடு அம்மா-வுக்கும் மகளுக்கும் நடந்த சண்டையில், "எனக்கு நீ மகளே இல்ல. மானம் மரியாதை இல்லாதவ கூட இனிமே நான் அன்னந்தண்ணி புழங்க மாட்டேன்.." என்று பொன்னம்மா கத்தியிருந்தாள்.

அன்றிலிருந்து இருவருக்கும் பேச்சு வார்த்தையே நின்று போயிருந்-தது. வார்த்தைக்கு வார்த்தை ஜாடை பேசுபவளிடம் வாங்கிக் கட்டிக் கொள்வதை விடப் பேசாமல் இருப்பதே நலம் என்கிற மாதிரி ஆனந்-திக்கு மனம் விட்டுப்போனது.

ஆனந்தி சமைப்பதை அவள் சாப்பிடுவதில்லை. தனியே உலை வைத்து தனக்கு மட்டும் பொங்கி கொண்டாள். நல்லது பொல்லாதது செய்தால் இவளுக்குத்தான் மனம் உறுத்தும். ஜோதி, மீனா மூலமாக மறைமுகமாய்க் கொடுத்து விடுவாள்.

கிழவியும் பேத்திகளுக்கு மட்டும் பங்கு வைப்பாள். இன்றும் அது வெள்ளனவே வந்து சோறு பொங்கி வட்டிலில் போட்டுக் கொண்டு வெளியே அமர, உள்ளே ஆனந்தி கேழ்வரகு களி கிண்டிக் கொண்டி-ருந்தாள்.

வாசலில் நிழல் விழுந்ததில் "கார்த்தி மாமா..." இரண்டும் எழுந்து வாசலுக்கு ஓடின. கார்த்தி லேசாகப் புன்னகைக்க முயன்றான். சமீப நாட்களாக 'மாமா' என்று அவர்கள் கூப்பிடும் போதெல்லாம் தோன்று-கிற சுணக்கம் அவன் முகத்தில்.

"எப்பதான் மாத்த போற? மெல்ல மெல்ல சொல்லி மாத்தினா தானே ஆச்சு" அவன் எரிச்சல் படும்போதெல்லாம் "சொல்றேன் கார்த்தி, சொல்றேன்" என்று முனகுகிறாளே தவிரப் பிள்ளைகளிடம் என்ன-வென்று பேச்சைத் தொடங்குவது என்று புரியாமல் விழித்துக் கொண்டி-

ருந்தாள் ஆனந்தி.

அவன் கொடுத்த இனிப்புகளை ஆர்வமாக வாங்கியபடி இருவரும் ஓட, "உட்காரு கார்த்தி" ஆனந்தி முக்காலியை எடுத்துப் போட்டாள்.

"இன்னிக்கு பைக்ல ரவுண்டு போலாமா...?" கேக் துண்டை வாயில் கடித்தவாறு ஜோதி அவன் தொடையைச் சுரண்டினாள்.

"போலாம்டா... இப்ப சாப்பிடுங்க... உங்க ஆயா கிட்ட பேசிட்டு அப்புறம் போகலாம்..." அவள் பின்னாடியே நின்ற மீனாவைத் தூக்கி மடியில் அமர வைத்தவன், "உங்க அம்மாவை உள்ள வர சொல்லு" என்றான்.

ஆனந்தி கலக்கமாக அவனைப் பார்த்தாள்.

"அதுவே மூஞ்சை தூக்கி வச்சு அட்டாலில உட்கார்ந்திருக்கு... நீ வேற பேச கூப்பிடுற ?"

அவன் முகத்தில் இருந்த தீவிரம் இன்று பேசாமல் இங்கிருந்து கிளம்ப மாட்டேன் என்று சொல்ல, வேறு வழியில்லாமல் வெளியே வந்-தாள்.

"அம்மா... உள்ள வா... உன் கிட்ட பேசணும்..." பொன்னம்மா காதில் விழாத மாதிரி வெறும் வாயை மென்றாள். கார்த்தி வந்ததையும், வண்டியை நிறுத்திவிட்டுப் பைகளுடன் உள்ளே செல்வதையும் பார்த்-துக்கொண்டு தானே படிக்கட்டில் அமர்ந்து இருக்கிறாள்.

"அம்மா... உன்னை தான்... கூப்பிடுறது கேட்கல...?"

"என்னத்துக்குடி நான் உள்ள வரணும்...? ரொம்ப நல்லவளாட்டம் கூப்பிடுற...? நாயே... வட்டில்ல வாய் வைக்க வர நீ..."

அவள் குனிந்து கல்லை பொறுக்கி எறிய, பாவம் போல ஓரமாகப் படுத்திருந்த தெருநாய் ஒன்று பலவீனமாகக் குறைத்துக்கொண்டே எழுந்து ஓடியது.

"ஊருல வேற பொம்பளயா இல்ல, ரெண்டு பெத்தவ பின்னாடி அலையுறான் இந்த நாய் மாதிரி..."

"ம்மா...." ஆத்திரத்துடன் முன்னால் சென்ற ஆனந்தியின் தோளைப் பிடித்து நிறுத்திய கார்த்தி, நேராகப் பொன்னம்மா முன்னால் வந்து நின்றான்.

"எதுக்கு ஜாடை பேசுறீங்க.. நேர்ல தானே இருக்கேன் நேர்லயே சொல்லுங்க..." பொன்னம்மா முகம் திருப்பிக் கொண்டாள்.

"உங்க பொண்ணை நான் கல்யாணம் பண்ணிக்க கேட்குறேன், இந்த இரண்டு புள்ளங்களையும் என் புள்ளைங்க மாதிரி பார்த்துப்பேன்.. அதை நெனச்சு ஒன்னும் நீங்க பயப்பட வேண்டாம்"

"கிழிப்ப..." என்றபடி திரும்பிய பொன்னம்மா இருவரையும் சுடும் விழிகளால் உறுத்தாள்.

"இப்ப எல்லாம் வெகுமானமா தான் பேசுவீங்க... அப்புறம் இல்ல தெரியும் சேதி... ஊருல நடக்காததையா நான் சொல்லுறேன்... அதெல்-லாம் சரிப்பட்டு வராது... நீ நடையைக் கட்டு"

"இந்தா பாருங்க... கௌரவமாக கல்யாணம் பண்ணிக்குறேன்னு கேக்குறேன்... இதுக்கு மேல என்ன வேணும்? ஏன் இப்படி எடுத்தெ-றிஞ்சு பேசுறீங்க?"

"இதுவா... இதுவா கவுரவம்?" அலட்சியமாகச் சிரித்த பொன்னம்மா, "ஏற்கனவே முதலாளி வீட்டு பொண்ணு பின்னாடி சுத்தி அடி தின்ன கதையெல்லாம் மறந்து போச்சா... இப்ப இங்க வந்து என் குடியை கெடுக்க பார்க்குற?"

"ஏம்மா இப்படி பேசுற?" அழுது கொண்டு நிற்கும் ஆனந்தியை ஒரு பார்வை பார்த்தவன், "கேட்கலன்ற குறைக்கு கேட்டாச்சு. இதுக்குமேல உங்க விருப்பம். நீங்க சம்மதிச்சா சந்தோஷம் இல்லேன்னாலும் எப்படி-யும் எங்க கல்யாணம் நடக்கத்தான் போகுது...." தீர்மானமாகச் சொன்-னான்.

"அதையும் தான் பார்க்குறேனே..." பொன்னம்மா கொக்கரிக்க, அதற்கு மேல் என்ன பேசியும் புண்ணியமில்லை என்று தோன்றியது.

உள்ளே கதவோரம் மிரண்டு நின்ற பிள்ளைகளின் கன்னம் தட்டி விடை பெற்றவன், கண்கள் பொங்கி நின்ற ஆனந்தியின் தோளிலும் ஆறுதலாகத் தட்டி, "சாப்டு போய் படு... நாளைக்கு பட்டறைல பேசிக்கலாம்..." என்று கிளம்பினான்.

அவனது இறுகிய தாடையும், அவமானம் துடைத்த சிரிப்பும் ஆனந்-தியின் தொண்டையை அடைத்து நின்றன.

மனசுக்குள் கடல் பொங்கினாலும் பிள்ளைகள் சாப்பிடவில்லை என்று கையோடு ஊட்டிவிட்டு மிச்சத்தைத் தண்ணீர் ஊற்றி வைத்தாள்.

"நீ சாப்பிடலம்மா...?"

"வேணாண்டி... பசிக்கல..." இரண்டும் இரண்டு பக்கம் படுத்தபடி அவள் கன்னத்தைத் துடைத்து விட, தனக்குக் கிடைக்காத தாயன்பு அனைத்தும் மகள்கள் மூலம் கிடைப்பதாக உணர்ந்த ஆனந்தியின் கண்கள் மடைதிறந்த வெள்ளமாகப் பெருகின.

"புள்ளைங்களா... நான் ஒன்னு சொன்னா கேப்பீங்களா?"

"சொல்லும்மா... நீ என்ன சொன்னாலும் கேட்போம்..." மீனா காலைத் தூக்கி தாயின் இடுப்பில் போட்டு கொண்டாள்.

"நாம மூணு பேரும் கார்த்திப்பா ஊட்டுக்கு போயிடலாமா?"

"ஹெ.... ஜாலி... அப்ப தினமும் பைக்குல போலாமா?" துள்ளிக்கொண்டு கேட்ட மீனா, அதோடு நிறுத்தவில்லை.

"நாம எதுக்கு அங்க போகணும்..? அவுங்க இங்க வரலாம்ல...? இங்க தான் என் பிரெண்ட்டுங்க எல்லாம் இருக்காங்க..." என்றவள், "நீ என்ன புதுசா கார்த்திப்பான்னு சொல்ற....?" தொடர்ந்து கேள்வி மழையாக பொழிய, ஜோதிக்கு எவ்வளவு புரிந்ததோ அவள் அமைதியாக இருந்தாள்.

"ம்.. தினமும் பைக்குல போலாம் குட்டி, அங்கயும் உனக்கு நிறைய பிரண்டுங்க கிடைப்பாங்க. அம்மா பட்டறை வேலைக்கு மட்டும் போனா போதும், மீதி நேரமெல்லாம் உங்க கூடவே இருப்பேன்."

"நாம ஒரே வீட்டுல இருக்கணும்ம்னா நீங்க ஊரறிய அவுங்களோட புள்ளன்னு ஆகிடும் இல்ல... அப்ப 'அப்பா'ன்னு தான் சொல்லணும்.. உங்களுக்கு அவுங்களை பிடிக்கிற மாதிரி அவுங்களுக்கும் உங்களை ரொம்ப ரொம்ப பிடிக்கும்... இரண்டு பேத்தையும் கண்ணு மாதிரி பார்த்துப்பாங்க..."

"அப்ப உன்னை...?"

"என்னையும் தான்டா கண்ணு..." ஆனந்திக்கு அந்த நிலையிலும் சிரிப்பு வந்தது.

"நாம ஒரே வீட்ல இருக்கணும்ம்னா நானும் கார்த்திப்பாவும் கல்யாணம் பண்ணிக்கணும், உங்களுக்கு சரின்னா தான் அம்மா பண்ணிப்பேன்... இல்லேனா..."

"பண்ணிக்கோம்மா..." அதுவரை அமைதியாக இருந்த ஜோதி பளிச்செ்ன்று சொல்லி அவள் கன்னத்தில் முத்தம் ஒன்று பதிக்க, "ம்ம்... பண்ணிக்கும்மா..." மீனாவும் அக்காவிற்கு ஒத்துப் பாடியது.

"ம்ம்மா.. கல்யாணத்துக்கு எங்களுக்கு புதுத்துணி எடுத்து தரு-வியா?"

விம்மும் மனதுடன் மீனாவை இறுக அணைத்த ஆனந்தி, வலது-கையை நீட்டி தோளில் ஜோதியை படுக்கவைத்து இருவரையும் சேர்த்து கட்டிக் கொண்டாள்.

"உங்களுக்கு இல்லாமலா கண்ணுங்களா...?" மனம் நிறையச் சிரித்-தபடி புறங்கையால் கன்னங்களைத் துடைத்தாள். அதற்குப் பிறகு அவர்-கள் மூவரும் தூங்குவதற்கு வெகு நேரமானது.

ஏதேதோ பேசியபடி அந்த இரவு கழிய, இரண்டாம் ஆட்டம் சினிமா முடிந்து மக்கள் வீடு திரும்பும் நேரம் தான் உறங்க ஆரம்பித்தார்கள். தங்களை மீறிய களைப்பில் அசந்து உறங்கும் பிள்ளைகளை ஆசையு-டன் பார்த்த ஆனந்தி, நிறைந்த மனதுடன் விழிகளை மூடிக் கொண்-டாள். வெகு நாட்களுக்குப் பிறகான நிம்மதியான உறக்கம் அவளை வியாபித்தது.

14

"எங்கப்பா கூட வழிக்கு வந்துடுவாரு... எங்கம்மா பண்ற ஓரியாட்டம் தான் தாங்க முடியல.. இவங்க வீட்டுல இவங்கம்மா அதுக்கும் மேல.. ரெண்டு பொம்பளைங்களையும் சமாளிக்குறதுக்குள்ள 'போதும், போதும்'னு இருக்கு."

"உட்கார்ந்து பேசணும்னா கூட ரெண்டு பேரும் வந்தா தான பேச முடியும்? அப்படியே இழுத்துட்டு வந்து உட்கார வைச்சாலும் பார்த்த நிமிஷம் சண்டை கோழிங்க மாதிரி கொண்டையை தான் புடிக்க போகு-துங்க..."

"அப்ப என்ன தான் பண்ண போற கார்த்தி...?" கொழுகொழு-வென்று இருந்த இரண்டு மாத கைக்குழந்தையுடன் மலர் அவன் எதிரே வந்து அமர்ந்தாள்.

"உங்கப்பாவை வச்சு தான் பேசணும் மலரு, வாத்தியாரும், டீச்சரக்-காவும் அவுங்க வூட்ல வச்சு பேசலாம்னு சொன்னாங்க..."

"அது சரி... டீச்சரம்மாவும் தானே சரின்னு சொன்னுச்சு..?" பெரிய பேரனுக்குப் பால் ஆற்றிக் கொண்டிருந்த முதலாளியம்மா பாய்ந்து வந்து கேட்ட விதம் 'இந்த கூத்துக்கு டீச்சரம்மா கூடவா சரின்னு சொன்-னுச்சு...?' என்ற ரீதியில் ஒலித்தது.

உள்ளே பாத்திரம் கழுவிக்கொண்டிருந்த ஆனந்திக்கு கேட்காத விதத்தில் அருகே வந்தவள், "ஏன் கார்த்தி, நல்லா யோசிச்சு தான் முடிவு பண்ணுனியா?" என்றாள் அதிருப்தி மேவிய குரலில்.

"ம்மா..." என்றபடி மலர் முறைக்க, "மொதமொதல்ல ஆனந்திகிட்-டேயே பேசுறப்பயே நல்லா யோசிச்சு தெளிவா முடிவு பண்ணிட்டு தான் பேசுனேன்மா" என்றான் கார்த்தி லேசாகச் சிரித்துக் கொண்டே.

அதற்கு மேல் ஏதாவது சொன்னால் மகள் முறைப்பாள் என்பதால் 'காலம் கலிகாலம்...' முதலாளியம்மா முனகிக்கொண்டே நகர்ந்தாள்.

உள்ளே சென்றவள், "ஏன்டி.. கல்யாணமூஞ்ச பின்னாடி இங்க வேலைக்கு வருவல்ல?" ஆனந்தியிடம் விசனமாகக் கேட்டாள்.

அவரவருக்கு அவரவர் கவலை!

வீட்டு வேலைகளில் இருந்து நின்று விடவேண்டும் என்று கார்த்தி கண்டித்துச் சொல்லியிருந்தான். அதைச் சொன்னால் இவள் இப்போதே நெஞ்சைப் பிடித்துக் கொள்வாள் என்று பயந்த ஆனந்தி, "வரு-வேன்கா" என்றாள்.

"பார்த்துடி.. இப்ப இருக்குற மோகத்துல கட்டிக்கிட்டு நாள பின்ன வேணாம்னு வுட்டுப்போட்டா உனக்குத்தான் அசிங்கமா போகும்... இரண்டும் பொம்பளை புள்ளைங்களா வேற வச்சிருக்க..."

முதலாளியம்மா அறிவுரை சொல்ல, அவமானத்துடன் நிமிர்ந்து பார்த்த ஆனந்தி, "அப்படியெல்லாம் இல்லக்கா... அவுக..." திக்கித் திணறி வார்த்தைகளைக் கோர்க்க முயன்றாள்.

"அம்மா அருணுக்கு பசிக்குதாம், சோறூட்டு..." சமையல் உள்ளில் வந்து முறைத்த மலரின் முகம் தாயின் பேச்சை கேட்டு விட்ட எரிச்சலைக் காட்டியது.

"இந்தா வரேன்... ஆனந்தி, நீ வேலைக்கு மட்டும் நிக்காம வந்துடு புள்ள.. ஐஞ்சாம் மாசம் இவளை கொண்டு போய் வுடற வரைக்கும் எனக்கு நிக்க நேரமிருக்காதுடி..." ஆனந்தி மௌனமாகத் தலையாட்ட, வெளியே வண்டி சத்தம் கேட்டது.

"எப்ப வந்த கார்த்தி...?" சட்டையின் பட்டன்களை எடுத்துவிட்டபடி முதலாளி உள்ளே வந்தார்.

"வெப்படை வரைக்கும் போயிட்டு வரேன்... சரசுவோட தம்பிக்காரன் வீடு அங்க இருக்குன்னு சொன்னாங்க... கடைசில அங்கயும் ஆளை காணோம்..." பேசிக்கொண்டே அவர் கார்த்தி எதிரே வந்து அமர, குழந்தையைக் கையில் வைத்திருந்த கார்த்தி எழ முயன்று அவர் கைவீசி அமர சொன்னதில் மீண்டும் அமர்ந்தான்.

"என்ன பண்ணுறாங்க அம்மணி??" கொஞ்சியபடி அவன் கையில் இருந்த பேத்தியை வாங்கிக் கொண்டவர், "எங்கதான்டா போயிருப்பா-னுங்க...?" கார்த்தியிடம் கேட்டார்.

"எங்கன்னு தான் தெரியலைங்க... அந்த அண்ணனோட சித்தப்பா வீடு கொக்கராயன் பேட்டைல இருக்குன்னு அங்கேயும் போயிட்டு வந்தேனுங்க... அவங்களுக்கு எதுவும் தகவல் தெரியலன்னு சாதிக்குறாங்க.. எத்தனை நாளு ஒளிஞ்சுருக்க முடியும்..? எப்படியும் புடிச்சுப்புடலாங்க...."

கார்த்தி சொல்ல, "ம்ம்.. அதான் போன்ல சொன்னியே... பார்க்கலாம்... அப்படி நம்மளை மீறி எங்க போயிடப் போறாங்க...?"

மலர் கொண்டு வந்து கொடுத்த தண்ணீரை அண்ணாந்து மடமடவெனக் குடித்தவர், "பாக்கி பணம் எழுபதுக்கு மேல நிக்குது. இல்லேன்னா இந்த நாய்ங்க எங்க போனா நமக்கென்ன....?" கடுமையாகப் பேசியபடி காலி சொம்பை மகளிடம் கொடுத்தார்.

சரசு குடும்பம் சவிதா போன சூடு ஆறிய கையோடு ஊரை விட்டே காலி செய்து கிளம்பி இருந்தார்கள்.

"அந்தக்கா தொட்டாவே ஒடுஞ்சு விழுற மாதிரி பாவமா இருக்கும், அது கூடவா இப்படி ஏமாத்திட்டு போச்சு...?" மலர் இப்போது கூட ஆச்சரியமாகக் கேட்டாள்.

'உனக்குக்கூடத் தெரியாதா?' என்ற கேள்வியும் அதில் தொக்கி நிற்க, கார்த்தி சங்கடமாக நெளிந்தான். உண்மையில் அவர்கள் இரவோடு இரவாக ஊரை விட்டே கிளம்புவது கூடவே இருந்த இவர்களுக்கும் தெரியாது.

மூச்சுக் காட்டாமல் அவர்கள் கம்பி நீட்டியது எல்லோருக்குமே ஆச்சரியம் தான், அதைச் சொன்னால் இவர்கள் நிச்சயம் நம்ப மாட்டார்கள் என்ற எண்ணத்தில் அமைதியாக இருந்த கார்த்தியை ஒருமாதிரி கீழ்ப்பார்வை பார்த்தார் முதலாளி.

"ஏம்மா நீ வேற...? இந்த மாதிரி எத்தனையோ பார்த்தாச்சு... காலைல காசு வாங்க அப்புராணியாட்டம் கைகட்டி நிக்குறவன் சாயந்திரமே தண்ணிய போட்டு நம்ம மூஞ்சிலயே புகையை ஊதி வுட்டுட்டுப் போறான்..."

"மட்டு மரியாதை, நம்பிக்கை நாணயமெல்லாம் எப்பயோ அத்துட்டு போயாச்சு... ஒழுங்கா வேலைக்கு வாடான்னா இருக்கிற நாலு சட்டிப் பானையை தூக்கிட்டு ஊரை விட்டே ஓடிப்போயிடுவாங்க... வாங்குன காசை கொடுத்துட்டு எங்க ஒழிஞ்சா நமக்கென்ன...? பத்திரம் பாண்டு

இல்லாம, வட்டியும் இல்லாம ரொக்கமா அள்ளிக் கொடுக்குறதுக்கு கை மேல பலன்"

அவர் திட்டுவது தங்களைச் சேர்ந்தவர்களை என்றாலும் அந்தப் பேச்சில் உண்மையும் இருப்பதில் கார்த்தி தர்மசங்கடமாகப் பார்த்தான்.

"இது ஒன்னும் புதுசுல்ல போ... கார்த்தி, நாளைக்கு நம்ம மணியை கூட்டிட்டு காக்காபாளையம் வரைக்கும் போய்ட்டு வா... அங்க அவனோட பங்காளி எவனோ இருக்கானாம்... அங்கயாச்சும் அகப்படு-றானுங்களா பார்க்கலாம்" என்றவர்,

"பார்த்துடா... அங்க இருந்தாலும் அதட்டி கிதட்டி பேசிப்புடாதே.. அப்புறம் கொத்தடிமை பண்றாங்கன்னு ஸ்டேஷன்ல போய் உட்கார்ந்துப்-பானுங்க... பார்த்து பேசு... வேற ஏதாவது இடத்துல வேலைக்கு சேர்ந்-திருந்தா அந்த முதலாளி கிட்ட பாக்கி வாங்கி மொத வேலையா நமக்கு செட்டில் பண்ண சொல்லு..."

பணம் வாங்கியதற்காக வாழ்நாள் முழுவதும் குடும்பம் குடும்பமாக, தலைமுறை தலைமுறையாக ஒரே முதலாளிக்கு உழைத்து கொட்டுபவர்-கள் ஒரு பக்கம் என்றால் இப்படி நேர்மையில்லாமல் கம்பி நீட்டி, வாங்-கிய பணத்தையும் எடுத்து வைக்காமல் காவல்துறையில் கொத்தடிமை வழக்குப் பதிவு செய்யத் துணிபவர்களும் உண்டு என்பதால் அவன் மௌனமாகத் தலையசைத்தான்.

"அப்புறம் சொல்லுடா, என்ன விஷயம்?"

ஏற்கனவே பராபரியாக அறிந்திருந்தாலும் ஒன்றும் தெரியாதது போல அவர் விசாரிக்க, கார்த்தி மெல்ல தங்கள் விஷயத்தைச் சொன்னான்.

"எங்க அந்த புள்ள...?" அவரது செருமலில் உள்ளே இருந்த ஆனந்தி தயங்கி தயங்கி முன்னே வந்து நின்றாள்.

"என்ன புள்ள, இவன் என்னமோ சொல்லுறான், உனக்கும் சம்மதம் தானே? நல்லா யோசிச்சு சொல்லு" பெண்ணின் சம்மதம் கேட்பது போல அவர் கேள்வி இருந்தாலும் பார்வையின் துளைப்பு ஏதோ குற்றவா-ளியை விசாரிப்பது போல இருக்க, அந்த இடத்தில் இருக்கவே மலருக்-குச் சங்கடமாக இருந்தது.

"அப்பா, அவங்க இரண்டு பேரும் நல்லா யோசிச்சு முடிவு பண்ணி-தான் கேட்குறாங்க... நீங்க மேல மேல கேள்வி கேட்காம கூட நின்னு பேசிவுடுங்கப்பா"

மகளின் தலையீட்டில் அரைமனதாய் சம்மதித்தவர் குழந்தையை மலரிடம் கொடுத்துவிட்டு எழுந்து செல்ல, உள்ளே வேலையை முடித்திருந்த ஆனந்தி கார்த்தியிடம் லேசாய் தலை அசைத்து வெளியே வந்தாள்.

கார்த்தியும் சில நிமிடங்கள் மலரிடம் பேசி விட்டு கிளம்ப, "என்ன அசிங்கம் இது? கருமம்... கருமம்... இதுங்களையெல்லாம் வீட்டுக்குள்ள சேர்க்கணும்னு நமக்கு விதிச்சிருக்கு..." கதவை சாத்தி உள்ளே வந்த மகளிடம் முதலாளி அம்மா கத்தினாள்.

"என்னம்மா பேசுற நீ..? அவ வாழ்க்கைல இதவரைக்கும் எதை அனுபவிச்சா...? என் வயசு தான் அவளுக்கும்... கொஞ்சம் மனசாட்சியோடு பேசும்மா..." அம்மா நிஷ்டூரமாக பேசும் விதம் மலருக்கு எரிச்சலைத் தந்தது.

"என்ன இருந்தாலும் பொம்பளை புள்ளைங்கள வச்சிக்கிட்டு அசிங்கமா இல்ல... அவனுக்கு வேற இது மொத கல்யாணம்... அவன் ஆத்தா எப்படி ஒத்துக்கும்...? அதுதான் நெஞ்சுல அடிச்சிட்டு அழுவுது. ஏன் நானா இருந்தாகூட ஒத்துக்க மாட்டேன் தான்... நம்ம ஊரு போற போக்குக்கு வெளிநாடு எல்லாம் பிச்சை வாங்கணும், போ..."

"அம்மா..."

கொஞ்ச வருடங்கள் முன்னால் மலரின் நாத்தனார் விவாகரத்து பெற்றிருந்தாள். பெருநகரமொன்றில் வேலை பார்ப்பவள், உடன் பணி செய்யும் நண்பனையே போன ஆண்டுத் தடபுடலாகத் திருமணம் செய்தபோது இதே அம்மா தான் பட்டும் நகையுமாக அடுக்கியபடி படோடம்டமாக வளைய வந்தாள்.

"இனிமேலாச்சும் புள்ள நல்லா இருக்கட்டும் அண்ணி" என்று தன் மாமியாரின் கைபிடித்துக் கண் கலங்க, இப்போது அசூயையாய்ப் பார்க்கும் அப்பா ஐந்தாறு பவுனில் நகை வாங்கிச் சம்மந்தி முறைக்கு மொய் செய்தார்.

இதற்கும் அவளுக்கும் இரண்டு பிள்ளைகள் தான். அங்குப் பெருந்தன்மை காட்டிய அதே நபர்கள் தான் இங்கு இளக்காரம் காட்டுகிறார்கள்.

இவர்கள் எல்லாம் சந்தர்ப்பத்திற்கு ஏற்ப நிறம் மாறும் நவீன கலாச்சாரக் காவலர்கள் என்று நினைப்பில் ஏளனமாக சிரித்த மலர் கொஞ்சம்

அழுத்தமாகவே சொன்னாள்.

"தப்புமா நீ பேசுறது... வசதி இல்லன்னா அவங்களுக்குன்னு ஆசை, பிரியம்னு எதுவுமே இருக்கக் கூடாதா...? உன் வயித்துல பொறந்த புள்-ளைய இருந்தா இப்படி பேசுவியா....?"

"எடு அந்த சீமாத்தை... உன் வாயை பினாயிலு ஊத்தி கழுவுடி... என் வயித்துல பொறந்த புள்ளைக்கு ஏன் இந்த நிலைமை வரப்போ-குது...? இவங்களை மாதிரி நாதியத்தவ பெத்து போட்டதா என் புள்-ளைங்க...?" முதலாளியம்மா ஆங்காரமாகக் கத்த....

பசுஞ்சாணம் கேட்டாள் என வழியில் தென்பட்டதை அள்ளி உருட்-டிக் கொண்டு வந்த ஆனந்தி, அதற்கு மேல் கதவை தட்டாமல் கார் நிற்கும் முற்றத்திலேயே சாணியை போட்டுவிட்டு எரியும் மனதுடன் வெளியேறினாள்.

****

"ஆனந்தி, இப்படி வெளில வந்து உட்காரு... ஏன் உள்ளுக்குள்ளயே இருக்க...?" டிச்சரம்மா எத்தனை அழைத்தும், "இருக்கட்டுங்கா..." மெலிதாக மறுத்தவள் தான் இருந்த இடத்தை விட்டு நகரவில்லை.

வெளியே வந்து எல்லோர் முகத்தையும் பார்க்க, அவளுக்கு வெட்-கமாக இருந்தது. ஒரு வகையான அவமான கூச்சமும் கூட.

முதலாளியம்மா சொன்ன வார்த்தைகள் இன்னும் காதுக்குள்ளேயே ஒலிக்க, "நெஜமாலுமே இப்படி ஒரு பொழப்பு தேவை தானா..?" அவள் உள்ளுக்குள் நொந்து போனாள்.

"உனக்குன்னு நீ தான் பேசணும் ஆனந்தி, இத்தனை தூரம் வந்-தாச்சு, இப்ப என்னத்துக்கு தயங்குற...? தைரியமா இரு..." உள்ளறை-யில் இவளுடன் அமர்ந்திருந்த மலர் திடம் சொல்ல,

"நல்லா சொல்லு மலரு, மூஞ்ச பாரு எப்படி வெளுத்துக் கெடக்-குதுன்னு... எதுக்கு இப்படி பயப்படறான்னு புரியல, போ..." தண்ணீர் மொண்டு குடிக்கும் சாக்கில் உள்ளே வந்த கார்த்தி, அவளிடம் பார்-வையாலேயே பேசிவிட்டு மீண்டும் கூடத்திற்குச் சென்றான்.

வாத்தியாருக்கு அருகே அமர்ந்திருந்த கார்த்தியின் அப்பா ஏதோ அசூயையான இடத்தில் அமர்ந்திருப்பதை போல இருந்தார்.

"நான் தான் லேட்டா? எல்லாரும் வந்தாச்சா...? என்ன வாத்தியாரு எப்படி இருக்கீங்க?" சத்தமாய்க் கேட்டபடி உள்ளே வந்த முதலாளியைக்

கண்டு மரியாதையாக எழுந்து அமர்ந்தாலும் அவர் முகம் மட்டும் தணி-யாத தீப்பிழம்பாகக் காட்சி அளித்தது.

கடுகடுவென்று இருந்த வருங்கால மாமனாரின் முகத்தை இடுக்கு வழியாகப் பார்த்த ஆனந்தியின் மேலுதடுகள் வியர்த்தன.

"என்னக்கா... நல்லா இருக்கீங்களா...? என்னத்துக்கு இத்தனை டென்சனு... நாங்கல்லாம் கூட இல்ல..." கார்த்தியின் தம்பி மனைவி இடுப்பில் அமர்ந்த பிள்ளையுடன் சிரித்தபடி உள்ளே வர, ஆனந்தி அவசரமாக எழுந்து "வாங்க" என்றாள்.

கார்த்தியும், அவன் தம்பியும் ஏதோ குசுகுசுவென்று பேசுவது தெரிந்-தது. அவன் ஆட்கள் இத்தனை பேர் வந்திருக்க, தன் பக்கம் ஈ, காக்-காய் கூட இல்லாமல் தான் அனாதை போல அமர்ந்திருப்பது அவளுக்-குள் வெகுவாக வலித்தது.

பொன்னம்மா எத்தனை சொல்லியும், இவள் வெட்கத்தை விட்டு கெஞ்சியும் கூட இங்கு வர ஒத்துக்கொள்ளவில்லை. மலர் கூட வீடு வரை வந்து சொல்லிப் பார்த்தாள்.

"அவ எக்கேடோ கெட்டுப் போகட்டும் மலரு, என்னை கூப்பு-டாதே... புள்ளைங்களை மட்டும் அவ கூட விடுவேன்னு கனவு காண வேணாம்னு சொல்லு... கெழவி நானே அதுங்களை வைச்சு வளர்த்து தாட்டி வுட்டுட்டு போறேன்" என்று கண்ணீர் வடித்தவளிடம்,

"என் புள்ளைங்கள நான் யாருகிட்டயும் விடமாட்டேன்.. அதுவும் உன்கிட்ட விடவே மாட்டேன், என் வாழ்க்கை இப்படியானது பத்தாது..? கர்ணன் சினிமால பார்த்த மாதிரி, சண்டைக்குள்ள போக தெரியும், வெளில வர்ற வழி தெரியாதும்பாங்களே... அந்த மாதிரி உனக்காக எட்டு வயசுல வண்டி ஏற ஆரம்பிச்சு இத்தனை வயசுக்கும் நிக்கல.."

"ஊரை சுத்தி கந்து, மொதலாளிகிட்ட கொள்ளையா பாக்கி பணம்னு எப்ப அடைச்சுட்டு எப்ப வெளில வர்ற போறேன்னு நானே தவிச்சு கெடக்கேன், இந்த லட்சணத்துல என் புள்ளைங்களையும் சம்-பாதிக்க அனுப்ப பார்க்குதாமா இது...?" அழுகையுடன் ஆங்காரமாகக் கத்திய ஆனந்தியை அடக்கி இங்கு இழுத்து வர மலர் பெரும்பாடு பட வேண்டியிருந்தது.

"வா வா... நீ வருவன்னு தான் எல்லோரும் காத்துட்டு இருக்-கோம்,..." வெளியே டீச்சரம்மாவின் குரல் கேட்டது.

"இது யாருன்னு தெரியுதுங்களா?" என்று அவள் கேட்பதும், "ஏன் தெரியாம? என் பட்டறைல நூல் போட்டவளை எனக்குத் தெரியாது!?" என்று மீசைக்காரர் சொல்வதும் கேட்க, ஆனந்தி மனம் படபடக்க எட்-டிப் பார்த்தாள்.

உள்ளே வந்தவளை இவள் பாய்ந்து அணைத்துக் கொள்ள, "இப்ப என்னத்துக்கு அழற, நல்ல காரியம் நடக்குறப்ப..." செவ்வந்தி இவள் கண்களைத் துடைத்து விட்டாள்.

"அப்படி உன்னை தனியா வுட்டுப் போடுவோமா ஆனந்தி...? உன் மனசு புரியாம இல்லக்கா... சாதி சனம் என்ன சொல்லுமோங்கற பயம் தான். மாமன் தான் சேதி கேட்டதும் சாடுனாங்க... என்னை மாதிரி சுகந்தியும், அம்மாளும் கூட போக போக புரிஞ்சுப்பாங்க... நீ கெடந்து வெசனப்படாம ஆகுற வேலையை பாரு"

அவளும் அவள் புருஷனும் வந்திருந்தது ஆனந்திக்கு யானை பலமாக இருந்தது.

வெளியே வாத்தியார் பேச்சை ஆரம்பிக்கவும், "அவனை என்ன வேணுமோ பண்ணிக்க சொல்லுங்க... இனி அவன் யாரோ நான் யாரோ... நீங்க கூப்டிங்களேன்ற மரியாதைக்கு தான் இங்க வந்தேனே தவிர மத்தபடி இவனுக்கு பச்சைக்கொடி காட்டுறதுக்கு இல்ல..."

யார் என்ன சொல்லியும் ஒப்புக்கொள்ளாமல் துண்டை உதறிப் போட்டபடி கார்த்தியின் அப்பா எழுந்து செல்ல, அனைவரும் தர்மசங்-கடத்துடன் ஒருவரையொருவர் பார்த்துக் கொண்டார்கள்.

"இப்ப என்னங்க பண்றது...?" வாத்தியார் கேட்க, முதலாளி யோசிக்குற தினுசில் மீசையை முறுக்கிவிட்டுக் கொண்டிருந்தார்.

"எங்கப்பா போனா போகட்டும் சார். நாங்க நிக்குறோம்... நீங்க ஆக வேண்டியதை பாருங்க" அதுவரை ஓரமாய் நின்றிருந்த கார்த்தியின் தம்பி முன் வர, "என்ன பண்ணணும்னு சொல்லுங்க... அண்ணி வீட்டு சார்புல நாங்க இருக்கோம்..." செவ்வந்தியின் புருஷன் சொன்னான்.

உள்ளறையில் இருந்த ஆனந்தி நெகிழ்ந்து போனாள். அவள் கண்-களில் இருந்த வழிந்த கண்ணீர் உப்புச் சுவையும், குளிர்ந்த சிரிப்புமாக கன்னங்களில் இறங்கியது.

"அப்புறம் என்ன அந்த காலண்டரை எடு... நாளு பார்த்திடலாம்... இரண்டு மாலை வாங்கி கோவில்ல தாலி கட்ட ஏற்பாடு பண்றது என்ன

பெரிய பிரமாதம்? எப்படியும் இந்த மாசம் அடைப்பு இருக்கும். அடுத்த மாசம் பார்த்துப்புடலாம்…" என்ற வாத்தியார்,

"எங்கடா வச்சுக்க போற கல்யாணத்தை… கூடுதுறையா, திருச்செங்-கோட்டு மலையா?" மனைவி கொடுத்த காலண்டரை புரட்டியபடி கேட்-டார்.

"கொடுமுடி கோவில்லங்க…"

"நல்லதா போச்சு… கொடுமுடி மகுடேஸ்வரரை பார்த்து ரொம்ப நாளாச்சுன்னு உங்க டிச்சரம்மா கேட்டுக்கிட்டே கெடந்தா, உம்புண்ணி-யத்துல நாங்களும் பார்த்துக்குறோம்"

வாத்தியார் மளமளவெனத் தேதி பார்த்து நாள் குறிக்க, "அதுக்-கென்னங்க சார், ஒரு வேன் வச்சு எல்லோருமா போய்ட்டு வந்துட-லாம்…" எல்லாம் கூடி வந்ததில் கார்த்திக்கு 'ஹப்பாடா' என்றிருந்தது.

ஒரு வருடத்திற்கு முன்பே மண்டபத்திற்கு அட்வான்ஸ் கொடுத்து, அழகு நிலைய அப்பாயின்மென்ட்களுடன் லட்ச லட்சமாய்ச் செலவ-ழித்து, மேடை முதல் உடை வரை மாதக்கணக்கில் ஒத்திகை பார்த்து ஆடம்பரமாய் அரங்கேறும் திருமணங்களையே தன் வட்டத்தில் அதிகம் பார்த்திருக்கும் மலர், இரண்டே மாலைகள், கட்ட ஒரு மஞ்சள் கயிறு, மணமக்களுக்குக் கூரை நூல் சேலையும், வேட்டியும், கூட நிற்க பத்து பேர் என எளிமையாகத் திட்டமிடப்படும் இந்தக் கல்யாண ஏற்பாடுக-ளில் ஆர்வமாகக் கலந்து கொண்டாள்.

"அப்புறம் என்ன…? எல்லாம் நல்லபடியா முடிஞ்சிருச்சு… அப்ப நான் கிளம்பட்டுமா? ஏதாவது தேவைன்னா சொல்லுடா கார்த்தி…" என்றபடி எழுந்த முதலாளி, "கண்ணு மலரு, நான் போய்ட்டு வண்டியை அனுப்புறேன், அதுல வந்துடு… நடந்துடாதே புள்ள, அப்புறம் உங்கம்மா என்னை உண்டு இல்லைன்னு பண்ணிப்புடுவா" மகளிடம் சொல்லிவிட்டு கிளம்பினார்.

"சரிங்கப்பா… சரிங்கப்பா" என்ற மலர், தான் காதில் வைத்திருந்த செல்லை எடுத்து கார்த்தியிடம் நீட்டினாள்.

"அவரு தான், உங்கூட பேசணுமாம்…"

"சொல்லுங்க மாப்ள…" வாங்கியவன், "தேதி முடிவு பண்ணிட்டாங்க போல… ரொம்ப சந்தோசம் கார்த்தி…" செந்திலின் குரலில் சிரித்துக் கொண்டே முதலாளியைத் தொடர்ந்து வெளியே சென்றான்.

"தேங்க்ஸ்ங்க... நீங்க கண்டிப்பா வரணும், பத்திரிக்கை எல்லாம் அடிக்கல.. நானே போன்ல கூப்பிடணும்னு இருந்தேன்"

"நமக்குள்ள என்ன பார்மாலிட்டி கார்த்தி? கண்டிப்பா வரேன். நான் இப்படி சொல்றேன்னு வேற மாதிரி நினைக்காதீங்க... புரட்சி பண்றோம், புதுமை பண்றோம்னு சாதாரண விசயத்துக்கு கூட சிட்டி பசங்க என்னென்னமோ சீன் போடுவாணுங்க... உண்மைல நீங்க பண்றது தான் புதுமை, புரட்சி எல்லா..."

"சே... சே.. அப்படில்லாம் ஒன்னும் இல்லைங்க..." கார்த்தி அவசரமாக இடைமறித்தான்.

"எனக்கு ஆனந்தியை பிடிச்சிருந்தது. அவளை பிடிச்சதால அவளை சேர்ந்த எல்லாமும் பிடிச்சிருக்கு.. மத்தபடி வேற ஒன்னும் இல்ல..." ஒருமாதிரி நெகிழ்ந்த குரலில் சொல்லியவனின் இயல்பில் செந்தில் மெலிதாக சிரித்தான்.

"எனக்கு புரியுது கார்த்தி. அப்புறம் ஆனந்தி எப்படி இருக்காப்ல....?" இந்தத் திருமணத்தை ஏதோ தியாகம் போல சொல்வதில் அவன் சங்கடப்படுகிறான் என்று புரிய, செந்தில் பொதுவாக பேசிவிட்டு வைத்தான்.

மீசைக்காரரை வழியனுப்பி விட்டு உள்ளே வந்த கார்த்தி மலர்ந்த முகத்துடன் ஆனந்தியைப் பார்த்தான். அழுது சிவந்த கண்களுடன் அவனை நிமிர்ந்து பார்த்த ஆனந்தியின் முகம் அந்தக் கணம் அத்தனை அழகாக இருந்தது.

எல்லோரும் தங்களையே பார்த்துக் கொண்டிருப்பதில் அவள் வெட்கமாய் முறுவலிக்க, "அழுத புள்ள சிரிச்சுச்சாம், கழுதை பாலை குடிச்சுச்சாம்..." மலர் கிண்டலடித்தாள். கண்களில் கனவு மிதக்க நிற்கும் இருவரையும் பார்த்த மற்றவர்கள் மனசு நிறைய சிரித்தனர் .

****

அந்த வாரம் சனிக்கிழமை சம்பளம் வாங்கியதும் பிள்ளைகளை டீச்சர் வீட்டில் விட்டுவிட்டு இருவரும் பஸ் ஏறி டவுனுக்குப் போனார்கள். புடவை, வேட்டி, பிள்ளைகளுக்குப் புதுத்துணி என்று கை கொள்ளாமல் வாங்கிக் கொண்டு அந்தத் துணிக்கடையில் இருந்து வெளியேறிய ஆனந்தியின் வதனம் முகம் கொள்ளா சிரிப்புடன் பூரித்திருந்தது.

கார்த்தியுடன் ஜோடி போட்டு நடக்கும் பெருமிதத்தில் மிதந்தவள் கண்களுக்குச் சட்டென்று உலகமே அழகான மாதிரி தோன்றியது. மலை என நினைத்த பிரச்சினைகள் எல்லாம் பனி போல வடிந்து இப்போது கல்யாணம் கூப்பிடு தூரத்தில் வந்து நிற்கும்போது நடப்பது கனவா, இல்லை நனவா என்று யாரும் அறியாமல் அவ்வப்போது கிள்ளிப் பார்த்துக் கொண்டாள்.

"இந்தப் பக்கம் வா..." கைபிடித்துச் சாலையைக் கடந்து எதிர்ப்பக்கம் கூட்டிச் சென்ற கார்த்தி, ஏதோ ஒரு கடைக்குள் அவளை அழைத்துச் செல்ல ஆனந்தி கேள்வியாகப் பார்த்தாள்.

"எல்லாம் தான் வாங்கிட்டோமே... இங்க என்னத்துக்கு கார்த்தி...?"

"வா சொல்றேன்..." வாசலில் ராஜா மாதிரி உடை அணிந்திருந்தவர் கதவை திறந்து விட்டதும் சில்லென முகத்தைத் தாக்கிய காற்றில் உடம்பு சிலிர்த்தது.

"மலர் ரூம்ல இருந்து வர்ற காத்தை விட இங்க ஜில்லுனு இருக்கு..." குழந்தை போலக் கன்னத்தில் இருகைகளையும் வைத்தபடி சொன்னவளைக் கண்டு கார்த்தி சிரித்தான்.

"என்ன பார்க்குறீங்க சார்?" சீராய் சீருடை அணிந்திருந்த ஒரு இளம்பெண் தங்களருகே வர, கார்த்தி ஏதோ சொன்னான்.

இவள் கட்டியிருக்கும் புடவை துணியின் மடிப்பு ஒன்று கூட விலகாமல் எப்படி அச்சில் அடித்தது போல அப்படியே நிற்கிறது என ஆனந்தி அவளை வியப்புடன் பார்த்தாள். எதிரே இருந்த கண்ணாடி- யில் தன் உருவம் தெரிய, நெறுங்கி தெரிந்த புடவையை அனிச்சையாய்ச் சரி செய்து தலையைக் கோதி விட்டுக் கொண்டாள்.

அவ்வளவு பெரிய கண்ணாடியில் தன்னுருவத்தை அவள் பார்ப்பது இதுதான் முதல்முறை என்பதால் பிரமிப்பாய் இருந்தது. சுற்றிலும் ஒளி விளக்குகள் எரிய, அந்த மாய வெளிச்சத்தில் தான் கூட அதிஅழகாக இருப்பதாகத் தோன்றியது.

தன் அருகே நின்ற கார்த்தியையும் கண்ணாடி வழியே பார்த்தவள், 'பரவால்ல... கார்த்தி சோடுக்கு அப்படியொன்னும் நான் மட்டமில்ல...' உள்ளுக்குள் ஓடிய கிண்டலான எண்ணத்தில் அவளுக்குச் சிரிப்பு வந்- தது.

"என்ன பண்ற புள்ள? எல்லோரும் வேடிக்கை பார்க்குறாங்க, இப்படி வா..." கார்த்தி அழைக்கவும் அசட்டு சிரிப்புடன் அவனருகே சென்றாள். "இதைப் பாரு" அவன் கையில் இருப்பதைப் பார்த்தவள், திகைப்புடன் அவனை நிமிர்ந்து பார்த்தாள்.

அவள் உடலில் மெல்லிய சிலிர்ப்பு ஓட, உதடுகள் விம்மின.

"தாலி டிசைனு, நல்லா இருக்கா பாரு"

புடைப்பாய் மஞ்சள் ஒளி வீசிய அந்தத் தங்கத்தை வருடியவளின் விரல்கள் நடுங்கின. இது வரை ஒரு குண்டுமணி தங்கத்தைக் கூட அவள் அணிந்ததில்லை. ஏன் தொட்டுக் கூடப் பார்த்ததில்லை. அவளையும் அறியாமல் அவள் கண்கள் கலங்கின.

"எங்கம்மா இந்த டிசைன்ல தான் தம்பி கல்யாணத்தப்ப செஞ்சுச்சு... ரஞ்சனி போட்டோ எடுத்து அனுப்பினதை காண்பிச்சு ஆர்டர் கொடுத்திருந்தேன்...."

அவனைப் பெருமிதத்துடன் பார்த்தவளுக்கு, 'இத்தனை வருசம் பாடுபட்டு நசிஞ்சு போயிட்ட, இனிமேலாச்சும் நல்லா இருன்னு அந்த மாரியாத்தா கொடுத்த வரம் தான் இது' மனசு வெகுவாக நெகிழ்ந்து போனது.

பில் போட்டு வந்ததும் வாங்கி அவன் பையில் பத்திரப்படுத்த, இருவரும் திருச்சி கபேயில் சாப்பிட்டு வீட்டுக்கும் பார்சல் வாங்கிக்கொண்டு பஸ் ஏறினார்கள்.

"எனக்கு வீட்டுக்கு போகவே மனசில்ல கார்த்தி, உன்னோட இப்படியே வந்துடணும் போல இருக்கு" கார்த்தி அவள் தலையில் செல்லமாகக் கொட்டினான்.

"எண்ணி முப்பது நாளு தான் தான் புள்ள... இத்தனை நாளு பொறுத்துட்டோம்... இன்னும் கொஞ்ச நாளு... ஓடுற ஓட்டத்துல ஓடிடும்"

அவனது சமாதானத்தில் "ம்ம்ம்..." தன் ஆதங்கத்தை அடக்கிக் கொண்டவள், "இதையெல்லாம் எடுத்துட்டு போனா அம்மா நிச்சயம் நக்கல் பண்ணி ஒரு சண்டையை ஆரம்பிக்கும், நீயே கொண்டு போயிடு கார்த்தி..." தன் கையில் இருந்தவற்றை அவனிடம் கொடுத்தாள்.

"புள்ளைங்க துணியை மட்டும் எடுத்துட்டு போ... சைஸ் சரியா இருக்கான்னு பாரு, இல்லேனா மாத்திக்கலாம்... ஜாக்கெட்டு துணியை-

யும் எடுத்துக்கோ... தைக்க கொடுக்கணுமில்ல..."

ஒவ்வொரு கவராகப் பார்த்த கார்த்தி பிரித்து நீட்ட, அவற்றை வாங்-
கிய ஆனந்தி பிரிய மனமில்லாமல் அவனிடம் விடைபெற்று தன் வீட்-
டிற்கு நடந்தாள்.

நடக்க நடக்கத் தன் லைனுக்கு முன்னால் நிறைய ஆட்கள் நிற்பது
போலிருந்தது. ஒருவேளை ரொம்ப நாட்களாகக் காலியாகக் கிடக்கும்
சுமதி வீட்டிற்குத் தான் ஆள் வந்து விட்டதோ என்று நினைத்தவண்-
ணம் நிதானமாக நடந்தாள்.

'யாராவது நல்ல ஆளா வந்தா நல்லாருக்கும். அது சரி, இனிமே
என்ன இங்கயா இருக்க போறோம்? நாமளே ஒரு மாசத்தோட இங்கயி-
ருந்து கிளம்ப போறோம்' தனக்குத் தானே சிரித்துக் கொண்டாள்.

கார்த்தி டிவிஎஸ் மேடு பக்கம் வீடு பார்த்துக் கொண்டிருக்கிறான்.
'பெரிய பெரிய ஊர்ல இருக்குற மாதிரி மாடி மேல மாடி வீடெல்லாம்
அந்தப்பக்கம் தானே கட்டுறாங்க. மலரு ஆட்டுல இருக்குற மாதிரி
மேடை போட்ட சமையல் இடமாம். வீட்டுக்குள்ளயே பைப்புல தண்ணி
வருமாம்... புள்ளைங்க கிட்ட சொல்லணும், இரண்டும் குதியாட்டம்
போட்டுடும்ங்க...' மனம் நிறைந்த பூரிப்புடன் நடந்தவளுக்குள் ஏதேதோ
நினைவுகள், கனவுகள்!

வீடு நெருங்க நெருங்க சில தெரிந்த முகங்களும் இருக்க, தன்னைக்
கண்டதும் அங்கு உண்டான சலசலப்பைக் கண்டு ஏனோ அவள் மனம்
துணுக்குற்றது.

ஆனந்தி குழப்பத்துடன் சுற்றிலும் பார்க்க, "வா... வா..." வாயெல்-
லாம் பல்லாக ஓடி வந்த பொன்னம்மா இவள் வாயில் எதையோ போட்-
டாள்.

அம்மாவைத் தாண்டி கண்களில் விழுந்த காட்சியில் சடுதியில் என்-
னவென்று பிடிபட்டுப் போக, ஆனந்தி வாசலிலேயே ஆணி அடித்தது
போல நின்றாள். அவள் உதட்டில் பட்ட அஸ்கா சக்கரை வினோத
கசப்புடன் உள்ளே இறங்கியது.

15

கைக்கொள்ளா பைகளுடன் நிலைப்படியில் இடித்து விடாமல் குனிந்து உள்ளே வந்த கார்த்தி, "இனிப்பும் பழமும் இருக்கு, பிள்ளைங்களுக்கு எடுத்துக்கொடு" என்றபடி நீட்ட, எரியாமல் சதி செய்த பம்ப் ஸ்டவ்வுடன் போராடிக் கொண்டிருந்த ஆனந்தி, "வா கார்த்தி... என்னத்துக்கு இத்தனை?" எழுந்து பைகளை வாங்கித் தரையில் வைத்தாள்.

அவள் அழைப்பில் உயிர் இல்லை என்பதை இருவருமே உணர்ந்தார்கள். இருவருக்கும் இடையே ஏதோ கனமான திரை விழுந்த மாதிரி இறுக்கமாக இருக்க, அதற்கு மேல் என்ன பேச என்று புரியாமல் கார்த்தி தடுமாறி நின்றான்.

அறையின் இன்னொரு மூலையில் ஜோதி சுவரைப் பார்த்து திரும்பிப் படுத்திருந்தாள்.

"தூங்குதா...?"

"இந்நேரம் வரைக்கும் சொட்டாங்கல்லு விளையாடிட்டு இருந்தா... என்னவோ தெரில, இப்ப தான் நானே பார்க்குறேன், சுணங்கி படுத்திருக்கா"

எப்போதும் போலத் தன்னைக் கண்டதும் ஓடி வந்து தாவாமல் பட்டப்பகலில் தூங்குவது போல அவள் கண் மூடி படுத்திருப்பது கார்த்திக்கு விசித்திரமாக இருந்தது.

"சரி, ரெஸ்ட் எடுக்கட்டும், மீனா எங்க...?

"வெளில எங்கயாச்சும் விளையாடிட்டு இருப்பா, நீ உட்காரு..."

"இல்லல்ல, நான் கிளம்புறேன்.. ஏதாவது தேவைபட்டா போன்ல சொல்லு, நைட்டு வர்றப்ப வாங்கிட்டு வரேன், நீ ஒன்னும் அலைய வேண்டாம்...' என்றபடி அவன் வெளியேற, ஆனந்தி தலையாட்டினாள்.

அவள் கண்களில் சுத்தமாக உயிர்ப்பு இல்லை. தன் பார்வையைச் சந்திக்காமல் அங்கும் இங்கும் அலையும் அவள் பார்வையே பலகீனமாக இருக்க, நகைக்கடை கண்ணாடியில் வெறிக்க வெறிக்கத் தங்கள் இரு-வரையும் அழகு பார்த்தது இவள்தானா என்றிருந்தது.

அவன் பெருமூச்சுடன் வண்டியைத் திருப்ப, எதிர் பட்டறை வாசலில் அமர்ந்து வம்பு பேசும் கூட்டத்தைக் கண்ட ஆனந்தி அவன் கிளம்பும் வரை காத்திருக்காமல் உள்ளே வந்தாள். எண்ணி ஏழு நாட்களில் தனக்குப் பத்திருபது வயது கூடி விட்டது போல இருந்தது.

தாங்கள் இருவரும் என்னென்னவோ கற்பனைகளை வளர்க்க, நிசத்-தில் நடப்பதோ... கனவு கண்ட அத்தனையும் கானல் நீராக மறைவது போன்ற பிரமை !

'ஒன்பது வயசு புள்ள, அதுக்குள்ளவா...? அடுத்த ஆவணி வந்தா தானே பத்து பொறக்குது. கறியும் மீனுமா ஊட்டமா திங்குற புள்ளைங்க உட்கார்றதுல நியாயம் இருக்கு, குச்சி மாதிரி இருக்குற எம் பொண்ணா அதுக்குள்ள சடங்காகிட்டா....?'

இப்போது நினைத்தாலும் அவளால் நம்ப முடியவில்லை. நாள் குறித்து, துணிமணிகள் வாங்கி, தாலி செய்து என மடமடவென முன்-னேறிய கல்யாண வேலைகள் அனைத்தும் திடிரென நடந்து விட்ட இந்த நிகழ்வில் அப்படி அப்படியே நின்றன.

அந்த ஒரு வாரமும் தான் அடைந்த மகிழ்ச்சி அத்தனையும் காற்-றில் அலையும் ஊதுபத்தி புகையாகக் கரைய, வயதுக்கு வந்த பெண்-ணின் தாயாக நிதர்சனம் அவளை மிரட்டியது.

'இனிமேலக்கொண்டு எனக்குன்னு ஒரு வாழ்க்கைங்கிறது எல்லாம் சரிப்படுமா?' முகத்தில் அறைந்தது போல உள்ளம் கேட்கும் கேள்விக்கு இருதலைக்கொள்ளி எறும்பாகத் தனக்குள் தடுமாறுவது அவள் மட்டுமே அறிந்த அவஸ்தை.

'ஏன், அதுல என்ன தப்பு...? இப்ப மட்டும் நான் மனுசி இல்-லையா...? இனிமேதான் எங்க கல்யாணம் அவசியம், எனக்கும், என் குடும்பத்துக்கும் பாதுகாப்பா ஒரு ஆம்பள துணை தேவை... பத்திரமா காபந்து பண்ணி வளர்த்து விட என் புள்ளைங்களுக்கு ஒரு அப்பா தேவை...' அவளுக்கு அவளே எதிர்வாதம் செய்து கலங்கிய மனதை நிலைப்படுத்திக் கொண்டாள்.

என்னதான் தனக்குள் தைரியம் சொல்லிக் கொண்டாலும் பூரிப்பும் சந்தோசமுமாக வளைய வரும் பொன்னம்மாளின் சிரிப்பு அவளை வெகுவாகப் பயமுறுத்தியது. பேத்தி திடுதிப்பென்று உட்கார்ந்ததை விட மகள்காரி இனிமேல் இரண்டாம் கல்யாண பேச்சு எடுக்க மாட்டாள் என்கிற மாதிரி கிழவி முகத்தில் அத்தனை ஜொலிஜொலிப்பு.

மீண்டும் பம்பு ஸ்டவ் அருகே உட்கார்ந்த ஆனந்தியை, "ம்மா..." மூச்சிரைக்க ஓடி வந்த மீனா தெருவை கை காட்டினாள். யாரென அங்கிருந்தே எட்டிப் பார்த்த ஆனந்தி சங்கடமாய் எழுந்து வெளியே வந்தாள்.

வெளியே கந்துக்காரன் நின்று கொண்டிருந்தான்.

"அண்ணா, இந்த வாரம் முச்சோடும் வேலைக்கு போகல... சம்-பளக்காசு வரல, அடுத்த வாரம் மொத்தமா தந்துடுறேன்..." அவள் தயங்கி தயங்கி சொல்ல...

"இந்த கதையே வேணாம், வட்டியை மட்டுமாச்சும் எண்ணி வை.... இல்லேன்னா வட்டிக்கு வட்டி விழும், அப்புறம் என்னை கேட்காதே..." அவன் காது இடுக்கில் சொருகி இருந்த பேனாவை எடுத்தபடி அழுத்-தமாய்ப் பேசினான்.

ஆனந்திக்கு என்ன செய்ய என்று புரியவில்லை. கைகளைப் பிசைந்தவள் வெளியே கதை பேசியபடி நிற்கும் கூட்டம் தங்களையே கவனிப்பது தெரிந்து குன்றிப் போனாள்.

"சரி, கொஞ்சம் இரு..." உள்ளே ஓடியவள், புட்டு சுற்றிய அன்று ஆள் ஆளுக்கு ஜோதி கையில் தந்து சென்றிருந்த மொய்ப் பணத்தை கிரைண்டர் டப்பாவுக்குள் இருந்து எடுத்தாள். சுருட்டி ரப்பர் பேண்ட் போட்டிருந்த ஐம்பது இருபது நோட்டுகளை அடுக்கி எண்ண, முந்நூற்-றுச் சொச்சம் இருந்தது.

சொச்ச ரூபாயான பத்தை மட்டும் ஒதுக்கி மீதியை அவனிடம் கொடுத்தவள், "இதுக்கு மேல ஒன்னும் இல்லண்ணா, அசலையும் சேர்த்து அடுத்த வாரம் கொடுத்துடுறேன்" கெஞ்சி சமாளித்து அவனை அனுப்புவதற்குள் அவளுக்குப் போதும் போதுமென்றானது.

"மாரியாத்தா... ஏன்டி இப்படி என்னை சோதிக்குற?" புலம்பியபடி வீட்டுக்குள் வர, உள்ளே ஜோதி எழுந்து உட்கார்ந்திருந்தாள்.

"கண்ணு பசிக்குதாடா...?" இந்த ஒரு வாரமாகக் காலை எழுந்ததும் நல்லெண்ணெய்யும் நாட்டு முட்டையும் கொடுப்பதில் கன்னங்கள் திரட்-சியாகி பிள்ளை செழிப்பமாய்த் தெரிந்தாள்.

வெயில் தெரியாமல் குடிசைக்குள்ளே இருந்ததில் நிறம் திரும்பி இருந்த மகளின் அருகே சென்ற ஆனந்தி, "என் தங்கம்" ஆசையுடன் அவளை அணைத்துக்கொள்ள, "அம்மா, நானும் நானும்.." கழுகுக்கு மூக்கில் வேர்த்தது போல எங்கிருந்தோ ஓடி வந்த மீனா இவள் மடியில் விழுந்தாள்.

"நீயும் தாடி இவளே.." பச்சென்று அவள் கன்னத்தில் முத்தமிட்டு சிரித்த ஆனந்தி ஜோதியையும் தன் மடியில் சாய்த்துக் கொண்டாள்.

"இனிமேல ஜாக்கிரதையா இருக்கணும் தங்கம், பள்ளிக்கூடம் விட்-டதும் நேர வீட்டுக்கு வந்துடணும், பதவிசாய் இருக்கணும்... என்ன? இனிமே வெளில போறதுக்கு அந்த சந்துக்குள்ள போகாதே... ஆத்து பக்கம் கட்டி வச்சு இருக்குல்ல கவர்ன்மென்ட்டு கக்கூசு... அங்க போ... அம்மா காசு தந்து வைக்குறேன்..."

அவளது முன்னுச்சி கூந்தலை வருடி விட்ட ஆனந்தி, "நீ இனிமே சின்னப் புள்ள இல்ல ஜோதி... அந்த தினேஷ் பையன் கிட்ட ஜாக்-கிரதை.... வர வர அவன் பார்வையும் பேச்சும் ஒன்னும் சரியில்ல... அம்மா ஏன் சொல்றேன்னு புரியுதாடி...?"

மகளிடம் வரிசையாகச் சொல்ல சொல்லத்தான் தன் பொறுப்புகளும் கடமைகளும் மலையளவு உயர்ந்துவிட்ட அழுத்தம் அவளுக்குமே புரிந்-தது.

சில நிமிடங்கள் போல பிரமிப்புடன் சமைந்து போயிருந்த ஆனந்தி, "அம்மா... நான் உன்கிட்ட ஒன்னு சொல்லணும்..." அழுத்தமாய்த் தன்னை ஏறிடும் ஜோதியை வியப்புடன் பார்த்தாள்.

"என்னடி பெரிய மனுசி மாதிரி பேசுற? என் புள்ளைக்கு இப்ப-டியெல்லாம் கூட அமைதியா பேச தெரியுமா...? என்ன சொல்லணும், சொல்லு..." அவள் கன்னம் நிமிண்டியவள், அடுத்தக் கணம் அவள் பேசிய வார்த்தைகளில் திகைத்துத்தான் போனாள்.

புட்டு சுற்றும் நாளன்று வெள்ளை வெளேரென்ற வேட்டி சட்டையில் தன் படையுடனும், பலகார தட்டங்களுடனும் வந்து நின்றானே அம்-மாக்காரியின் தம்பி. அவனைக் கண்டபோது கூட இவள் இத்தனை

அதிர்ச்சி அடையவில்லை.

"மரியாதையா போயிடு... என்ன உரிமைல இங்க வந்து நிக்குற? இந்த புள்ளைக்கு அப்பனா ஒரு நாளாச்சும் இருந்துருக்கியா...? இப்ப பளபளன்னு உடுத்திட்டு பல்லை காட்டிட்டு வந்து நிக்குற... உன்னால நான் பட்டதெல்லாம் போதும் சாமி... எந்த காலத்திலும் என் ஊட்டு படியேற வுடுறதா இல்ல... தயவு செஞ்சு கிளம்பு.... உன் ஆளுங்களையும் கூட்டிட்டு போயிடு...."

ஆவேசம் வந்த மாதிரி கத்தியவள், "அப்படியே உனக்கு தூது அனுப்பி திங்குற சோத்துக்கு துரோகம் பண்ற உன் உடம்பொறந்தாளையும் கூட்டிட்டு போயிடு... என்னை பிடிச்ச கெரகம் இனிமேலாச்சும் ஒழியட்டும்..." சீற்றம் கொண்ட பெண் புலியாக அடக்கி வைத்திருந்த ஆத்திரம் அத்தனையையும் கொட்டி தீர்த்து இருந்தாள்.

அதுவே இப்போது தன் நெஞ்சு உயரம் இருக்கும் பிள்ளை கேட்ட கேள்வியில் சர்வமும் நடுங்கியது.

'இந்தப் புள்ளையா... இந்தப் புள்ளையா அப்படி கேட்டுச்சு...? அடப்பாவிங்களா... சின்னப்புள்ள மனசுல கூட விஷத்தை ஊத்திட்டிங்களே....'

அதிர்ச்சியில் அழுகை கூட வராமல் உள்ளுக்குள் போராடிக் கொண்டிருந்த ஆனந்தி அன்றைய ராத்திரியைப் போலக் கொடுமையான ஒரு ராத்திரியை அதுவரை சந்தித்ததில்லை.

உறங்கா, உறங்க இயலா அந்த இரவில் அடுத்து என்ன, அடுத்து என்ன எனக் குழம்பித் தவித்தவள், ஏதேதோ தீர்மானங்களுடன் கண்களை மூடும்போது ஆரஞ்சு வண்ணம் பூசிய வானம் உறக்கம் களைந்து விடிந்து எழுந்திருந்தது.

****

"நீ உன் மனசுல என்னதான் நினைச்சுட்டு இருக்க, ஆனந்தி? வீட்டுக்குள்ள வந்தா வராதேங்குற மாதிரி பாக்குற... வேலைக்கும் வரல... நடுவுல நாலு நாளா வீட்டை பூட்டிட்டு ஆள காணோம், கேட்டா தங்கச்சி வீட்டுக்கு போனேங்குற... நேத்து மட்டும் செல்லுல எத்தனை தடவை கூப்டேன்னு எடுத்து பாரு... எடுத்தே பேசாதவ இன்னிக்கி சொல்லாம கொள்ளாம பட்டறைக்குள்ள வந்து நிக்குற... என்னாச்சு புள்ள உனக்கு?"

இரண்டு வாரங்களாக இவள் நடத்தும் கண்ணாமூச்சியில் வெறுத்துப் போன மாதிரி ஆதங்கமாகக் குரலுயர்த்திய கார்த்தி, எதிரே தண்ணீரில் துணிகளை அலசியபடி தலைகுனிந்து நிற்பவளின் அமைதியில் சற்றே குளிர்ந்தான்.

"ஏன் புள்ள இப்படி பண்ற..? கல்யாணத்துக்கு எண்ணி எட்டு நாளு தான் இருக்கு, இதுல நீ இப்படி நிக்காம ஓடுனா...?"

'கார்த்தி, உனக்கு இன்னுமா அந்த நினைப்பு இருக்கு?' மனதில் நினைத்தபடி விரக்தியாகச் சிரித்தவளுக்குத் தன் பாராமுகத்தில் பரித- விப்பவனைக் கண்டு வேதனையாக இருந்தது.

"அதுதான் விசேசமெல்லாம் முடிஞ்சு ஜோதி ஸ்கூலுக்கும் போக ஆரம்பிச்சிட்டாளே, அப்புறம் ஏன் நீ ஒருமாதிரி டென்சனாவே சுத்திட்டு இருக்க?"

தன் முகத்தை உற்று உற்று பார்ப்பவனை நிமிர்ந்து பார்க்காமல், "இப்படி உட்காரு கார்த்தி, நான் உன்கிட்ட கொஞ்சம் பேசணும்" அலசிய துணிகளை பிழிந்து பாறை மேல் போட்டவள் தானும் அமர்ந்- தாள்.

ஆற்றில் தண்ணீர் வற்றி இருந்த சொச்ச நீரும் சாயப்பட்டறை கழி- வுடன் சேர்ந்து அழுக்கு சிவப்பாக ஓடிக்கொண்டிருந்தது. அங்கங்கே மொட்டை பாறைகள் தெரிய, தண்ணீர் மட்டுப்பட்டால் மட்டுமே தென்- படும் ஓங்காளியம்மன் கோவில் கோபுரம் தூரத்தில் தன் முகம் காட்டி நின்றிருந்தது.

சலவைக்கு எடுப்பவர்கள் கரையோரம் வெள்ளாவி வெளுத்துக் கொண்டிருக்க, துணி துவைக்கும் ஓரிரு பெண்களைத் தவிர மற்றபடி ஆற்றங்கரை வெகு அமைதியாக இருந்தது.

கார்த்தி அவளது தோள் உரச அமர்ந்தான்.

"நீ ஏன் இப்படி பேயடிச்ச மாதிரி இருக்கன்னு எனக்குத் தெரியும் புள்ள. கைல வச்சிருந்த மொத்த காசும் சடங்குக்கு செலவாகி போயி- டுச்சுன்னு தானே மறுகுற.... அதெல்லாம் பார்த்துக்கலாம் ஆனந்தி, நம்ம புள்ளைக்கு நாம செய்யாம வேற யாருக்கு செய்யுறது? பணம் கொடுக்கிறதுக்கு நான் வந்தப்பல்லாம் விரட்டி விடுறதுல தான் குறியா இருந்தியே தவிர...."

தோள்பட்டையைச் செல்லமாக இடித்தபடி சகஜமாகச் சொல்லிக்-
கொண்டே போனவன், அருகே வெடித்த விம்மல் சத்தத்தில் நிறுத்தி-
விட்டு கவலையுடன் அவள் முகத்தைப் பார்த்தான்.

"ஆனந்தி....?? என்ன ஆச்சு... எதுக்கு அழுவுற...?"

"நடக்காது கார்த்தி, இது நடக்காது... இந்த கல்யாணம் நடக்காது...
நிறுத்திப்புடு..."

கார்த்தி நம்ப முடியாத ஆதங்கமும் எரிச்சலுமாகப் பார்த்தான்.

"அறிவு கெட்டவளே... என்ன உளர்ற... திடீர்னு பைத்தியம் கிய்த்-
தியம் பிடிச்சு போச்சா உனக்கு?"

"உளறல்... ரொம்பவும் யோசனை பண்ணித்தான் சொல்றேன்..
வயசுக்கு வந்த புள்ளையை வச்சுட்டு இதுக்குமேல நான் கல்யாணம்
கட்டுனா இந்த ஊரும் உலகமும் சிரிப்பா சிரிக்கும்... எங்கம்மாவை
எதிர்க்க முடிஞ்சுது... சொந்தக்காரங்களை துச்சமா நினைச்சு ஒதுக்க
முடிஞ்சுது... இப்ப நான் பெத்த பொண்ணு சடங்காகி நிக்கும்போது
அந்த கோட்டை தாண்டிட்டு என்னால வர முடியல கார்த்தி..."

அவளது வார்த்தைகளில் அவன் திகைத்துப் போனான். அவன்
உடல் நடுங்கியது.

"ப்ச்.. கிறுக்கு மாதிரி பேசாத... மைதாவையும், பிராயலர் கோழி-
யையும் சாப்ட்டுட்டு இந்த காலத்துல சர்வசாதாரணமா எட்டு வயசு,
ஒம்பது வயசு பிள்ளைங்க எல்லாம் உட்கார்ந்துடுதுங்க... இது ஒரு விச-
யம்னு பேசுற... ஜோதிக்கு இப்பதான் அப்பான்ற உறவு தேவை. அவ
சின்னக் குழந்தை புள்ள..."

ஆனந்தி தன்னுள் வெடித்துக் கிளம்பிய கேவலை அடக்கிக்
கொண்டாள்.

"உனக்கும் எனக்கும் தான் அவ குழந்தை கார்த்தி... அந்த குழந்தை
என்ன பேச்சு பேசுச்சு தெரியுமா...? வேணாம், சொன்னா நீ தாங்க
மாட்ட"

இன்னும் கூடத் தன் வயிற்றில் பிறந்த குழந்தை பேசியதை
அவளால் நம்ப முடியவில்லை ம்ஹூம்... சர்வ நிச்சயமாய் இனி அவள்
குழந்தை இல்லை. வளர்ந்து விட்டாள், ரொம்பவே வளர்ந்து விட்டாள்.

அப்படியே குழந்தையாக இருந்தாலும் கூட இந்த வீடும், உறவும்,
ஊரும் அந்தக் குழந்தைத்தனத்தை விட்டு வைக்காது. பிள்ளைப்பூச்-

சியைக் கொட்டி கொட்டியே தேளாக மாற்றுவது போல அவளையும் பெரிய மனுசியாக்கி பெரிய பெரிய பேச்சுகளைப் பேச வைத்து விடும்.

"அம்மா, இதுக்கு மேலயும் நீ கல்யாணம் பண்ணிக்கத்தான் போறியா...?"

அன்று ஜோதி தன் முகத்திற்கு நேரே பட்டென்று கேட்ட கேள்வி உண்மையில் நூறு தேள்கள் ஒன்றாகச் சேர்ந்தது கொட்டியதைப் போல வலித்தது.

"நீ பண்ணிக்குறதுனா பண்ணிக்கோ, எனக்கு ஒன்னும் இல்ல... என்னை மட்டும் ஆயா கிட்டயே விட்டுட்டு போய்டு.." ஏற்கனவே பலமுறை ஒத்திகை பார்த்த மாதிரி அவள் தெளிவாகப் பேச, "என்னடி இப்படி பேசுற?" ஆனந்தி அதிர்ந்து போனாள்.

"நான் பெருசாயிட்டேன், இனிமே ஆம்பளெங்க கிட்ட பேசக்கூ-டாது, தொட்டு விளையாட கூடாது, ஜாக்கிரதையா இருக்கணும்னு நீ தானே சொல்ற... அந்த கார்த்தி மேஸ்திரியும் வேற ஊட்டு ஆம்பிளை தானே..."

கார்த்திப்பா கணத்தில் கார்த்தி மேஸ்திரியாக மாறிப் போனதை கவனித்த ஆனந்தி, எழும்பாத குரலை எழுப்பி மெலிதாய் சொன்னாள்,

"கார்த்தி உன் அப்பா மாதிரிடி... மாதிரி என்ன உன் அப்பாவே தான்... உன்னை தூக்கி..."

"நீயே சொல்லிட்ட... மாதிரி தானே... சொந்த அப்பா இல்லல்ல.... நீ பண்ணிக்கோ, உன்னை வேண்டாங்கல... நான் ஆயா கூட இருக்-கேன்னு தான் சொல்றேன். என்னை விட்டுடு. மீனாவை வேணா உன் கூட வச்சுக்கோ... என்னை இழுக்காதே... வுட்டுடு..."

அடிப்பாவி.... யார் உனக்கு இத்தனை பேசக் கற்றுக் கொடுத்தார்கள் என்று ஆனந்தி கேட்கவில்லை. யார் என்று தான் தெளிவாகத் தெரிகி-றதே.

'பெத்த பொண்ணு வாழ்க்கையை வாழ்க்கையா வாழக் கூடாதுன்னு இந்தப் பிஞ்சு மனசுல வெசத்தை ஊத்திருக்கு, பாரேன்...' எத்தனை நாள் இரவுகள் அழுதும் அவள் ஆதங்கம் அடங்கவில்லை.

"என்னன்னு சொல்லு... இப்ப சொல்லப் போறியா இல்லையா?"

கார்த்தி விடாமல் துளைக்கவும் அடக்க மாட்டாமல் அவனிடம் கொட்டியவள், "உங்க அம்மாவோட புத்தி ஏன் இத்தனை கேவலமா

போச்சு?'' அவன் கண்கள் சிவந்து முகம் இறுகுவதைக் கையாலாகாத-வளாகப் பார்த்தாள்.

கொஞ்ச நேரம் அமைதியாக ஆற்றுப் பரப்பையே வெறித்துப் பார்த்-தவன், ''கேப்பாரு பேச்சை கேட்டு அந்த சின்ன புள்ள விவரமில்லாம ஏதாச்சும் சொன்னா அதுக்கு கல்யாணமே வேணாம்னு சொல்லுவியா நீ...? அதுகிட்ட பொறுமையா பேசி புரிய வச்சா போச்சு...'' சொல்லி விட்டானே தவிர அவன் வார்த்தைகளில் அவனுக்கே நம்பிக்கை இல்லை.

ஆனந்தி கேலியாகச் சிரித்தாள்.

''சின்னப் புள்ளையா, அவளா? என்ன சமாதானப்படுத்திப் புரிய வச்சு நம்ம கல்யாணம் நடந்தாலும் ஒவ்வொரு நிமிஷமும் இவ என்ன நினைப்பாளோ, யார் வந்து என்ன சொல்லிக் கொடுத்து கெடுப்பாங்-களோன்னு பயந்து பயந்து வாழ சொல்றியா...? கட்டுன பொண்டாட்டி பக்கத்துல வர கூட யோசிச்சு, புள்ளைங்கள புள்ளைங்களா நெனச்சு சகஜமாக இருக்க முடியாம... உன்னை ஒரு வறட்டு வாழ்க்கைக்குள்ள தள்ள சொல்றியா, வேணாம் கார்த்தி வேணாம்...''

அவள் தோளில் பதிந்திருந்த தன் முகத்தை நகர்த்தித் தள்ளி அமர்ந்தவள், ''என் தகுதிக்கு நீ ரொம்பவே அதிகம்னு எப்பயும் நினைப்பேன்... அது சரியா போயிடுச்சு, நாய்க்கு முழுத் தேங்காய் ஒட்-டுமா, சொல்லு.. இந்த கல்யாணம் வேணாம் கார்த்தி... எப்ப அம்மா இன்னொரு கல்யாணம் பண்ணிக்கிட்டா தனக்கு பாதுகாப்பு இல்லேன்னு அவ நினைச்சாளோ அப்பயே எல்லாம் முடிஞ்சு போச்சு.... இதோட நிறுத்திக்கலாம்... எல்லாத்தையும்.....''

அவள் தீர்மானமாகச் சொல்ல, அவன் நடப்பை ஜீரணிக்க முடியா-தது போல, ஜீரணிக்க விரும்பாதது போல நெற்றி நரம்புகள் புடைக்க அமர்ந்திருந்தான்.

'எனக்கு மட்டும் ஏன் தான் இப்படி நடக்குதோ...?'' அவன் உதடு-கள் வெறுப்பாய் முனகின. இருவரும் வெகு நேரம் எதுவும் பேசாமல் தூரத்து ரயில் பாலத்தில் மெல்ல நகரும் கூட்ஸ் வண்டியையே பார்த்துக் கொண்டிருந்தார்கள்.

''நான் இன்னொன்னையும் சொல்லிட்டு போகத்தான் வந்தேன். நான் இந்த ஊரை விட்டே போகலாம்னு இருக்கேன் கார்த்தி...''

திரும்பி அவளைப் பார்த்தவன் கசப்புடன் புன்னகைத்தான்.

"ஏன் நான் இருக்குற ஊருக்குள்ள இருந்தா கூட தோஷம் வந்து ஒட்டிக்கும்னு உங்கம்மா சொன்னுச்சா...?"

ஆனந்தி திரும்பி அவனை ஆழமாகப் பார்த்தாள்.

"தோசம் இல்லாம பின்ன..? உன் கண்ணு முன்னாடியே சுத்தி சுத்தி வந்து உன் வாழ்க்கையை வீணாக்க சொல்றியா...?"

இடக்காக கேட்டவள், 'நான் உனக்காக போகல கார்த்தி... எனக்காக போறேன். உன்னை ரத்தமும் சதையுமா கண்ணு முன்னாடி பாத்துட்டே இருந்தா அந்த ஏக்கத்துலயே நான் செத்து போயிடுவேன்...' என்று தனக்குள் சொல்லிக் கொண்டாள்.

"கல்யாணம் பண்ணிக்கோ கார்த்தி... உங்க அம்மா பாக்குற பொண்ணா, அதுக்கு பிடிச்ச பொண்ணா பார்த்து சீக்கிரம் கல்யாணம் பண்ணிக்கோ..." சொல்லும்போதே அவளுக்கு அழுகை முட்டியது.

"அப்ப எல்லாத்தையும் முடிவு பண்ணிட்டு தான் இங்க வர சொல்-லியிருக்க...? சரி, இந்த ஒரு கேள்விக்கு மட்டும் பதில் சொல்லு... போன பொதன்கெழமை மாணிக்கம் கூட டவுன் வரைக்கும் போனியா....?"

பிடிபட்டது போலப் பார்த்த ஆனந்தி மெதுவாகத் தலையாட்டினாள்.

"நெனச்சேன்... மணியண்ணன் சொன்னப்ப வழில ஏதாச்சும் பார்த்து பேசியிருப்பா, ஆனந்திக்கு அவன் கூட என்ன வேலைன்னு சொன்-னேன். இப்ப தான எல்லாத்துக்கும் அர்த்தம் வெளங்குது... ஏன் புள்ள, அத்தனை தூரம் நான் உனக்கு அந்நியமா போய்ட்டேன் இல்ல...?"

ஆனந்தி தலைகுனிந்து அமர்ந்திருந்தாள். அவனது குரலில் இருந்த வேதனை அவளை உலுக்கியது. எத்தனை அடக்கியும் அழுகை வெடித்துக் கொண்டு வர, பாதத்தைத் தொட்டு ஓடிய நீரை உற்றுப் பார்த்தபடி கன்னங்களில் வழிந்ததைக் கட்டை விரலால் சுண்டி விட்டுக் கொண்டாள்.

"நீ இப்படி கண்ணத்த மாயம் மாறிப் போவேன்னு நான் நினைச்சதே இல்ல ஆனந்தி... உனக்கென்ன பைத்தியமா புள்ள? இந்த கல்யாண கருமாந்திரம் எல்லாம் கூட நடக்காம ஒழியட்டும், காசுக்காக இப்படி உடம்பை கெடுத்துக்கணுமா? சுமதிக்கு அத்தனை தூரம் புத்தி சொன்ன நீயே இப்படி பண்றது கொஞ்சம் கூட நல்லா இல்ல.... சரி, அப்படி

என்ன தலை போற செலவு உனக்கு....?"

"தலை போற செலவுதான் கார்த்தி... சரசக்கா ஓட்டை உடைசல் சாமானை தூக்கிட்டு ராத்திரியோட ராத்திரியா ஊரை விட்டே ஓடுன மாதிரி என்னையும் பாக்கி பணத்தை ஏமாத்திட்டு ஓட சொல்றியா..? எனக்கு மிச்சமிருக்கிறது மானம் மட்டும் தான்.. அதையாவது காப்பாத்திக்கணும்னா வாங்குன கடனை எடுத்து வைக்கணும். எப்படி கட்டுவேன், நீயே சொல்லு... என் தலையை அடமானம் வெச்சா கூட எவனும் ஒத்த பைசா தர மாட்டான்..."

"நான் தரேன் ஆனந்தி... எவ்வளவு கடன் வேணும்னாலும் நான் வாங்கி தரேன்.. தயவு செஞ்சு கிட்னியை மட்டும் விக்க நினைக்காதே... இந்த மாதிரி சிக்கல்ல இருக்குற பொம்பளைங்களா பார்த்து வளைக்குறதுக்குன்னே அவன் வீடு வீடா திரியுறான், அவன் ஒரு பக்கா வியாபாரி... ஏதோ ஒரு உசுரை காப்பாத்துறோம்ன்ற பேருல பாவப்பட்டவங்களோட உடலுறுப்பை திருடி பொழைக்குற கொள்ளைக்காரன்... அவன் வலைல நீயா போய் மாட்டாத... உனக்கு எவ்வளவு வேணும்னாலும் நான் பாக்கி வாங்கி தரேன்..."

அவன் பேச பேச, ஆனந்தி தலையை வேகமாக இடம் வலமாக அசைத்தாள்.

எதுவும் இல்லையென்றாலும் இது இருக்கிறது என வங்கியில் போட்டு வைத்திருக்கும் வைப்பு நிதியைச் சொல்வது போல இங்குள்ள குடியான மக்களுக்குக் கடைசித் துருப்பு சீட்டு இந்தச் சிறுநீரகம் விற்பது தான்.

ஊரில் பணத்தேவை எல்லை மீறிப் போகும்போது கிட்னியை விற்கத் தயாராகும் பலிகடாக்களில் தானும் ஒன்றாகிப் போனதில் அவளுக்குத் துளியும் வருத்தமில்லை. சொன்னப்போனால் எதிலிருந்தோ விடுபடுவது போல மனசு விட்டு விடுதலையாகி இருந்தது.

"அப்ப மட்டும் நான் கடன்காரி இல்லன்னு ஆகிடுமா? வேணாம்பா... உன்னை நம்ப வச்சு கழுத்தறுத்தது போதும், என்மேல பிரியப்பட்ட பாவத்துக்கு உன்னையும் கடனாளியாக்க மாட்டேன். இந்தா, நீ நினைக்குற மாதிரி இதுவொன்னும் கஷ்டமில்ல..."

"இந்த வவுத்துக்குள்ள இரண்டு கிட்னி இருக்காம்... ஒன்னு தானே கொடுக்குறேன்... சத்தம் போடோம கொடுத்துட்டு வர்ற காசை வச்சு

கடனை முச்சோடும் அடைச்சுப்போட்டு மொத்தமா இங்கிருந்து நான் கழண்டுக்கணும்... சொமதி ஆப்புரேசன் பண்ணினப்ப நானும் இப்படித்- தான் திட்டுனேன், ஆனா, கண்டவங்கிட்ட காசு வாங்கி பல்லு கெஞ்சி நிக்குறதை வுட நம்ம உடம்புல இருக்கிறதை வித்து சம்பாதிக்குறது எத்- தனையோ மேலுன்னு இப்ப தோணுது.''

''நம்ம அவசரத்தை தெரிஞ்சு ஆசை காட்டுறவன் கொள்ளைக்- காரன்னு தெரியாமயா போய் விழுறோம்? எல்லாம் தெரிஞ்சு தான் கார்த்தி... முந்தி மாதிரி அடிமாட்டு வெலைக்கு கொடுக்காம, பேரம் பேசி காசு வாங்குற அளவுக்கு நம்ம ஊரு பொம்பளைங்க தேறிப்புட்- டோம்ல''

கிண்டலாகக் கண் சிமிட்டியவள், ''என்ன, ரொம்ப நேரம் நின்னு வேலை செய்ய முடியாதாமாம்... எதுக்கு நிக்கணும், நான் தான் இந்த பொழப்பும் வேணாம், ஊரும் வேணாம், பட்டறையும் வேணாம்னு இருக்- கேனே... எல்லாத்துக்கும் முழுக்கு போட்டு ஒரேடியா போக போறேன்...'' உணர்வற்ற குரலில் சொன்னபடி கையில் அகப்பட்ட சிறு கற்களை இலக்கற்று ஆற்றில் வீசிக்கொண்டிருந்தாள்.

ஏற்கனவே எல்லாவற்றையும் முடிவு செய்து விட்டது போல அவள் விட்டேற்றியாகப் பேசுவது ஒருவகையில் அவனுக்கு ஆச்சரியமாகக் கூட இருந்தது.

''நிசமாவே பைத்தியம் தான் பிடிச்சு போயிருக்கு உனக்கு. எங்க போவ நீ? உனக்கு இந்த ஊரை தவிர வேறென்ன தெரியும்? எங்க போய் பொழைப்ப...?''

''எனக்கு பைத்தியமோ, இல்லையோ, திடீர்னு என்னமோ எனக்கு இந்த ஊரே பிடிக்கல கார்த்தி... பெத்தவ பட்டறைக்குள்ளயே கெடக்க, சுத்தி சுத்தி வந்து மனசை கெடுக்குற விடலை பசங்களுக்கு இடைல நான் எப்படி இதுங்களை பாதுகாப்பாக வளர்ப்பேன் சொல்லு... எல்- லாமே பிஞ்சில வெம்பி வெடிச்சு வீணா போகுதுங்க... வேணாம் சாமி, இந்த ஊரும் வேணாம்... தெருவும் வேணாம்...'' என்றாள் விரக்தி மிளி- ரும் குரலில்.

''எங்க போவன்னா கேட்ட...? வெள்ளலூருக்கு... சுமதி அம்மா ஊட்டு கிட்ட... அங்க இருக்குற ஒரு இடத்துல வயசானவங்களை பார்த்துகிட்டு சமைச்சு துணி துவைச்சு போட்டு கூடவே இருக்கிற

வேலை தானே சொமதியும் செய்யுது.”

"அந்த மேடத்துக்கிட்ட சொல்லி எனக்கும் அங்க ஒரு வேலை வாங்கித் தரேன்னு சொல்லியிருக்கு... அது வீட்டுக்குப் பக்கத்துலேயே குடக்கூலி எடுத்து தங்கிக்கலாம்னு இருக்கேன். துணைக்கு துணையும் ஆச்சு... அஜீத் படிக்குற ஸ்கூல்லயே இதுங்களும் சேர்ந்துக்கலாம்னு சொமதி சொன்னுச்சு..." என்றவள், தொலைவில் தெரியும் அக்கரையை வைத்த கண் வாங்காமல் பார்த்தபடி பேசினாள்.

"இரண்டு புள்ளைங்களையும் படிக்க வைச்சுப் போட்டா அது போதும் எனக்கு... அதுங்க ரெண்டும் நல்லா படிக்கணும், என்னை மாதிரி இல்லாம, கண்ட கண்ட கற்பனைல விழுந்து வீணா போன அந்த சவிதா புள்ள மாதிரி இல்லாம, கௌரவமா மலர் மாதிரி, உன்னை மாதிரி, உன் தம்பி பொண்டாட்டி மாதிரி அதுங்க வளரணும்..."

"இந்த பட்டறையும், பஞ்சும், கச்சலை குப்பையும் என்னோட போகட்டும். கீழ கெடக்குறவங்க கீழயே கிடக்க, அல்லும் பகலும் உழைக்குறவங்க எந்திரிச்சு நிக்க முடியாம மேல இருக்குறவங்க மிதிச்-சிட்டு இன்னும் மேல மேல போயிட்டே இருப்பாங்க... இது ஒரு புதைகுழி கார்த்தி... உள்ள மாட்டுனவங்களை வெளிலயே விடாத புதைகுழி... இதுல மாட்டி இதுக்குள்ளேயே உழண்டு போகாம சாவித்தி-ரியக்கா பசங்க மாதிரி இதுங்க நல்லா படிச்சி முன்னுக்கு வரணும்..."

என்றுமில்லாத உறுதியுடன் கண்களில் கனவு மிளிர பேசுபவளையே கண்ணெடுக்காமல் கவனித்தான் கார்த்தி. அந்த முகமும், இறுகிய தாடையும், கண்களின் ஜொலிஜொலிப்பும் ஏதோ ஒரு யட்சிணி வந்து தன்னெதிரே அமர்ந்திருப்பது போல இருந்தது.

தான் காதலித்த, தன்னைக் காதலித்த ஆனந்தி இல்லை இவள். சேலையை அலட்சியமாகப் போட்டபடி கண்கள் சூன்யத்தை வெறிக்க நீரில் கால் அளையும் இந்தப் பெண் நிச்சயம் அவன் அறியாத வேறு யாரோ தான்...

ஒரே நதியில் யாரும் கால் நனைப்பதில்லை. ஒவ்வொரு கணமும் நம் கால் நனைத்து நகரும் நீர் புதிது. இவளும் தங்கள் காதலை, பிரி-யத்தை, உறவை, பந்தத்தைக் கடந்து விட்டவள், இவளால் திரும்பவும் தன்னைக் காதலித்த புள்ளிக்குத் திரும்பவே முடியாது என்று தோன்றி-யது.

தன்னைப் பார்க்கும் பார்வையில் எப்போதும் பிரத்யேகமாகத் தென்ப-டும் ஆசையோ, சிணுக்கமோ, அலைகழிப்போ இன்றி இப்போது இவள் கண்களில் தீவிரமும், தீர்மானமும் தீர்க்கமும் மட்டுமே.

தன் பிள்ளைகள் குறித்த கனவை மட்டும் ஏந்திக் கொண்டு தனக்குத் தானே நெருப்பு வளையம் வரைந்து நிற்பவளை பேசி, சமாதானம் சொல்லி தன் திசையில் திருப்புவது என்பதெல்லாம் இனி அசாத்தியம்!

தன் பாதையைத் தீர்மானித்துக் கொண்டு விரையும் நதியின் போக்கை எத்தனை பிரயத்தனப்பட்டாலும் யாரால் திசை திருப்பி விட முடியும்?

கசந்து வழியும் நிதர்சனத்தை உள்வாங்கிக் கொள்ள முயன்றவன், கலங்கிய தன் முகத்தையும் கண்களையும் பரபரவெனத் தேய்த்து விட்டுக் கொண்டான்.

வெகு நேரம் அமைதியாக இருந்தவன், அவளிடம் திரும்பியபோது அவனிடம் கேட்டே ஆக வேண்டிய ஒரு கேள்வி இருந்தது.

"இந்த கேள்விக்கு நீ எந்த பதில் சொன்னாலும் இனி எனக்கு ஒன்னு தான். இருந்தாலும் மனசுல இருக்குற ஆதங்கம் தாங்காம கேட்-குறேன். உங்கம்மாவையும் உன்னோடவே கூட்டிட்டு போகப் போறியா?"
'

ஆனந்தி எந்தப் பதிலும் சொல்லாமல் அவனைப் பார்த்தாள். அவள் உதடுகள் மெலிதாக முறுவலித்தன.

"ரைட்டு... உன்னை பெத்ததையும் விட்டுக் கொடுக்க முடியல, நீ பெத்ததையும் விட்டுக் கொடுக்க முடியல. நடுவுல நான் தான்...."

ஏமாளி என்று சொல்லப் போனவன் கடைசி நொடியில் சுதாரித்து அந்த வார்த்தையை விழுங்கிக் கொள்ள, ஆனந்தி அடிபட்ட மாதிரி அவனைப் பார்த்தாள்.

"உண்மைல நீ ஏமாளி இல்ல கார்த்தி.. நான் தான் எதை எதையோ கனவு கண்டு இன்னிக்கு ஏமாந்து நிக்குறவ... இதை கடைசி வரை சொல்லக் கூடாதுன்னு தான் நினைச்சேன். இதுக்கு மேல மறைச்சு வச்-சுதான் என்னவாகப் போகுது, சொல்லு.. இப்ப புலம்பி என்ன பிரயோ-சனம்...?"

"நல்ல ரத்தம் ஓடுறவளோ இருந்தா ஒன்னுந்தெரியாத அந்த வயசுல குடிகாரனை, ஒரு பொம்பளை பொறுக்கியை என் ஆத்தா கட்டி வைக்-

குறேன்னு நின்னப்ப 'மாட்டேன்'னு அடம்புடுச்சு இந்த ஆத்துல இறங்-
கியிருக்கணும். கல்யாணம் பண்ணினாவாவது ஒரு நல்லகாலம் பொறக்-
காதா, ஒக்கார்ந்து ஒரு வேளை சாப்பிட மாட்டமான்ற பேராசைக்கு
நான் கொடுத்த வெலை என் மொத்த ஆயுசும். இதுல உன்னை வேற
இழுத்து வுட்டு.... இது ஒரு வழிப் பாதை கார்த்தி... திரும்பவே முடியாத
ஒத்தையடி பாதை"

"வுட்டுடு கார்த்தி, எல்லாத்தையும் வுட்டுடு... இந்த கருமத்தையெல்-
லாம் மறந்துட்டு உங்காத்தா காட்டுற பொண்ணை கட்டிக்க... என்னை-
யாட்டம் தற்குறியா இல்லாம நாலெழுத்து படிச்சவளா பார்த்து கல்யா-
ணம் கட்டி சந்தோசமா இரு..."

"வீட்டுக்குப் போறதுக்கு முந்தி இப்படியே இந்த ஆத்துலேயே மூனு
முறை முங்கி எந்திருச்சுட்டு போ... உன்னை பிடிச்ச கெரகம் எல்-
லாம் இன்னி..யோ...ட... தொலையட்டும்... ஆனாலும் உங்காத்தாவோட
வேண்டுதலுக்கு சக்தி அதிகம் தான்... எந்த கோவிலுக்கு நேர்ந்துக்குச்-
சுன்னு கேட்டு வைக்கணும், என்கிட்ட இருந்து உன்னை காப்பாத்திப்பு-
டுச்சு பாரேன்..."

கண்களில் கரகரவெனக் கண்ணீர் வழிய அதனுடே சிரித்தவள்,
அதற்கு மேல் எதுவும் பேசாமல் பிழிந்த துணிகளைத் தோளில் போட்ட-
படி படிகளில் ஏறினாள். எதிலிருந்தோ தப்பிப்பது போல விடுவிடுவென
நடந்தவள், அவன் பார்வையில் இருந்து மெல்ல மெல்ல மறைந்து
போனாள்.

அவள் கண்களை விட்டு அகலும் வரை அவள் செல்லும் திசை-
யையே உணர்ச்சியற்ற பார்வையுடன் பார்த்துக் கொண்டிருந்த கார்த்தி,
வெம்மையாக இருந்த பாறையில் முதுகு படர சாய்ந்து சாம்பல் வண்ண
வானத்தை வெறிக்க முயன்றான்.

ஆழ்ந்த மூச்சுடன் விழிகளை மூடிக் கொண்டவனின் இமையோரம்
துளிர்த்த நீர் கோடாக காதுகளில் இறங்கி பாறையின் சூட்டில் சிந்தி
மறைந்தது.

'மன்னிச்சுடு கார்த்தி... உன் மனசை நான் வேணும்னு உடைக்கல....
என் விதி இப்படியெல்லாம் நடக்கணும்னு இருக்கு...' திரும்பிப் பார்க்கத்
துடித்த மனதை அடக்கியபடி கோவில் சுற்றுச்சுவரைத் தாண்டி நடந்-
தாள் ஆனந்தி.

'திரும்பிப் பார்க்குறதுல ஒரு புண்ணியமும் இல்ல... இனி மேல முன்ன என்னனு பார்த்து ஒரே குறியா நடக்க வேண்டியது தான்.' தனக்குத் தானே மெல்லிய குரலில் பேசியவள் கண்ணோரம் துளிர்த்து கிளம்பிய நீரை ஒரு வெறியுடன் துடைத்து எறிந்தாள்.

காயத்தை வருடி வருடி விசனப்பட நீண்ட நெடிய காலம் தான் தனக்கு முன்னால் காத்திருக்கிறதே!?

'இப்ப என்ன பண்ணனும்?'

'ஆபரேஷன் நடக்குற நேரம் புள்ளைங்களை பார்த்துக்க செவ்வந்தியை வர சொல்லணும், கத்தி வைக்குறதுக்கு முந்தியே பணத்தை கறாரா வாங்கி கந்து கடனையும், பட்டறை பாக்கியையும் அடைச்சுப் போடணும் சாமி... அப்படியே ஆஸ்பத்திரில இருந்து சொமதி வீட்டுக்கு போனாலும் சரிதான், எதுக்கு இரண்டு வாட்டி வண்டி செலவு?'

மனசுக்குள் ஆயிரம் சலனங்கள் அலைமோதினாலும் இருக்கும் நிலை அடுத்து என்ன என்று யோசித்து வரிசையாகத் திட்டமிட்டது.

வழியில் வாத்தியார் வீட்டில் இருந்து டியூசன் படிக்கும் பிள்ளைகள் திரும்பிக் கொண்டிருந்தார்கள்.

'எப்பாடுபட்டாவது ஜோதியையும் மீனாவையும் இந்த புள்ளைங்களை மாதிரி படிக்க வச்சுடணும்... இனிமே என் கனவு, ஆசை, லட்சியம் எல்லாம் அதுங்க மட்டும் தான்...'

எதிர்காலக் கனவுகள் கண்முன் விரிய, நடக்க வேண்டிய தூரம் அதிகம் இருப்பதை உணர்ந்தவள் நெருங்கற்கள் குத்தும் பாதையை லட்சியம் செய்யாமல் உறுதியுடன் தன் நடையை எட்டிப் போட்டாள். ஆவேச வேகத்துடன் விரைந்தவள் மீதிருந்த பஞ்சு குப்பைகள் காற்றில் உதிர, தப்தப்பென்ற அவளது வேக நடையில் பூமியின் புழுதி அதிர்ந்து அடங்கியது.

-நிறைந்தது-